ค้นพบความรุ่งโรจน์แห่ง

พระกิตติคุณ

Discovering the Glorious Gospel

พอล เดวิด วอชเชอร์

Paul David Washer

เชียงใหม่ ประเทศไทย
www.GraceBannasan.com

"ตามที่คาดไว้ พอล วอชเชอร์เป็นผู้นำทางที่ซื่อสัตย์ผ่านหลักข้อเชื่อสำคัญของพระกิตติคุณใน ***ค้นพบความรุ่งโรจน์แห่งพระกิตติคุณ*** ในหนังสือเล่มนี้คุณจะได้พบกับอรรถาธิบาย และคำอธิบายเชิงเทววิทยาที่เที่ยงตรง ตลอดจนคำถามที่เป็นประโยชน์และข้อพระคัมภีร์ สำหรับอ่าน ซึ่งจะเป็นเครื่องมือที่มีประโยชน์มากสำหรับการศึกษาส่วนตัวหรือเป็นกลุ่ม ทำให้ผู้คนสามารถเจาะลึกลงไปในความจริงอันรุ่งโรจน์ของพระผู้เป็นเจ้า และวิธีที่พระองค์ทรงแสดงพระเมตตาเพื่อช่วยเราให้รอด"

— **Ray Van Neste,** ศาสตราจารย์ที่ **Union University,** หนึ่งในผู้เขียน ***ESV Study Bible***

"หนังสือ ***ค้นพบความรุ่งโรจน์แห่งพระกิตติคุณ***ของพอล วอชเชอร์นั้นเป็นเหมือนกับ สายลมอันสดชื่นจากฟ้าสวรรค์ ประการแรก นี่เป็นหนังสือที่ท้าทายให้เราเข้าไปสู่พระคัมภีร์ และศึกษาความจริงอันเสริมสร้างจิตวิญญาณแห่งพระกิตติคุณเพื่อตัวเราเอง พอล วอชเชอร์ ใช้แนวคิดมากมายในพระคัมภีร์เพื่อนำภาพของตัวตนและการงานของพระคริสต์ออกมาจน พระกิตติคุณนั้นเด่นชัดเหมือนกับภูเขาเอเวอร์เรส ประการที่สอง หนังสือเล่มนี้นำเรา กลับไปยังหลักการพื้นฐานว่า ทำไมพระเจ้าช่วยเราด้วยวิธีการนี้ คือผ่านทางพระกิตติคุณ: เพื่อที่จะถวายเกียรติแด่พระองค์เอง หนังสือเล่มนี้เริ่มต้นด้วยความกระอักกระอ่วนของพระเจ้า และเมื่อเล่าเรื่องนี้เสร็จแล้วก็จะทำให้เราต้องคุกเข่าลงนมัสการพระเจ้าแห่งพระสิริและ ความยุติธรรมผู้สูงส่ง หากคุณต้องการจะทราบว่าทำไมพระกิตติคุณจึงเป็นความจริงที่ยิ่งใหญ่ ที่สุดตลอดประวัติศาสตร์ ก็จงซื้อหนังสือเล่มนี้แล้วศึกษาพร้อมกับพระคัมภีร์!"

— **Conrad Mbewe,** ศิษยาภิบาล **Kabwata Baptist Church,** ผู้ประพันธ์ ***Foundations for the Flock***

ค้นพบความรุ่งโรจน์แห่งพระกิตติคุณ
Discovering the Glorious Gospel
© 2023 โดย เกรซบรรณสาร (Grace Bannasan)

เกรซบรรณสาร
Grace Bannasan
บ้านเลขที่ 10 หมู่ 1
ต.ตลาดใหญ่ อ.ดอยสะเก็ด
จ.เชียงใหม่ 50220
โทรศัพท์ 098-757-3257
gracebannasan@gmail.com
hisbygrace@me.com
www.GraceBannasan.com

พิมพ์ในประเทศไทย
Printed in Thailand.

พระคัมภีร์ทั้งหมดคัดลอกมาจากพระคัมภีร์ฉบับอมตธรรมร่วมสมัย THSV11
All scriptures taken from the THSV (Thai Standard Version 2011)

จัดพิมพ์โดย เกรซ บรรณสาร/Grace Bannasaan
โครงการภายใต้มูลนิธิมหกิจพระคุณของแบ๊บติสต์ในประเทศไทย

เผยแพร่ครั้งแรกเป็นภาษาอังกฤษภายใต้ชื่อ Discovering the Glorious Gospel. หนังสือเล่มนี้ได้รับการตีพิมพ์ครั้งแรกใน
สหรัฐอเมริกาโดย HeartCry Missionary Society in Radford, VA 24143, U.S.A. © 2021 โดย Paul David Washer
พอล วอชเชอร์. สงวนลิขสิทธิ์

ผู้แปล: นรินทร์ สุรเนาวรัตน์ (Translator: Narin Suranaowarat)
ตรวจสอบโดย: ชนะศักดิ์ แซ่จ๊ะ (Editor: Chanasak Saeja)

*สำหรับหนังสือวรรณกรรมปฏิรูปเพิ่มเติม สามารถขอรายชื่อหนังสือฟรีจาก เกรซบรรณสาร ตามที่อยู่ปกติหรืออีเมลด้านบน

ข้อมูลทางบรรณานุกรมของหอสมุดแห่งชาติ
National Library of Thailand Cataloging in Publication Data

วอชเชอร์, พอล เดวิด.
    ค้นพบความรุ่งโรจน์แห่ง พระกิตติคุณ.-- เชียงใหม่ : มูลนิธิมหกิจพระคุณของ
แบ๊บติสต์ในประเทศไทย, 2565.
    200 หน้า.-- (Biblical Foundations for the Christian Faith).
    1.คริสต์ศาสนา. I. ชื่อเรื่อง.

230
ISBN 978-616-93960-4-8

10 ม.1 ต.ตลาดใหญ่ อ.ดอยสะเก็ด จ.เชียงใหม่ 50220
10 Moo 1, TaladYai, Doi Saket, Chiang Mai 50220
โทร 098-757-3257 gracebannasan@gmail.com
www.GraceBannasan.com

ค้นพบ ความรุ่งโรจน์แห่ง พระกิตติคุณ

สารบัญ

คำนำ

วิธีการศึกษา

เป้าหมายหลักของการศึกษานี้คือ เพื่อให้ผู้เรียนได้มีประสบการณ์กับพระเจ้าผ่านทางพระวจนะของพระองค์ บทเรียนนี้
เขียนขึ้นบนความเชื่อมั่นใจว่า พระคัมภีร์นั้นได้รับการดลใจจากพระเจ้าและเป็นพระวจนะที่ไม่มีผิดพลาดของพระองค์ บทเรียนนี้
ถูกออกแบบมาให้ผู้เรียนจำเป็นต้องเปิดพระคัมภีร์ เพื่อศึกษาต่อไปได้ เป้าหมายคือเพื่อช่วยให้ผู้เรียนเชื่อฟังคำแนะนำของอัครทูต
เปาโลใน 2 ทิโมธี 2:15:

"จงอุตส่าห์ถวายตัวท่านเองที่พระเจ้าทรงรับรองแล้วแด่พระองค์ เป็นคนงานที่ไม่อับอาย
สอนพระวจนะแห่งความจริงอย่างถูกต้อง"

แต่ละบทจะศึกษาเกี่ยวกับแง่มุมอันเจาะจงเกี่ยวกับพระกิตติคุณของพระเยซูคริสต์ ผู้เรียนจะต้องตอบคำถามและทำตาม
คำแนะนำที่รับมาจากพระคัมภีร์ เราหนุนใจให้ผู้เรียนใคร่ครวญพระคัมภีร์แต่ละข้อก่อนที่จะเขียนความคิดเห็นของตนลงไป ประโยชน์
ที่จะได้จากการศึกษานี้ขึ้นอยู่กับการลงทุนของผู้เรียน หากผู้เรียนตอบคำถามโดยไม่ผ่านการใคร่ครวญ ทำแค่เพียงคัดลอกข้อความ
มาตอบโดยไม่แสวงหาความเข้าใจในพระคัมภีร์ข้อนั้น ๆ หนังสือเล่มนี้ก็จะไม่เป็นประโยชน์เท่าใดนัก

*ค้นพบความรุ่งโรจน์แห่งพระกิตติคุณ*เป็นหนังสือศึกษาพระคัมภีร์และไม่ได้มีภาพประกอบสีสันสวยงาม เรื่องเล่าน่าแปลกใจ
หรือกระทั่งข้อคิดเห็นทางศาสนศาสตร์มากนัก นี่เป็นความปรารถนาของผู้เขียนที่จะทำหนังสือซึ่งชี้ไปยังพระคัมภีร์และปล่อยให้
พระวจนะของพระเจ้าพูดอธิบายด้วยตนเอง

หนังสือเรียนนี้อาจนำไปใช้ในการศึกษาส่วนตัว ในกลุ่มเล็ก ในชั้นเรียนวันอาทิตย์ หรือในบริบทอื่นๆ แนะนำว่าผู้เรียนควรจะ
ตอบคำถามในแต่ละบทด้วยตัวเอง ก่อนเข้าประชุมเพื่อพูดคุยและถามตอบกันกับกลุ่มศึกษาหรือกับผู้นำ

คำเตือนสำหรับผู้เรียน

เราหนุนใจให้ผู้เรียนศึกษาหลักข้อเชื่อตามพระคัมภีร์ และค้นพบความสำคัญสูงส่งของหลักข้อเชื่อในชีวิตคริสเตียน คริสเตียน
แท้นั้นจะไม่สามารถทนอยู่กับความขัดแย้งระหว่างอารมณ์และความรู้ หรือระหว่างพระเจ้ากับหลักข้อเชื่อเกี่ยวกับพระองค์ได้
ตามพระคัมภีร์แล้ว ทั้งอารมณ์หรือประสบการณ์ของเราก็ล้วนแต่ไม่เพียงพอที่จะเป็นรากฐานในชีวิตคริสเตียนของเรา ความจริงใน
พระคัมภีร์ที่เข้าใจผ่านทางสติปัญญาและสื่อสารผ่านทางหลักข้อเชื่อเท่านั้นที่สามารถมอบรากฐานอันแข็งแรง ซึ่งเราจะหยั่งราก
ความเชื่อและพฤติกรรมของเราลงไป และกำหนดตัดสินว่า ประสบการณ์หรืออารมณ์ใดของเราที่ถูกต้องใช้ได้ สติปัญญานั้นไม่ได้
เป็นศัตรูกับใจ หลักข้อเชื่อก็ไม่ใช่สิ่งกีดขวางจากการทุ่มเทรับใช้ ทั้งสองสิ่งนั้นเป็นสิ่งที่ขาดไม่ได้และแยกออกจากกันไม่ได้
พระคัมภีร์สั่งเราให้รักพระเจ้าของเราด้วยสุดจิต สุดใจ และสุดความคิด (มัทธิว 22:37) และนมัสการพระเจ้าทั้งใจจิตวิญญาณและ
ในความจริง (ยอห์น 4:24)

การศึกษาหลักคำสอนเป็นทั้งวินัยทั้งทางปัญญาและทางชีวิตฝ่ายวิญญาณ การศึกษานี้คือการค้นหาพระเจ้าอย่างกระตือรือร้น
ที่ควรนำผู้เรียนไปสู่การเปลี่ยนแปลงส่วนตัว การเชื่อฟัง และการนมัสการที่จริงใจมากขึ้น ดังนั้น ผู้เรียนควรระวังความผิดพลาด
ยิ่งใหญ่ที่เกิดจากการแสวงหาเพียงความรู้ที่ไม่เป็นบุคคลแทนที่จะแสวงหาพระเจ้าผู้เป็นบุคคล การทุ่มเทอย่างไร้สติหรือการแสวงหา
ทางปัญญาเพียงอย่างเดียวก็ล้วนไม่ได้ผล เพราะทั้งสองกรณีนั้น พระเจ้าล้วนแต่สูญหายไป

พระคัมภีร์

พระคัมภีร์ฉบับภาษาไทยที่ใช้ในคู่มือนี้คือฉบับมาตรฐาน 2011 ซึ่งจำเป็นต่อการศึกษาจนจบบทเรียนนี้

สาส์นจากผู้เขียน

ความตายและการเป็นขึ้นจากตายของพระเยซูคริสต์เป็นศูนย์กลางของประวัติศาสตร์มนุษย์ชาติ นี่เป็นเรื่องราวสุดแสนยิ่งใหญ่ที่เคยบอกเล่ากัน และเป็นสิ่งที่ทูตสวรรค์ต้องใคร่ครวญ (1 เปโตร 1:12) เมื่อเรื่องนี้ถูกประกาศอย่างเที่ยงตรงตามพระคัมภีร์ สิ่งนี้ก็จะเป็นฤทธิ์อำนาจของพระเจ้าในการนำความรอดไปยังทุกคนที่เชื่อ (โรม 1:16) และเป็นแหล่งข้อมูลตลอดจนแรงจูงใจอันยิ่งใหญ่ของความศรัทธาที่แท้จริง (1 ทิโมธี 3:16) เมื่อคำสอนนี้ถูกบิดเบือน ก็จะนำความตายมาสู่ผู้ฟังและนำการสาปแช่งมหันต์มาสู่ผู้ที่ประกาศ (กาลาเทีย 1:6-9) ด้วยเหตุผลเหล่านี้และเหตุผลอื่น ๆ อีกมากมาย คริสเตียนควรพิจารณาถึงการศึกษาพระกิตติคุณว่าเป็นงานหลักและตลอดชีวิตของพวกเขา หนังสือนี้ได้รับการออกแบบและเขียนโดยคำนึงถึงสิ่งเหล่านี้

ผมขอขอบคุณคาโร ภรรยาของผมที่ช่วยเหลือผมอยู่เสมอรวมทั้งเด็ก ๆ ทั้งสี่คน (เอียน อีแวน โรวัน และบราวิน) ที่เป็นความชื่นชมยินดีอย่างมากสำหรับผม ผมยังอยากจะขอบคุณ ฟอร์เรสท์ ไฮท์ เจ้าหน้าที่ของฮาร์ท คราย (HeartCry) สำหรับการทำงานบรรณาธิการต้นฉบับต่าง ๆ ที่เขาได้รับมอบหมายอย่างขยันขันแข็งและพิถีพิถัน การมีส่วนร่วมของเขาในการจัดเตรียมและทำให้หนังสือเล่มนี้อ่านรู้เรื่องนั้นทั้งสำคัญและน่าชื่นชม ขอขอบคุณเจ้าหน้าที่ทุกคนในฮาร์ท คราย (HeartCry) ซึ่งช่วยสนับสนุนเป็นอย่างดีตลอดกระบวนการจัดพิมพ์หนังสือเล่มนี้

หนังสือแนะนำสำหรับศึกษาเพิ่มเติม

What Is the Gospel? by Greg Gilbert

Fifty Reasons Why Jesus Came to Die by John Piper

Saved by Grace by Anthony Hoekema

Redemption Accomplished and Applied by John Murray

The Cross of Christ by John R. W. Stott

The Gospel's Power and Message by Paul David Washer

The Gospel and True Conversion by Paul David Washer

Gospel Assurance and Warnings by Paul David Washer

The Death of Death in the Death of Christ by John Owen (for advanced students)

หมายเหตุเพิ่มเติม

คุณอาจสังเกตเห็นว่าหนังสือเล่มนี้กำลังขายด้วยราคาที่แปลกประหลาดเหตุผลก็คือ: เงินหนึ่งดอลลาร์ ($) จากทุกสำเนาที่ขายไปจะถูกนำไปใช้เป็นทุนโดยตรงให้กับงานเผยแพร่ผ่าน HeartCry Missionary Society (heartcrymissionary.com) ส่วนเงินที่เหลือจากนั้นก็เพียงพอที่จะครอบคลุมต้นทุนการพิมพ์ และการจัดจำหน่าย ผู้เขียนไม่ได้หากำไรจากการขายหนังสือเล่มนี้ และไม่ได้กำไรจากการขายหนังสือเล่มอื่น ๆ แต่อย่างใด หลายปีที่ผ่านมาเราได้ใช้วิธีการต่าง ๆ เพื่อเผยแพร่หนังสือเหล่านี้ ในที่สุดเราก็ได้ข้อสรุปว่าการดำเนินการเองในบริษัทด้วยต้นทุนที่ต่ำแม้จะมีคุณภาพต่ำกว่าเล็กน้อย แต่ก็เป็นวิธีที่มีประสิทธิภาพมากที่สุดในการนำเครื่องมือที่มีประโยชน์เหล่านี้ไปมอบให้กับผู้คนจำนวนมากทั่วโลกให้ได้มากที่สุด เราหวังและอธิษฐานขอให้พระเจ้ายังคงใช้หนังสือเหล่านี้เพื่อชี้นำคนของพระองค์ไปยังพระวจนะของพระองค์เพื่อการเสริมสร้างคริสตจักรของพระองค์

ตารางการศึกษา แบบทางเลือก

สัปดาห์ที่ 1: ความกระอักกระอ่วนของพระเจ้าและแรงจูงใจของพระกิตติคุณ

สัปดาห์ที่ 2: การมาบังเกิดของพระบุตรและชีวิตของพระองค์

สัปดาห์ที่ 3: การทนทุกข์และความตายของพระบุตร

สัปดาห์ที่ 4: ความสำคัญของชีวิตและความตายของพระคริสต์

สัปดาห์ที่ 5: ความสำคัญของพระคริสต์ในฐานะเครื่องบูชา

บทที่ 1: ความกระอักกระอ่วนของพระเจ้า และพระกิตติคุณ

ในพระคัมภีร์ เราได้เรียนรู้ว่าพระเจ้านั้นทรงบริสุทธิ์ ชอบธรรม และสมควรจะได้รับความรัก ความยกย่อง และเชื่อฟังทั้งสิ้น เรายังได้เรียนรู้อีกว่า มนุษย์นั้นแม้จะถูกสร้างมาดี แต่ก็ทำให้ตนเองตกต่ำลง ขัดขืนกฎของพระเจ้า และทำให้ตัวเองต้องถูกพระเจ้า พิพากษา ในการศึกษานี้ เราจะได้ค้นพบถึงกิจอันอัศจรรย์ของพระเจ้าที่นำมนุษย์ผู้ตกต่ำกลับมาคืนดีกับพระองค์

ความกระอักกระอ่วนของพระเจ้า

คำว่า "กระอักกระอ่วน" (ภาษาอังกฤษ: dilemma) ถูกนิยามโดยพจนานุกรมภาษาอังกฤษของเว็บสเตอร์ (Webster) ว่าหมายถึง "สถานการณ์ที่ต้องเลือกกระหว่างตัวเลือกที่ไม่น่าพอใจเท่า ๆ กันในทุกทาง" หรือ "ปัญหาที่ดูเหมือนจะไม่สามารถหาทางออกที่ พึงพอใจได้" ในพระคัมภีร์ เรื่องน่ากระอักกระอ่วนที่สุดถูกซึ่งได้เปิดเผยให้เห็นคือ พระเจ้านั้นชอบธรรม ดังนั้นพระองค์ต้องกระทำ ตามบรรดากฎอันยุติธรรม นั่นคือปลดปล่อยผู้บริสุทธิ์และลงโทษผู้ทำผิด หากพระองค์ยกโทษให้ผู้ทำผิด และไม่ลงโทษผู้ที่ฝ่าฝืนกฎ ของพระองค์ตลอดจนทุกคนที่ไม่เชื่อฟังพระองค์ เช่นนั้น พระองค์ก็จะไม่ยุติธรรม อย่างไรก็ตาม หากพระองค์ปฏิบัติด้วยความ ยุติธรรมอย่างนี้กับมนุษย์ทุก ๆ คน ถ้าพระองค์ลงโทษทุกคนตามที่พวกเขาสมควรจะได้รับ เช่นนั้น มวลมนุษย์ก็จะต้องพินาศ แล้วพระเจ้าจะยุติธรรมพร้อมทั้งแสดงความเมตตาต่อบรรดาผู้ที่ควรจะถูกลงโทษได้อย่างไร? เราอาจถอดความถ้อยคำของอัครทูต เปาโลในโรม 3:26 เป็นคำถามง่าย ๆ ได้ว่า:

พระเจ้าจะทรงชอบธรรมและทั้งเป็นผู้ทำให้คนบาปชอบธรรม ได้อย่างไร?

ทำไมพระเจ้าจึงยกโทษให้เฉย ๆ ไม่ได้?

อาจมีคนถามว่า "ทำไมพระเจ้าถึงไม่ยกโทษให้บาปของมนุษย์เฉย ๆ ให้เรื่องจบไปเลยไม่ได้หรือ? พระคัมภีร์สั่งให้เรายกโทษ โดยไม่มีเงื่อนไข แล้วทำไมพระเจ้าจึงทำแบบนั้นไม่ได้?" คำตอบสำหรับคำถามนี้ มีสามขั้นตอน

ขั้นแรก พระเจ้านั้นไม่เหมือนกับเรา แต่ทรงมีคุณค่ายิ่งกว่าสิ่งทรงสร้างทั้งหมดของพระองค์มารวมกันอย่างเปรียบเทียบกัน ไม่ได้ ดังนั้นแล้วจึงเป็นเรื่องที่ถูกต้องและจำเป็นอย่างยิ่งสำหรับพระเจ้าที่จะแสวงหาและปกป้องพระเกียรติของพระองค์ และด้วย เพราะพระองค์ทรงยิ่งใหญ่เช่นนี้ การกบฏแม้เพียงเล็กน้อยก็เป็นการล่วงละเมิดอันชั่วร้ายต่อพระองค์ เป็นความผิดสูงสุดและสมควร จะโดนตำหนิอย่างรุนแรง ถ้าหากพระองค์ยอมปล่อยให้ผู้ที่ล่วงละเมิดพระองค์นั้นลอยนวลไปโดยไม่ถูกลงโทษ เรื่องนี้ก็จะกลายเป็น ความอยุติธรรมในสองระดับคือ: 1) พระองค์จะสร้างความอยุติธรรมต่อตัวของพระองค์เอง โดยทำให้พระเกียรติของพระองค์เอง มัวหมอง พระเกียรตินี้เป็นของพระองค์อย่างชอบธรรมในฐานะพระเจ้า และ 2) พระองค์จะสร้างความอยุติธรรมต่อสิ่งทรงสร้างของ พระองค์ โดยการปล่อยให้สิ่งทรงสร้างเหล่านั้นสูญเสียเหตุผลที่ถูกสร้างขึ้นมา (คือสร้างเพื่อพระเกียรติของพระเจ้า) และดำดิ่งลงไป สู่ความไร้ค่า หากนี่เป็นเรื่องที่มนุษย์ยุคปัจจุบันยอมรับได้ยาก ก็เพราะพวกเขามองพระเจ้าต่ำเกินไป

ขั้นที่สอง พระเจ้าไม่สามารถยกโทษให้กับบาปของมนุษย์แล้วให้เรื่องจบไปเลย เพราะไม่มีความย้อนแย้งอยู่ในพระลักษณะของ พระองค์ พระคัมภีร์สอนว่าพระเจ้านั้นสัมบูรณ์แบบ (ปราศจากความขัดแย้ง) ทั้งในพระลักษณะ และในกิจของพระองค์ ดังนั้นแล้ว พระองค์จะทำกิจของพระองค์ในแบบที่สอดคล้องกับพระลักษณะของพระองค์ทั้งหมดอย่างคงเส้นคงวา พระองค์จะไม่ยกชู พระลักษณะหนึ่งขึ้น โดยทำให้พระลักษณะอื่นเสียหายไป จะไม่ยอมทิ้งพระลักษณะในมุมหนึ่ง เพื่อจะสำแดงอีกด้านหนึ่ง พระเจ้า ทรงเปี่ยมด้วยความรัก ความเมตตากรุณา และอดทนนาน อย่างไรก็ดีพระองค์ก็ยังคงบริสุทธิ์ ชอบธรรม และยุติธรรมในการงาน

และในการพิพากษาทั้งสิ้นของพระองค์ด้วย พระองค์ไม่สามารถทอดทิ้งความบริสุทธิ์ของพระองค์เพื่อความรักได้ ไม่สามารถ เพิกเฉยต่อความยุติธรรมเพื่อจะสำแดงความเมตตาได้ นักประกาศที่ตั้งใจดีหลายคนสอนอย่างผิด ๆ ว่า แทนที่พระเจ้าจะสำแดง ความยุติธรรมต่อคนบาป พระเจ้ากลับเลือกที่จะสำแดงความรัก อย่างไรก็ตาม ข้อสรุปอย่างสมเหตุสมผลตามความเท็จข้อนี้ก็คือว่า ความรักของพระเจ้านั้นอยุติธรรม หรือว่า พระเจ้าสามารถหันหลังให้กับความยุติธรรมของพระองค์เอง เพื่อเห็นแก่ความรัก ข้อความ เช่นนี้ขัดแย้งและเมินเฉยต่อพระลักษณะของพระเจ้า เรื่องน่าอัศจรรย์เกี่ยวกับพระกิตติคุณนั้นไม่ใช่ว่าพระเจ้าเลือกที่จะแสดง ความรักแทนที่ความยุติธรรม แต่เป็นการที่พระองค์สามารถยังคงเป็นผู้ที่ยุติธรรมขณะที่ยกโทษให้กับมนุษย์ได้ด้วยความรัก

ขั้นที่สาม คือพระเจ้าเป็นผู้พิพากษาโลกนี้ เป็นหน้าที่ของพระองค์ที่จะทำให้ความยุติธรรมเกิดขึ้น ทำให้ความชั่วร้ายถูกลงโทษ และผู้ชอบธรรมได้รับพิสูจน์ว่าถูกต้อง คงจะเป็นเรื่องไม่เหมาะสมหากพระผู้พิพากษาจะยกโทษให้กับคนที่ทำผิดเฉย ๆ เหมือนกับ การที่ผู้พิพากษาของโลกนี้ยกโทษให้กับผู้ร้ายทำผิดซึ่งอยู่ต่อหน้าตนในศาล ได้ยินคำบ่นบ่อยครั้งว่ากระบวนการยุติธรรมของเรานั้น ล้มเหลวไม่ใช่หรือ? เราร่ำร้องเมื่ออาชญากรที่ทำผิดได้รับการยกโทษไม่ใช่หรือ? เราควรจะคาดหวังว่าพระเจ้าจะยุติธรรมน้อยกว่า ผู้พิพากษาในโลกของเราหรือ? เป็นความจริงที่รู้กันดีว่า หากปราศจากการบังคับใช้กฎแห่งความยุติธรรม ทุกชนชาติ ผู้คน หรือ วัฒนธรรมก็จะมุ่งหน้าสู่ความยุ่งเหยิงและล่มสลาย หากพระเจ้าเมินเฉยต่อความชอบธรรมของพระองค์เอง หากการยกโทษเป็นสิ่ง ที่ถูกหยิบยื่นให้โดยไม่สนใจความยุติธรรม หากในตอนจบความชั่วร้ายไม่ถูกพิพากษา สิ่งทรงสร้างทั้งหลายก็จะทนอยู่ต่อไปไม่ได้

ความกระอักกระอ่วนที่ปรากฏในพระคัมภีร์

บางที คำถามยิ่งใหญ่ที่สุดในพระคัมภีร์ก็คือ: "พระเจ้าจะเป็นผู้ชอบธรรมพร้อมกับแสดงความเมตตาต่อคนที่สมควรจะถูก พิพากษาได้อย่างไร?" พระเจ้าจะทรงชอบธรรมและทั้งเป็นผู้ทำให้คนบาปชอบธรรม ได้อย่างไร? ในพระคัมภีร์ข้อต่อไปเหล่านี้ *ความกระอักกระอ่วนของพระเจ้า* ที่ว่านี้จะปรากฏให้เห็นอย่างชัดเจน

1. ในพระธรรมอพยพ 23:7 และ โรม 4:5 เราพบตัวอย่างที่ยอดเยี่ยมมากเรื่องความกระอักกระอ่วนของพระเจ้า—พระเจ้าจะชอบ ธรรม และทั้งเป็นผู้ทำให้คนบาปชอบธรรม ได้อย่างไร?

   a. *พระเจ้าประกาศว่าพระองค์เป็นอย่างไรใน อพยพ 23:7?*

      (1) เราจะไม่ _________________________ เป็น _________________________

      หมายเหตุ: คำว่า "ถือว่าเป็น....คนชอบธรรม" ในที่นี้มาจากภาษาฮีบรู **ซาเดค** ซึ่งแปลว่า "การประกาศว่าเป็น, การถือว่าเป็น"

   b. *อัครทูตเปาโลบรรยายถึงพระเจ้าในโรม 4:5 ว่าอย่างไร?*

      (1) พระองค์ผู้ทรงให้ _________________________ เป็น _________________________ ได้

      หมายเหตุ: คำว่า "ให้เป็นคนชอบธรรม" มาจากคำกริยาภาษากรีกว่า **ดิคายโอ** ซึ่งแปลได้ว่า "การประกาศให้ไม่มีความผิด"

   c. *พระคัมภีร์สองข้อนี้เมื่ออยู่ร่วมกัน ได้แสดงให้เห็นความกระอักกระอ่วนของพระเจ้าอย่างไร?*

      ____

      ____

      ____

____

____

____

____

หมายเหตุ: อพยพ 23:7 ยืนยันอย่างชัดเจนว่า พระเจ้าจะไม่ยอมรับหรือประกาศว่าคนผิดนั้นชอบธรรม แต่จะปฏิบัติต่อ
พวกเขาด้วยความยุติธรรมอย่างถึงที่สุด แต่ถึงอย่างนั้นในพระธรรมโรม 4:5 พระคัมภีร์ก็ประกาศชัดถึงความหวังยิ่งใหญ่
ของผู้เชื่อทุกคนคือพระเจ้าจะทำให้คนอธรรมนั้นชอบธรรม! ทั้งสองข้อความนี้จะเป็นจริงพร้อมกันได้อย่างไร?

2. สุภาษิต 17:15 เป็นหนึ่งในตัวอย่างสำคัญที่สุดในพระคัมภีร์ เกี่ยวกับความกระอักกระอ่วนของพระเจ้า

    a. *ความจริงสากลที่ไม่สามารถเปลี่ยนแปลงได้ซึ่งปรากฏในสุภาษิต 17:15 คือ?*

        (1) บุคคลที่_______________________________และบุคคลที่ _______________________________ทั้งสองก็

        _______________________________ต่อพระยาห์เวห์

        > **หมายเหตุ** คำว่า "เป็นที่เกลียดชัง" มาจากภาษาฮีบรูว่า *โทเอบาห์* หมายถึงบางสิ่งที่ น่าขยะแขยง หรือ น่ารังเกียจ
        > เป็นหนึ่งในคำรุนแรงที่สุดในพระคัมภีร์

    b. *ความจริงที่เปิดเผยในสุภาษิต 17:15 และความจริงที่ว่าพระเจ้าทำให้คนอธรรมเป็นคนชอบธรรม (โรม 4:5) แสดงให้เห็น
        ภาพของความกระอักกระอ่วนของพระเจ้าอย่างไร?*

        ____

        ____

        ____

        ____

        ____

        ____

หมายเหตุ ก่อนหน้านี้เราได้กล่าวถึงความกระอักกระอ่วนของพระเจ้าด้วยวลีของอัครทูตเปาโลที่ว่า "พระเจ้าจะชอบธรรม
และทั้งเป็นผู้ทำให้คนบาปชอบธรรมได้อย่างไร?" ในตอนนี้ ความกระอักกระอ่วนถูกเขียนด้วยคำถามใหม่ว่า "พระเจ้า
จะทำให้คนบาปที่น่าขยะแขยงน่ารังเกียจ กลายเป็นผู้ชอบธรรมต่อหน้าพระลักษณะอันบริสุทธิ์และชอบธรรมของพระองค์
ได้อย่างไร?"

3. ในอพยพ 34:5-7 เรายังพบอีกตัวอย่างชัดเจนเกี่ยวกับความกระอักกระอ่วนของพระเจ้า ให้อ่านเนื้อหาและเติมข้อความใน
แบบฝึกหัดให้สมบูรณ์

a. ในข้อที่ 7 พระเจ้าประกาศสองข้อความที่ดูเหมือนจะขัดแย้งกัน แต่ก็แสดงถึงความกระอักกระอ่วนของพระเจ้าอย่างชัดเจน
มาก โปรดระบุถึงสองข้อความที่พระเจ้าประกาศ

(1) พระเจ้าผู้ทรงสำแดง _______________________________ ผู้ประทาน _______________________________

(2) แต่จะไม่ทรง _______________________________ และทรงให้ _______________________________

b. อธิบายถึงความกระอักกระอ่วนที่ปรากฏในข้อที่ 7

____

____

____

____

____

หมายเหตุ ทั้งสองข้อความจะเป็นจริงด้วยกันทั้งคู่ได้อย่างไร? พระคัมภีร์ข้อเดียวกันสัญญาถึงการอภัยบาปทุกอย่างพร้อมกับ
เตือนว่าพระเจ้าจะไม่ยกโทษให้คนผิดและไม่ปล่อยให้พวกเขาลอยนวลไม่ถูกลงโทษได้อย่างไร

4. เพื่อสรุปจบบทเรียนบทนี้ เราจะพิจารณาถึงหนึ่งในพระธรรมสวยงามที่สุดตอนหนึ่งในพระคัมภีร์ นั่นคือในโรม 4:7-8 ซึ่ง
อัครทูตเปาโลอ้างมาจากสดุดี 32:1-2 ให้เราอ่านข้อความในพระธรรมโรมจนคุ้นเคยกับเนื้อหา จากนั้นตอบคำถามต่อไปนี้

a. ตามที่ปรากฏในโรม 4:7-8 ลักษณะสามประการของคนที่ได้รับพระพรจากพระเจ้าเป็นอย่างไร?

(1) คนทั้งหลายซึ่งพระเจ้าทรง _______________________________ (ข้อ 7)

(2) และพระเจ้าทรง _______________________ ก็ _______________________ (ข้อ 7)

(3) บุคคลที่องค์พระผู้เป็นเจ้า _______________________________ (ข้อ 8)

b. ในโรม 4:7-8 มีศาสนศาสตร์ใดที่เข้าใจได้ยาก?

____

____

____

____

คำตอบของพระเจ้า

หนึ่งในคำยืนยันที่ยิ่งใหญ่จากพระคัมภีร์คือวลีที่บอกว่า ไม่มีสิ่งใดเป็นไปไม่ได้สำหรับพระเจ้า! ความจริงนี้ถูกเปิดเผยให้เราเห็นอย่างชัดเจน ผ่านแผนการของพระเจ้าที่ทรงรักษาพระลักษณะอันชอบธรรมของพระองค์เอาไว้ พร้อมทั้งสามารถยกโทษให้กับคนบาปได้ พระเจ้าได้มาบังเกิดเป็นมนุษย์ รับบาปของประชากรของพระองค์บนไม้กางเขน และรับการพิพากษาของพระเจ้าเองแทนพวกเขา ด้วยการทนทุกข์และความตายของพระองค์แทนที่ประชากรของพระองค์นี้ พระเจ้าก็ได้ทำให้ข้อเรียกร้องที่เกิดจากพระลักษณะอันยุติธรรมของพระองค์ได้รับการตอบสนอง และระงับพระพิโรธของพระองค์ที่มีต่อพวกเขา เพื่อที่พระเมตตาของพระองค์ที่มีต่อพวกเขาจะไม่ขัดแย้งกับความชอบธรรมของพระองค์เอง

ความกระอักกระอ่วนอันยิ่งใหญ่ว่า "พระเจ้าจะชอบธรรม และทั้งเป็นผู้ทำให้คนบาปชอบธรรมไปพร้อมกันได้อย่างไร" ก็ได้รับคำตอบแล้วในพระกิตติคุณของพระเยซูคริสต์ พระเจ้าเดียวกันนี้ผู้ได้กล่าวโทษคนบาปด้วยความชอบธรรม แต่ก็ตายแทนคนบาปด้วย พระเจ้าไม่ทรงเพิกเฉย ละเลย หรือบิดเบือนความยุติธรรมเพื่อทำให้คนบาปได้กลายเป็นคนชอบธรรม แต่พระองค์ได้ทรงจ่ายราคาแห่งความยุติธรรมด้วยการให้พระบุตรของพระเจ้ามาทนทุกข์และตายบนไม้กางเขน

บทที่ 2: แรงจูงใจที่พระเจ้ามาช่วยไถ่มนุษย์

เป็นเรื่องเหมาะสมที่เราจะถามว่า พระเจ้าทรงมีแรงจูงใจอะไรในการส่งพระบุตรองค์เดียวของพระองค์มาตายเพื่อช่วยคนบาป ให้รอด ในพระคัมภีร์ เราพบว่าพระเจ้าไม่ได้มาไถ่มนุษย์ เพราะพระองค์จำเป็นต้องทำ หรือเพราะมนุษย์มีคุณค่าสิ่งดีบางอย่างในตัว หรือเพราะเขาทำอะไรบางอย่างที่คู่ควร ทว่าพระเจ้าถูกขับเคลื่อนให้ช่วยมนุษย์ เพื่อมนุษย์จะสรรเสริญพระเกียรติของพระองค์ และ เพราะความรักอันยิ่งใหญ่ที่พระองค์รักเรา

หนึ่งในความจริงอันน่าตื่นตะลึงเกี่ยวกับพระเจ้าก็คือ พระองค์นั้นไม่ต้องการสิ่งใดเลย การทรงอยู่ของพระองค์ ความสำเร็จของ พระประสงค์ของพระองค์ และความชื่นชมยินดีของพระองค์ไม่ได้ขึ้นอยู่กับใครหรือสิ่งใดนอกเหนือไปจากพระองค์เอง พระองค์คือ ผู้เดียวที่ดำรงอยู่ได้ด้วยตนเอง ไม่ต้องพึ่งพาสิ่งใด และมีอิสระที่แท้จริง สิ่งมีชีวิตอื่น ๆ ได้รับชีวิตและพระพรมาจากพระเจ้า แต่สิ่ง เหล่านี้ไม่จำเป็นเลยสำหรับการดำรงอยู่ของพระองค์ และความสุขแท้นั้นก็พบได้ในพระองค์เอง การสอนหรือพูดว่าพระเจ้ามาช่วย ไถ่มนุษย์เพราะพระองค์จำเป็นต้องทำ หรือเพราะพระองค์ขาดบางสิ่งบางอย่างไปนั้นเป็นเรื่องไร้สาระและเป็นการหมิ่นประมาท พระเจ้า

"พระเจ้าผู้ทรงสร้างโลกกับสิ่งทั้งปวงที่มีอยู่ในนั้น เป็นองค์พระผู้เป็นเจ้าแห่งฟ้าสวรรค์และ
แผ่นดินโลก พระองค์ไม่ได้สถิตในวิหารที่มนุษย์สร้างขึ้น พระองค์ไม่จำเป็นต้องให้มือมนุษย์
มารับใช้ราวกับว่ามีความต้องการสิ่งหนึ่งสิ่งใด เพราะพระองค์ต่างหากที่ทรงเป็นผู้ประทานชีวิต
และลมหายใจและสิ่งสารพัดแก่คนทั้งปวง" (กิจการ 17:24-25; ดูเพิ่มเติมในสดุดี 50:9-12)

ความจริงประการหนึ่งในพระคัมภีร์เกี่ยวกับมนุษย์ซึ่งทำให้เราต้องถ่อมใจที่สุดก็คือ มนุษย์นั้นขาดแคลนความดีหรือคุณธรรม ดังนั้น สิ่งที่อยู่ในมนุษย์ผู้ตกต่ำจึงไม่สามารถผลักดันพระเจ้าผู้บริสุทธิ์และชอบธรรมให้รักเขาได้ สิ่งที่พวกเขาเป็นนั้นทำได้แค่เรียก คำพิพากษาและความพินาศมายังตนเองเท่านั้น ถ้าอย่างนั้นแล้วอะไรกันที่ผลักดันพระเจ้าให้ส่งพระบุตรองค์เดียวของพระองค์ มาเพื่อช่วยเหล่าคนบาปให้รอด? ตามที่เขียนไว้ในพระคัมภีร์ พระเจ้าได้ทำอย่างนั้นเพื่อพระเกียรติของพระองค์และเพื่อความรัก ยิ่งใหญ่ที่พระองค์มีต่อพวกเราทั้งหลาย

เพื่อพระเกียรติของพระเจ้า

พระคัมภีร์สอนว่า การทรงสร้างจักรวาล การล้มลงของมนุษย์ ชนชาติอิสราเอล ไม้กางเขนของพระคริสต์ คริสตจักร และการ พิพากษาบรรดาประชาชาติ ทั้งหมดนี้มีเป้าหมายปลายทางสุดยิ่งใหญ่เพียงประการเดียวคือเพื่อพระเกียรติของพระเจ้า นี่หมายความ ว่าพระเจ้าทำทุกสิ่งทั้งหมดที่ทรงได้กระทำไป เพื่อว่าทั้งหมดที่พระองค์ทรงเป็นจะถูกสำแดงอย่างครบถ้วนสมบูรณ์ต่อสิ่งทรงสร้าง ทั้งปวงและเพื่อที่พระองค์จะได้รับการสรรเสริญ นมัสการ และรื่นรมย์ในฐานะพระเจ้า

การที่พระเจ้าทำสิ่งต่าง ๆ เพื่อพระเกียรติของพระองค์นั้นเป็นสิ่งที่ถูกต้องหรือ? นี่เป็นคำถามที่มักถูกถามขึ้นมา แม้กระทั่ง ในหมู่คริสเตียนที่จริงใจ เพื่อจะตอบคำถามนี้สิ่งเดียวที่เราต้องทำคือต้องพิเคราะห์ว่าพระเจ้าเป็นผู้ใด ตามที่เขียนในพระคัมภีร์นั้น พระเจ้าเป็นผู้ยิ่งใหญ่กว่าสิ่งทรงสร้างทั้งปวงของพระองค์มารวมกันอย่างหาที่เปรียบไม่ได้ ดังนั้นแล้วการที่พระองค์จะอยู่ในตำแหน่ง สูงสุดและทำให้พระเกียรติของพระองค์เป็นเป้าหมายของทุกสิ่งที่พระองค์ทรงทำจึงเป็นเรื่องที่จำเป็นและถูกต้อง ถูกต้องแล้ว ที่พระเจ้าจะเป็นจุดศูนย์กลางและทำทุกสิ่งเพื่อที่พระเกียรติของพระองค์ (หรือความเต็มเปี่ยมในความรู้ถึงพระองค์) จะเป็นที่ประจักษ์ แก่ทั้งปวง โดยมีเป้าหมายคือให้พระองค์ได้รับเกียรติ (เช่นได้รับการยกย่องหรือได้รับการนมัสการ) เหนือสิ่งอื่นใด เพราะหากพระองค์ เมินเฉยต่อสิ่งนี้ก็เท่ากับพระองค์ปฏิเสธว่าพระองค์คือพระเจ้า แต่หากใครก็ตามที่ไม่ใช่พระเจ้าแสวงหาสิ่งเหล่านี้ ก็จะเป็นการ กราบไหว้รูปเคารพแบบสุดเลวร้าย

เป็นเรื่องสำคัญอย่างมากที่เราจะต้องเข้าใจว่าพระเจ้าไม่ได้แสวงหาพระเกียรติของพระองค์ โดยไม่ได้สนใจว่าสิ่งทรงสร้างของพระองค์จะได้รับประโยชน์สูงสุด อันที่จริงแล้ว สิ่งดีสูงสุดที่พระเจ้าสามารถให้กับสิ่งทรงสร้างของพระองค์และพระเมตตายิ่งใหญ่ที่สุดซึ่งพระองค์จะสำแดงได้ คือการให้ทุกสิ่งมาถวายเกียรติแก่พระองค์ นั่นคือการกำกับให้ทุกสรรพสิ่งและทำกิจในทุกสรรพสิ่ง เพื่อความเต็มด้วยความรู้ถึงพระองค์จะปรากฏต่อหน้าสิ่งทรงสร้างทั้งหลาย หากพระเจ้าทรงเปี่ยมคุณค่า ความสูงส่ง และความงามอย่างไม่สิ้นสุดแล้ว ของขวัญที่เปี่ยมคุณค่า สูงส่ง และสวยงามที่สุดซึ่งพระองค์จะมอบให้กับสิ่งทรงสร้างได้ก็คือ การสำแดงเปิดเผยพระองค์อย่างเต็มขนาด

1. ตามที่ปรากฏในโรม 11:36 เป้าหมายสูงสุดของทุกสิ่งคืออะไร?

____

____

____

____

2. ตามข้อพระคัมภีร์ต่อไปนี้ แรงจูงใจของพระเจ้าในการช่วยไถ่ประชากรของพระองค์คืออะไร? เพราะความดีของพวกเขาหรือเพราะพระเกียรติของพระองค์เอง? จับคู่แรงจูงใจเข้ากับข้อพระคัมภีร์ที่เกี่ยวข้อง

__________ *สดุดี 79:9*	a.	เพื่อการสรรเสริญพระองค์
__________ *สดุดี 106:6-8*	b.	เพื่อพระสิริแห่งพระนามของพระองค์
__________ *อิสยาห์ 48:9*	c.	เพื่อเห็นแก่พระนามบริสุทธิ์ของพระองค์
__________ *อิสยาห์ 63:12*	d.	เพื่อสร้างชื่อเสียงนิรันดร์แก่พระนามพระองค์
__________ *เอเสเคียล 36:22-23*	e.	เพื่อให้เห็นถึงพระอานุภาพของพระองค์

3. ในเยเรมีย์ 33:8-9 เราพบข้อพระคัมภีร์สวยงามและสำคัญ ซึ่งโดดเด่นยิ่งกว่าข้อพระคัมภีร์ที่กล่าวถึงก่อนหน้านี้ ตามพระคัมภีร์ตอนนี้ พระเจ้ามาช่วยมนุษย์ให้รอดเพราะอะไร? เพราะความดีของพวกเขาหรือเพราะพระเกียรติของพระองค์?

____

____

____

____

4. ตามข้อความในพระคัมภีร์จากทั้งพันธสัญญาเดิมและพันธสัญญาใหม่ต่อไปนี้ แรงจูงใจยิ่งใหญ่เบื้องหลังกิจแห่งการไถ่ของพระเจ้า ที่มีต่อทั้งชาวยิวและชาวต่างชาติคืออะไร?

   a. *พระเจ้าไถ่อิสราเอลเพื่อให้*_______________________ *(2 ซามูเอล 7:23)*

   b. *พระเจ้าเยี่ยมเยือน (ไถ่) คนต่างชาติเพื่อ*_______________________*(กิจการ 15:14)*

   > **หมายเหตุ** ข้อความทั้งสองตอนนี้ระบุว่าพระเจ้าช่วยไถ่มนุษย์เพราะเห็นแก่ *พระนาม ศักดิ์ศรี และ พระเกียรติของ พระองค์เอง*

5. ในเอเฟซัส 1:3-14 เราพบคำประกาศอันยิ่งใหญ่ในพระคัมภีร์เกี่ยวกับเป้าหมายที่อยู่เบื้องหลังกิจแห่งความรอดของพระเจ้า ตามพระคัมภีร์ตอนนี้ ทำไมพระเจ้าจึงมาไถ่เรา? เป้าหมายสูงสุดของความรอดที่ให้กับเราคืออะไร?

   a. *พระองค์ไถ่เราตามความช*_______________*ของพระองค์ (ข้อ 5)* ข้อความนี้มาจากคำภาษากรีก *eudokía* (ยูโดเคีย) ซึ่งสามารถแปลได้ว่า "ความยินดี" หรือ "ความปรารถนาดี"

   b. *พระองค์ไถ่เราเพื่อเป็นที่*_______________*ของพระองค์ (ข้อ 6)* ความรอดของเรานั้นไม่ได้เป็นเป้าหมาย แต่เป็นเครื่องมือเพื่อจะไปยังเป้าหมาย นั่นคือการที่พระเจ้าได้รับการสรรเสริญเนื่องด้วยพระคุณที่พระองค์สำแดงแก่ ประชากรของพระองค์

   c. *พระองค์ไถ่เราเพื่อเป็นการย*_______________*ของพระองค์ (ข้อ 12, 14)* การย้ำในข้อเหล่านี้เกิดขึ้นเพื่อเน้นว่าเป้าหมาย ของพระเจ้าในการไถ่เราทั้งหลายนั้นก็เพื่อการสรรเสริญพระองค์

เพราะความรักที่มีต่อประชากรของพระองค์

หนึ่งในคำประกาศสำคัญในพระคัมภีร์เกี่ยวกับพระลักษณะของพระเจ้าก็คือวลีที่ว่า "พระเจ้าทรงเป็นความรัก" (1 ยอห์น 4:8) ด้วยความรักของพระองค์ที่มีต่อคนบาปผู้ไม่ควรค่าจะได้รับนี้เอง พระองค์จึงได้รับพระเกียรติสูงสุด ตลอดนิรันดร์กาลพระเจ้าจะถูก นมัสการเนื่องด้วยความรักอันไร้เงื่อนไขที่พระองค์มีต่อประชากรของพระองค์ เราชื่นชมยินดีและได้รับการปลอบประโลมอย่างยิ่ง เมื่อได้รู้ว่า พระเจ้าผู้ทรงไถ่ประชากรของพระองค์เพื่อพระนามพระองค์นั้น เป็นพระเจ้าองค์เดียวกับที่ไถ่พวกเขาเพราะเห็นแก่ ความรักของพระองค์ ความรักที่เกินความเข้าใจและเกินกว่าภาษาของเราจะบรรยายได้

เป็นเรื่องสำคัญที่เราจะเข้าใจว่า การที่พระบุตรมาเพื่อช่วยคนบาปนั้นเป็นสิ่งที่ตรงกับพระทัยของพระบิดาอย่างยิ่ง เราไม่ควร คิดว่าพระบิดาเป็นพระเจ้าขี้โมโหที่ต้องการให้คนบาปตาย และเราก็ไม่ควรคิดว่า กิจแห่งการไถ่ของพระบุตรนั้นเป็นสิ่งที่เกิดขึ้นโดย ไม่เกี่ยวข้องกับพระบิดาและทำไปเพื่อช่วยเราให้พ้นจากพระบิดา ตามที่กล่าวในพระคัมภีร์นั้นพระบิดาคือผู้ที่ *ทรงรักโลก* จนได้ ประทานพระบุตรองค์เดียวมา ไม่ใช่เพื่อมาพิพากษาแต่เพื่อช่วยให้โลกได้รับความรอดผ่านพระบุตรนั้น (ยอห์น 3:16-17) กิจแห่ง การไถ่ของพระบุตรก็เป็นกิจแห่งการไถ่ของพระบิดาด้วย ความรักที่พระบุตรมีต่อคนบาปเป็นภาพสะท้อนอันสมบูรณ์แบบถึงความรัก ของพระบิดาที่มีต่อพวกเขา

1. ตาม 1 ยอห์น 4:9-10 การสำแดงของความรักยิ่งใหญ่ที่พระเจ้ามีต่อคนบาปคืออะไร? และข้อความนี้ยืนยันว่า สิ่งที่ทำให้พระเจ้า ส่งพระบุตรของพระองค์มานั้นไม่ใช่ความดีของมนุษย์แต่เป็นความรักของพระองค์อย่างไร?

____

____

2. ในยอห์น 3:16-17 เราพบหนึ่งในข้อพระคัมภีร์ยอดนิยมที่มีคนรักและชื่นชอบในพระคัมภีร์ ตามที่กล่าวในข้อนี้แรงจูงใจที่ผลักดัน
ให้พระเจ้าส่งพระบุตรของพระองค์มาเพื่อประทานความรอดแก่คนบาปคืออะไร? โปรดอธิบาย

หมายเหตุ คำแปลตามตัวอักษรคือ "เพราะด้วยเช่นนี้ พระเจ้าทรงรักโลก จนประทานพระบุตรองค์เดียวของพระองค์ เพื่อทุกคน
ที่เชื่อในพระบุตรนั้นจะไม่พินาศ แต่จะมีชีวิตนิรันดร์"

3. ตามที่ปรากฏในเฉลยธรรมบัญญัติ 7:6-8 แรงจูงใจที่แท้จริงของพระเจ้าในการช่วยกู้ชนชาติอิสราเอลคืออะไร? ความจริงนี้
สามารถปรับใช้กับเราได้อย่างไร?

4. ตามที่ปรากฏในพระคัมภีร์ข้อต่อไปนี้ ให้เราอธิบายว่า แรงจูงใจให้พระองค์ช่วยไถ่เราคือความรักของพระองค์ ไม่ใช่ความดีของ
มนุษย์ ได้อย่างไร?
   a. *โรม 5:6-10*

หมายเหตุ ก่อนจะกลับใจ มนุษย์ถูกบรรยายว่าอ่อนแอ (ข้อ 6) เป็นคนอธรรม (ข้อ 6) เป็นคนบาป (ข้อ 8) และเป็นศัตรู
ต่อพระเจ้า (ข้อ 10)

b. *เอเฟซัส 2:1-5*

____

____

____

____

____

หมายเหตุ ก่อนจะกลับใจ มนุษย์ถูกบรรยายว่า ตายอยู่ในบาป (ข้อ 1, 5) เป็นมิตรกับโลกและมาร (ข้อ 2) เป็นลูกแห่งการ
ไม่เชื่อฟัง (ข้อ 2) และเป็นบุตรที่สมควรได้รับการลงโทษเนื่องจากตัณหาของเนื้อหนัง (ข้อ 3)

c. *ทิตัส 3:4-5*

____

____

____

____

____

บทที่ 3: แรงจูงใจของพระบุตร
ในการเสด็จมาช่วยให้รอด

ในบทนี้ เราจะพิจารณาถึงสิ่งที่เป็นแรงจูงในให้พระบุตรในการวางพระเกียรติของพระองค์ลง มาบังเกิดในเนื้อหนัง และประทาน
ชีวิตของพระองค์เพื่อช่วยมนุษย์ให้รอด เราจะค้นหาว่า พระองค์ได้ทำเช่นนั้นไม่ใช่เพราะความดีของมนุษย์แต่เพื่อพระเกียรติ
ของพระบิดา เพราะความรักยิ่งใหญ่ที่พระองค์มีต่อเรา และเพื่อความชื่นชมยินดีที่อยู่ต่อหน้าพระองค์

เพื่อพระเกียรติของพระบิดา

เพียงแค่ศึกษาชีวิตของพระคริสต์อย่างหยาบ ๆ เราก็จะเห็นชัดว่า ความปรารถนาสูงสุดของพระเยซูคือการถวายเกียรติแก่
พระบิดาโดยการทำตามพระทัยของพระบิดา หนึ่งในพระลักษณะซึ่งเข้าใจยากที่สุดเกี่ยวกับพระคริสต์คือ ถึงแม้พระองค์ดำรงอยู่ใน
รูปแบบของพระเจ้า แต่ก็ทรงไม่เห็นว่า การเท่าเทียมกับพระเจ้านั้นเป็นสิ่งที่ต้องยึดไว้ แต่เต็มใจและยินดีสละสิทธิพิเศษของ
ความเป็นพระเจ้า และมาบังเกิดเป็นมนุษย์ พระองค์ยอมเชื่อฟังพระบิดาจนถึงความตายบนไม้กางเขน (ฟีลิปปี 2:5-8; ฮีบรู 10:9)
ถึงแม้ว่าจะมีแรงจูงใจอื่น ๆ ที่ผลักดันพระคริสต์ให้ประทานชีวิตของพระองค์แก่คนบาป แต่สิ่งสำคัญสูงสุดก็คือ ความปรารถนาของ
พระองค์ที่จะถวายเกียรติแก่พระบิดาอย่างเต็มที่ ในแง่นี้เอง เราอาจพูดได้อย่างถูกต้องว่า ***พระคริสต์สละพระชนม์เพื่อพระเจ้า***

1. ในฮีบรู 10:7 เราพบคำพยากรณ์ถึงพระเมสสิยาห์ที่อ้างอิงมาจากสดุดี 40:7-8 ในเนื้อหาของพระธรรมทั้งสองตอนนี้ เป้าหมาย
   ยิ่งใหญ่ที่สุดซึ่งพระบุตรของพระเจ้าเข้ามาในโลกนี้คืออะไร? อะไรคือความปรารถนาที่พระองค์ทรงให้ความสำคัญ?

   ____

   ____

   ____

   ____

   ____

2. พระคัมภีร์แต่ละข้อต่อไปนี้ สอนเราเรื่องใดในหัวข้อเหล่านี้ (1) ทัศนคติของพระบุตรที่มีต่อพระบิดา (2) ความปรารถนาของ
   พระบุตรต่อพระเกียรติของพระบิดา และ (3) ความปรารถนาที่จริงใจของพระบุตรในการแสดงความรักของพระองค์ต่อพระบิดา?
   โปรดอธิบายว่า ทำไมการกล่าวว่าพระคริสต์ได้ทำกิจของพระองค์ทั้งหมดเสร็ซึ่งรวมถึงความตายของพระองค์ เพื่อพระเจ้า
   เท่านั้น

   a. *พระคริสต์เชื่อฟังน้ำพระทัยของพระบิดา (ยอห์น 4:34)*

   ____

   ____

b. ความปรารถนาของพระคริสต์ที่มีต่อพระเกียรติของพระบิดา (ยอห์น 17:4)

c. ความปรารถนาอย่างจริงใจของพระองค์ที่จำแสดงความรักของพระองค์ที่มีต่อพระบิดา (ยอห์น 14:31)

3. ในโรม 15:8-9 การเสด็จมาของพระคริสต์และกิจแห่งการไถ่ที่พระคริสต์ได้ทำแก่ทั้งชาวยิวและชาวต่างชาตินั้นมาจากเหตุผล
สองประการ เหตุผลทั้งสองข้อนี้คืออะไร   และเหตุผลเหล่านี้แสดงให้เห็นว่าเป้าหมายสูงสุดของพระคริสต์ที่เสด็จมานั้นคือ
พระเกียรติของพระเจ้าอย่างไร?

หมายเหตุ พระคริสต์ได้เสด็จเพื่อทำให้พระสัญญาของพระเจ้าที่ให้ไว้กับชาวยิวสำเร็จ เป็นพระสัญญาว่าวันหนึ่งพวกเขาจะได้
ถวายเกียรติแด่พระองค์เนื่องจากความสัตย์ซื่อของพระองค์ พระคริสต์ยังเสด็จมาเพื่อคนต่างชาติ เพื่อที่พวกเขาจะได้ถวาย
เกียรติแด่พระองค์เพราะพระเมตตาของพระองค์ด้วย

เพื่อเห็นแก่ความรักยิ่งใหญ่ที่พระองค์มีต่อเรา

พระคัมภีร์สอนว่า พระเจ้าพระบิดาเป็นผู้ส่งพระบุตรของพระองค์ลงมา และผ่านทางพระบุตรนั้น โลกก็จะได้รับความรอด (ยอห์น
3:16-17) แต่ถึงอย่างนั้น ก็เป็นเรื่องสำคัญที่เราจะต้องเข้าใจว่า พระบุตรไม่ได้ถูกบังคับให้รับภารกิจแห่งการไถ่นี้ และพระองค์ไม่ได้

กัดฟันทำภารกิจนี้ด้วยความไม่พอใจ อันที่จริง พระบุตรมอบพระองค์เองด้วยความเต็มใจ เพื่อที่สิ่งที่พระองค์รัก นั่นคือมนุษย์ผู้หลงทาง ตกต่ำ และกบฏ จะได้ทราบถึงการอภัยโทษและชีวิตนิรันดร์ การได้ทราบว่า เรามีกำลังใจและได้รับการเล้าโลมใจอย่างมากเมื่อรู้ว่า พระบุตรผู้ทำกิจแห่งการไถ่อันยิ่งใหญ่ให้สำเร็จไม่ได้ทำอย่างนั้นเพียงเพราะเห็นแก่พระเกียรติของพระเจ้า แต่ทำเพราะความรักยิ่งใหญ่ที่พระองค์มีต่อประชากรของพระองค์ พระคริสต์ผู้ตาย **เพื่อพระเจ้า** ก็ตาย **เพื่อเรา** ด้วย

1. ในยอห์น 15:9 เราพบหนึ่งในคำประกาศยิ่งใหญ่ในพระคัมภีร์ ข้อความนี้ทำให้เราเห็นถึงแรงจูงใจสำหรับพระคริสต์ในการทำกิจแห่งการไถ่อย่างไร?

____

____

____

____

2. ตามที่ปรากฏในพระคัมภีร์ สิ่งที่นำให้พระคริสต์สละชีวิตของพระองค์ลงเพื่อประชากรของพระองค์คือความรัก พระธรรมกาลาเทีย 2:20 และ เอเฟซัส 5:2 ยืนยันความจริงนี้กับเราอย่างไร?

____

____

____

____

3. สิ่งที่บ่งบอกขนาดความรักของพระคริสต์ที่มีต่อเรา คือการที่พระองค์มอบพระองค์เองให้กับเรา ไม่มีการแสดงออกหรือภาพถึงความรักใดที่ยิ่งใหญ่ไปกว่านี้ พระคัมภีร์ต่อไปนี้สอนความจริงข้อใดกับเรา? สิ่งเหล่านี้ยืนยันกับเราอีกครั้งอย่างไรว่าแรงจูงใจที่ทำให้พระบุตรทรงเสด็จมานั้นไม่ใช่ความดีหรือคุณค่าของมนุษย์ แต่เป็นความรักของพระองค์?

a. *ยอห์น 15:13-14*

____

____

____

____

b. *1 ยอห์น 3:16*

____

____

____

____

เพื่อความยินดีที่อยู่ต่อพระพักตร์พระองค์

พระบุตรประทานชีวิตของพระองค์เพื่อพระเกียรติของพระบิดาซึ่งเป็นการ **ตายเพื่อพระเจ้า** พระบุตรยังประทานชีวิตเพราะความรักยิ่งใหญ่ที่พระองค์มีให้กับเราซึ่งเป็นการ **ตายเพื่อประชากรของพระองค์** เพื่อจะสรุปเนื้อหานี้ เราจะพิจารณาถึงอีกหนึ่งแรงจูงใจสุดท้ายที่นำพระบุตรไปยังไม้กางเขน คือพระองค์ตาย**เพื่อความยินดีที่อยู่ต่อพระพักตร์ของพระองค์**

สำหรับบางคน การบอกว่าพระบุตรได้รับแรงจูงใจจากความชื่นชมยินดีที่จะเกิดขึ้นในอนาคตอาจเป็นเหมือนการบอกว่าพระคริสต์เป็นคนที่ทำเพื่อตัวเอง พระองค์สามารถแสวงหาพระเกียรติของพระเจ้า ความรอดของประชากรของพระองค์ และความยินดีของพระองค์เองพร้อม ๆ กันได้อย่างไร? คำถามนี้ตอบได้ง่าย ๆ ประการแรก เราต้องเข้าใจก่อนว่าความยินดียิ่งใหญ่ที่สุดของพระบุตรของพระเจ้าคือการส่งเสริมพระประสงค์และพระเกียรติของพระบิดา ดังนั้นแล้วความยินดีของพระบุตร พระเกียรติของพระบิดา และการไถ่ของประชากรของพระองค์จึงเป็นสิ่งที่เท่าเทียมกันต่อหน้าพระคริสต์ พระองค์ไม่ต้องพิจารณาว่าจะปรารถนาหรือภักดีกับสิ่งใดก่อน ทั้งหมดเท่าเทียมกัน และเราต้องเข้าใจอีกว่า พระบุตรของพระเจ้านั้นมีสิทธิชอบธรรมในการแสวงหาความยินดีของพระองค์เอง ทุกสิ่งถูกสร้างขึ้นโดยพระองค์เพื่อพระองค์ (โคโลสี 1:16) พระบิดาได้ประทานทุกสิ่งไว้ในพระหัตถ์ของพระบุตรของพระองค์ (ยอห์น 3:35) และปรารถนาให้ทุกสิ่งยกย่องพระบุตรเช่นเดียวกับที่ยกย่องพระองค์ (ยอห์น 5:23) การที่ความยินดีของพระบุตรถูกทำให้สำเร็จนั้นเป็นความยินดีของพระบิดาเช่นกัน สิ่งทรงสร้างทั้งสิ้นล้วนถูกสร้างโดยมีเป้าหมายเดียวคือเพื่อถวายพระเกียรติและนำความยินดีมาสู่พระบุตรของพระเจ้า!

1. จากพระธรรมฮีบรู 12:2 ทำไมพระบุตรของพระเจ้าจึงเต็มใจยอมทิ้งพระเกียรติแห่งฟ้าสวรรค์มารับสภาพเนื้อหนังของมนุษย์ และทนรับความอับอายรวมทั้งความเจ็บปวดที่ไม้กางเขน?

____

____

____

____

____

____

2. พระธรรมฮีบรู 12:2 สอนเราอย่างชัดเจนว่า แรงจูงใจที่นำพระคริสต์ไปยังไม้กางเขนคือความยินดีที่ตั้งอยู่ต่อหน้าพระองค์ แต่ถึงอย่างนั้น เราก็ยังต้องถามตัวเองว่า ความยินดีนั้นประกอบไปด้วยอะไรบ้าง พระคัมภีร์ข้อต่อไปนี้สอนเราอย่างไรเกี่ยวกับเรื่องนี้?

a. *ความยินดีที่ได้กลับไปอยู่ต่อเบื้องพระพักตร์ของพระบิดา (สดุดี 16:9-11)*

____

____

____

____

____

____

หมายเหตุ ในคำเทศนาของอัครทูตเปาโลที่วันเพ็นเทคอสต์ เปโตรอ้างอิงข้อพระคัมภีร์นี้เพื่อกล่าวถึง การเป็นขึ้นจากความตายและการถูกยกขึ้นของพระคริสต์ (กิจการ 2:25-28) และอัครทูตเปาโลก็อ้างอิงถึงตอนนี้ ในคำเทศนาที่ธรรมศาลาเมืองอันทิโอก (กิจการ 13:35) การที่พระบุตรต้องไปจากสถานที่ประทับของพระบิดาบนสวรรค์นั้นเป็นการทดสอบที่ยิ่งใหญ่มาก แต่การที่ต้องรับบาปของประชากรของพระองค์และทนทุกข์แทนพวกเขานั้นเป็นการทดสอบที่ยิ่งใหญ่กว่าอย่างหาที่เปรียบไม่ได้ พระองค์ยอมทนกับความทุกข์ทรมานอันเกินบรรยายนี้ ถึงแม้สิ่งนี้จะเป็นสิ่งที่พระองค์รังเกียจ ก็เพราะพระองค์มองไปยังความหวังในอนาคตข้างหน้าที่จะได้กลับไปอยู่ในที่ประทับของพระบิดาและชื่นชมยินดีในการทรงสถิตของพระองค์อีกครั้ง

b. *ความยินดีในการได้แบ่งปันพระเกียรติสิริของพระบิดา (ยอห์น 17:4-5,24)*

____

____

____

____

____

____

หมายเหตุ ส่วนหนึ่งของความยินดีที่ผลักดันให้พระคริสต์ยอมมอบถวายพระองค์เองรับบาปแทนประชากรของพระองค์ ก็คือ อนาคตที่พระองค์จะได้รับเกียรติและถูกยกขึ้นไปยังที่ซึ่งเป็นของพระองค์อย่างถูกต้องตั้งแต่ก่อนสร้างโลก พระองค์จะเสด็จกลับมาในฐานะองค์พระผู้เป็นเจ้าและพระผู้ช่วยให้รอด ผู้มีชัยชนะที่ถูกยกขึ้นซึ่งก้าวข้ามทุกอุปสรรคเพื่อนำการไถ่มายังประชากรของพระองค์

c. ***ความยินดีที่ได้นำประชากรที่ถูกไถ่มาเป็นของพระองค์เอง*** – ก่อนที่โลกนี้จะถูกสร้าง พระเจ้าได้เลือกผู้ที่จะได้รับความรอดไว้จากท่ามกลางคนบาปทั้งหลาย เพื่อให้พวกเขาจะดำเนินชีวิตเพื่อถวายพระเกียรติ ศักดิ์ศรี และคำสรรเสริญแก่พระบุตร ตามพระประสงค์ของพระบิดาและจากการที่ความยินดีซึ่งได้อยู่ต่อหน้าพระพักตร์ของพระองค์ ซึ่งก็คือความยินดีของการไถ่ประชากรของพระองค์เอง พระบุตรจึงเต็มใจและยินดีที่จะแบกรับทุกสิ่งไว้ เพื่อเจ้าสาวของพระองค์และเพื่อความยินดีที่เจ้าสาวนี้จะนำมาให้พระองค์ ผ่านทางการมาบังเกิดและการตายของพระองค์ พระบุตรได้ช่วยคนเป็นจำนวนมากจากทุกเผ่าพันธุ์ ทุกภาษา และทุกชนชาติเพื่อพระองค์เอง พระองค์ได้ทำให้พวกเขากลายเป็นแหล่งแห่งความยินดี เป็นความพึงพอใจ และพระเกียรติตลอดนิรันดร์ พระคัมภีร์ต่อไปนี้สอนเราเกี่ยวกับความจริงข้อนี้อย่างไร?

(1) สดุดี 2:8

____

____

____

____

____

(2) อิสยาห์ 53:11

____

____

____

____

____

(3) ลูกา 15:10

____

____

____

____

____

(4) ฮีบรู 2:11-13

(5) วิวรณ์ 5:9-10; 7:9-10; 22:3-5

บทที่ 4: พระบุตรของพระเจ้าผู้ทรงพระเกียรติสิริ

เพื่อจะเข้าใจความสำคัญและความยิ่งใหญ่ของพระบุตรของพระเจ้า ก่อนอื่นเราจะต้องพิจารณาถึงพระลักษณะของพระเจ้า และพระเกียรตินิรันดร์ของพระองค์ ในบทนี้ เราจะเรียนรู้ว่า พระบุตรของพระเจ้านั้นไม่ได้มีตัวตนขึ้นในตอนที่พระองค์บังเกิดในเบธเลเฮม อันที่จริงแล้ว พระองค์ดำรงอยู่ตั้งแต่นิรันดร์กาล ทรงเท่าเทียมกับพระบิดาทั้งในพระลักษณะและในพระเกียรติของพระองค์ ผู้ที่ประทานชีวิตเพื่อไถ่เรานั้นไม่ใช่เพียงแค่มนุษย์ธรรมดา ไม่ใช่แม้กระทั่งทูตสวรรค์ แต่เป็นพระบุตรนิรันดร์ของพระเจ้า องค์พระผู้เป็นเจ้า ผู้สร้าง ธำรงไว้ และปกครองทุกสิ่ง เมื่อใดที่เรามีมุมมองที่ถูกต้องเกี่ยวกับพระบุตร เราก็จะมองเห็นพระกิตติคุณสูงส่งขึ้นและชื่นชมพระกิตติคุณนี้

ความเป็นพระเจ้าของพระบุตร

พระคัมภีร์เป็นพยานว่า พระเจ้าเที่ยงแท้องค์เดียวนั้นดำรงอยู่ในฐานะองค์ตรีเอกภาพ (มาจากภาษาละตินว่า ทรินิทาส [trinitas] ซึ่งแปลได้ว่า "สามชั้น" หรือ "สามในหนึ่ง"): คือพระบิดา พระบุตร และพระวิญญาณบริสุทธิ์ ทั้งสามเป็นสามบุคคลที่แยกจากกัน แต่ก็มี **พระลักษณะ** หรือ *เนื้อแท้* ที่เกี่ยวโยงต่อกันและกันในนิรันดร์กาลและมีสามัคคีธรรมที่ไม่สามารถแยกจากกันได้ พระบุตรผู้มาบังเกิดเป็นมนุษย์และตายบนไม้กางเขนนั้น คือพระเจ้านิรันดร์ เท่าเทียมกันกับพระบิดาและพระวิญญาณบริสุทธิ์ในทุก ๆ ด้าน และร่วมกันในพระเกียรติอันเกินความเข้าใจ

เป็นเรื่องจำเป็นอย่างยิ่งที่เราจะทำความเข้าใจถึงความสำคัญของคำสอนนี้ที่อยู่ตรงหน้า ความเป็นพระเจ้าของพระบุตรนั้นเป็นหลักข้อเชื่อพื้นฐานของความเชื่อคริสเตียน มุมมองใด ๆ ก็ตามที่มองว่าพระองค์นั้นต่ำกว่าพระบิดาหรือเป็น "พระเจ้าที่มีกระเกียรติต่ำกว่า" นั้นบอกได้ง่าย ๆ เลยว่าไม่ใช่คริสเตียน พระบุตรไม่ใช่สิ่งทรงสร้าง พระองค์ไม่ใช่ทูตสวรรค์ และไม่ใช่คนครึ่งเทพที่จะต้องถูกวางไว้ระหว่างพระเจ้าและสิ่งทรงสร้างของพระองค์ พระองค์เป็นพระเจ้าในความหมายสูงสุดที่คำนี้หมายถึง ความมั่นใจในความรอดและความเที่ยงตรงของพระกิตติคุณของเรานั้นขึ้นอยู่กับการยอมรับความจริงนี้ด้วยความยำเกรงสุดใจ

1. ในยอห์น 1:1-4 เราพบหนึ่งในข้อพระคัมภีร์ที่ประกาศถึงทั้งความเป็นเป็นพระเจ้าและความเป็นนิรันดร์ของพระบุตร ระบุความจริงที่ถูกเปิดเผยในพระธรรมตอนนี้

   a. *ใน____________ พระ____________ ทรงดำรงอยู่ (ข้อ 1)* นี่เป็นกล่าวถึงพระบุตรของพระเจ้าอย่างชัดเจน (ข้อ 14) "พระวาทะ" นั้นแปลมาจากภาษากรีกว่า โลกอส (*logos*) ซึ่งหมายถึง "คำ" หรือ "เหตุผล" ชาวยิวมักจะใช้คำนี้เพื่อกล่าวถึงพระเจ้า ส่วนสำหรับชาวกรีกนั้น คำนี้หมายถึงเหตุผลสากลที่มีความเป็นพระเจ้า หรือหลักการสากลที่ปกครองจักรวาลอยู่ เมื่อนำเรื่องนี้มาประยุกต์ใช้กับพระบุตรแล้วก็เป็นการสื่อว่า พระองค์คือพระเจ้าแท้ และเป็นคนกลางที่พระเจ้าเองใช้เพื่อเปิดเผยพระองค์กับสิ่งที่พระองค์ทรงสร้าง พระบุตรนั้น "ดำรงอยู่ในปฐมกาล" กับพระเจ้า ก่อนการทรงสร้าง และพระองค์เป็นพระเจ้าผู้ไม่ถูกสร้าง ผู้เป็นนิรันดร์

   b. *และพระวาทะทรง______________________ พระเจ้า (ข้อ 1)* นี่เป็นการกล่าวถึงความสัมพันธ์อันหนึ่งอันเดียวกันแต่ก็เป็นเอกเทศจากกันระหว่างพระบิดาและพระบุตรตลอดนิรันดร์กาล ประการแรกคือการกล่าวถึงความเป็นหนึ่งและความเท่าเทียม พระบิดาและพระบุตรดำรงอยู่ในสามัคคีธรรมอันสมบูรณ์ วลีนี้อาจแปลได้ว่า "และพระวาทะอยู่หน้าต่อหน้ากับพระเจ้า" สื่อถึงสามัคคีธรรมที่ลึกซึ้งและความยินดีที่มีอยู่ระหว่างพระบิดา พระบุตร และพระวิญญาณบริสุทธิ์ ประการที่สอง นี่สื่อถึงการเป็นเอกเทศจากกัน พระบิดาและพระบุตรมีเนื้อแท้แห่งความเป็นพระเจ้าร่วมกัน ทั้งคู่เป็นบุคคลจริง ๆ ที่เป็นเอกเทศจากกันแต่ดำรงอยู่ในสามัคคีธรรมที่สมบูรณ์แบบร่วมกับพระวิญญาณบริสุทธิ์

c. และพระวาทะทรงเป็น _______________ (ข้อ 1) ไม่ต้องสงสัยเลยว่าข้อนี้เป็นการประกาศถึงความเป็นพระเจ้าของพระวาทะ ในภาษากรีก วลีนี้แปลได้ตรงตัวว่า "และพระเจ้าทรงเป็นพระวาทะ" (คาย เธออส เอน ฮอ โลกอส [*kaí Theós ên ho Lógos*]) คำบ่งสถานะ (พระเจ้า) นำหน้าประธาน (พระวาทะ) เพื่อจะเน้นความจริงที่ว่าพระวาทะเป็นพระเจ้าที่แท้จริง พระบุตรของพระเจ้า ก็คือพระเจ้าผู้เป็นพระบุตร ความเต็มขนาดในการเป็นพระเจ้าอยู่ในพระองค์ (โคโลสี 2:9)

d. พระเจ้าทรงสร้างสรรพสิ่ง _______________ พระวาทะ ในบรรดาสิ่งที่เป็นอยู่นั้น ไม่มีสักสิ่งเดียวที่เป็นอยู่นอกเหนือ พระวาทะ (ข้อ 3) เป็นความจริงว่าทุกสิ่งถูกสร้างมาผ่านทางพระบุตร (ดูเพิ่มเติมจากโคโลสี 1:16) พระองค์มีส่วนในการ ทรงสร้างร่วมกับพระบิดาและพระวิญญาณ ในอีกด้านหนึ่ง ไม่มีสิ่งใดบังเกิดมีตัวตนได้โดยไม่ผ่านมาทางพระองค์ พระบุตร ทรงมีจุดเริ่มต้นกับพระเจ้า และทรงทำกิจของพระเจ้าในฐานะพระเจ้าด้วย

e. พระองค์ทรงเป็น _______________ และชีวิตนั้นเป็นความสว่างของมนุษย์ (ข้อ 4) สดุดี 36:9 ประกาศว่า "เพราะ น้ำพุแห่งชีวิตอยู่กับพระองค์(พระเจ้า) เราเห็นความสว่างโดยความสว่างของพระองค์" สิ่งที่ผู้เขียนสดุดีใช้เพื่อกล่าวถึง พระเจ้าและอัครทูตยอห์นใช้เพื่อกล่าวถึงพระบุตรนั้นล้วนน่าทึ่ง ทุกสิ่งที่มีชีวิตและเคลื่อนไหวได้ก็เป็นไปโดยพระคุณ แห่งพระบุตรของพระเจ้า ความรู้แท้ได้ที่มนุษย์มีเกี่ยวกับพระเจ้าก็ล้วนมาถึงพวกเขาด้วยการมอบให้อย่างเปี่ยมพระคุณ ของพระบุตร การที่น้ำพุแห่งชีวิตทั้งปวงนี้ยอมถวายชีวิตของตนให้กับผู้ไม่มีชีวิตเป็นเรื่องอัศจรรย์ที่เข้าใจได้ยาก

2. ในฟีลิปปี 2:6 เราได้พบอีกข้อพิสูจน์ถึงความเป็นพระเจ้าและความเป็นนิรันดร์ของพระบุตร ให้ระบุถึงความจริงที่ปรากฏใน พระธรรมตอนนี้

a. *ผู้ทรง* _______________ พระเจ้า พระบุตรไม่ได้เริ่มต้นการมีอยู่ของพระองค์ในตอนที่พระองค์มาบังเกิด แต่พระองค์ทรงเป็น นิรันดร์ ไม่มีจุดเริ่มต้นและจุดจบ คำว่า "สภาพ" ในภาษากรีกคือคำว่า มอร์ฟี (*morphê*) ซึ่งไม่ได้หมายถึงเพียงแค่สภาพ ที่เห็นได้ภายนอกเท่านั้น แต่ยังหมายถึงแก่นแท้หรือความจริงที่อยู่เบื้องหลังบุคคลนั้น ๆ พระบุตรไม่ได้แค่ *เหมือน* พระเจ้า ในแง่ของสภาพภายนอก พระองค์ *เป็น* พระเจ้าทั้งในแก่นแท้หรือในพระลักษณะ

b. ไม่ทรงถือว่า _______________ กับพระเจ้าเป็นสิ่งที่จะต้องยึดไว้ คำว่า "ความทัดเทียม" มาจากภาษากรีกว่า อิสอส (*ísos*) ซึ่งหมายความว่า "เท่ากันในด้านของคุณภาพหรือปริมาณ" ในพระบุตรนั้น ความสมบูรณ์ (ปริมาณ) แห่งความเป็นพระเจ้า (คุณภาพ) ดำรงอยู่ (โคโลสี 2:9) พระองค์ไม่ขาดสิ่งใดเลยในความเป็นพระเจ้า แต่เท่าเทียมกับพระองค์ในทุก ๆ ความหมาย

พระเกียรติสิริของพระบุตร

เมื่อได้ยืนยันการดำรงอยู่นิรันดร์และความเป็นพระเจ้าของพระบุตรแล้ว ตอนนี้เราจะคำนึงถึงพระเกียรติที่เป็นของพระบุตร ก่อนการลงมาบังเกิด ก่อนการทรงสร้างโลกตั้งแต่ในนิรันดร์กาลนั้น แม้ว่าพระคัมภีร์จะให้เราเห็นเพียงแวบเดียวของความเป็น นิรันดร์ในอดีตแต่นั้นก็เพียงพอแล้วที่จะพิสูจน์ว่าพระบุตรคือ "พระเจ้า" ในความหมายสูงส่งที่สุดของพระคัมภีร์ และพระองค์ทรงมี พระเกียรติของพระเจ้าในฐานะพระเจ้า พระองค์ทรงอยู่กับพระบิดาและร่วมอยู่ในพระเกียรติสิริเดียวกันกับพระบิดา (ยอห์น 17:5) พระองค์ทรงเป็นความยินดีสูงสุดและไม่สิ้นสุดของพระบิดา และการที่พระองค์เป็นศูนย์กลางของแห่งการทรงสร้างก็เป็นความยินดี ของพระบิดา พระองค์เป็นแหล่งแห่งความปีติยินดีของสิ่งทรงสร้าง เป็นสิ่งที่สมควรแก่การนมัสการ และเป็นจุดประสงค์ยิ่งใหญ่หรือ การเป้าหมายในการดำรงอยู่ของทุกสิ่ง นับตั้งแต่รุ่งอรุณแห่งการทรงสร้าง สิ่งทรงสร้างพิเศษทั้งหลายที่อยู่ในล้วนสวรรค์มีความ ปรารถนาอันยิ่งใหญ่เพียงอย่างเดียว คือการได้เพ่งมองดูพระเกียรติสิริของพระเจ้าต่อหน้าพระบุตรผู้สูงส่งของพระองค์! เมื่อเรา เข้าใจส่วนหนึ่งของความจริงเหล่านี้เท่านั้น เราจึงจะมีมุมมองที่ถูกต้องและสามารถมองเห็นคุณค่าของพระกิตติคุณ ผู้ที่ตายเพื่อเรา ไม่ใช่เพียงมนุษย์หรือทูตสวรรค์ที่มาสวมกายเนื้อเท่านั้น แต่เป็นพระเจ้าแห่งความรุ่งโรจน์ พระเจ้าแห่งจักรวาล ผู้คู่ควรแก่การ นมัสการทั้งมวล และพระองค์ผู้ทรงสร้างสรรพสิ่งและทำให้ทุกสิ่งดำรงอยู่!

1. ในโคโลสี 1:15-17 เราพบคำประกาศที่ทรงพลังเกี่ยวกับพระลักษณะนิรันดร์ของพระบุตรและพระเกียรติที่พระองค์มีร่วมกับพระบิดาตั้งแต่ก่อนที่พระองค์จะมาบังเกิด ให้เติมคำจากข้อความในตอนนี้ให้สมบูรณ์

    a. *พระบุตรทรงเป็น_______________ของพระเจ้าผู้ไม่ปรากฏแก่ตา (ข้อ 15)* คำนี้มาจากภาษากรีกว่า ไอโคน (*eikôn*) ซึ่งหมายถึง "ภาพฉาย" หรือ "เหมือน" มีเพียงพระเจ้าเท่านั้นที่จะเป็นเหมือนกับพระเจ้าได้เต็มขนาด พระธรรมฮีบรู 1:3 ประกาศว่า "พระบุตรทรงเป็นแสงสว่างแห่งพระสิริของพระเจ้า ทรงมีแก่นแท้เดียวกับพระเจ้า"

    b. *พระคริสต์ทรงเป็น_______________เหนือทุกสิ่งที่ทรงสร้าง (ข้อ 15)* นี่ไม่ใช่ทั้งการปฏิเสธความเป็นพระเจ้าของพระคริสต์ และไม่ใช่การบอกว่าพระองค์เป็นสิ่งทรงสร้าง ในสดุดี 89:27 พระเจ้าประกาศเกี่ยวกับดาวิดว่า "เราจะให้เขาเป็นบุตรหัวปี สูงที่สุดในบรรดาพระราชาแห่งแผ่นดินโลก" ชัดเจนว่าดาวิดเป็น "บุตรหัวปี" ของพระเจ้าในแง่ที่ว่าเขาถูกยกไว้เหนือกษัตริย์องค์อื่น ๆ ทั้งปวง พระบุตรของพระเจ้าเป็น "บุตรหัวปี" ในแง่ที่พระองค์ถูกยกไว้เหนือสิ่งทรงสร้างทั้งปวงและแยกออกจากสิ่งเหล่านั้น ศักดิ์และสิทธิ์ทั้งปวงที่เป็นของบุตรหัวปีก็ล้วนเป็นของพระองค์

    c. *พระองค์ทรง_______________ทุกสิ่ง (ข้อ 17)* ความเป็นนิรันดร์ การอยู่เหนือกว่าทุกสิ่ง และความดีเลิศของพระบุตรถูกสื่อออกมาผ่านทางการประกาศนี้

    d. *เพราะว่าโดยพระองค์ทุกสิ่ง_______________ (ข้อ 16)* การดำรงอยู่ของสิ่งทรงสร้างทั้งปวงนั้นเกิดขึ้นโดยพระองค์ เกี่ยวข้องกับพระองค์โดยตรง และยึดโยงอยู่กับพระองค์

    e. *ทุกสิ่งถูก_______________ด้วยกันโดยพระองค์ (ข้อ 17)* การที่สิ่งทรงสร้างทั้งปวงดำรงอยู่ได้นั้นจำเป็นต้องพึ่งพาพระบุตร พระองค์ "ทรงค้ำจุนสิ่งทั้งปวงไว้ด้วยพระวจนะอันทรงฤทธานุภาพของพระองค์" (ฮีบรู 1:3) พระบุตรไม่เป็นเหมือนกับยักษ์แอทลาสในตำนานกรีกที่กัดเขี้ยวเคี้ยวฟัน เพราะต้องแบกน้ำหนักของโลกใบหนึ่งเอาไว้ แต่พระองค์นั้นค้ำชูโลกจำนวนนับไม่ถ้วนเอาไว้ด้วยพระวจนะเพียงคำเดียว!

    f. *พระบุตรเป็นเป้าหมายสูงสุดของทุกสิ่ง เพราะว่าโดยพระองค์_______________ (ข้อ 16)* พระเกียรตินิรันดร์ของพระบุตรนั้นสามารถเห็นได้จากความจริงที่ว่าทุกสิ่งถูกสร้างขึ้น **โดย** พระองค์ และ **เพื่อ** พระเกียรติสิริรวมทั้งความยินดีของพระองค์

2. อิสยาห์ 6:1-10 เป็นหนึ่งในข้อพระคัมภีร์ที่บรรยายไว้อย่างชัดเจนและยิ่งใหญ่ถึงพระเจ้าและพระเกียรติสิริของพระองค์ อย่างไรก็ตาม หากเราพิจารณาต่อไป ก็จะพบว่านิมิตของอิสยาห์ที่มองเห็นพระเจ้านั้น แท้จริงแล้วเป็นนิมิตถึงพระบุตร! โปรดอ่านอิสยาห์ 6:1-5 จนคุณคุ้นเคยกับเนื้อหาในนั้น จากนั้นตอบคำถามต่อไปนี้

    a. *ในข้อที่ 1-3 อิสยาห์มองเห็น_______________*

หมายเหตุ ในข้อที่หนึ่งคำว่า "องค์เจ้านาย" แปลมาจากคำภาษาฮีบรูว่า อะโดนาย (adonay) แต่ในข้อที่สาม (คำว่า พระยาห์เวห์) นั้นแปลมาจากภาษาฮีบรูว่า ยาห์เวห์ (*Yahweh*) หรือ เยโฮวาห์ (*Jehovah*) (เนื่องจากพระคัมภีร์ภาษาอังกฤษบางฉบับแปลเป็น Lord ทั้งสองข้อ) ชัดเจนว่าผู้ที่อิสยาห์มองเห็นนั้นคือพระเจ้าอย่างแน่นอน แต่อย่างไรก็ดี พระธรรมยอห์น 12:39-41 ระบุถึงผู้นี้ว่าเป็นบุคคลที่สองของตรีเอกภาพ คือพระบุตรของพระเจ้า นี่จึงเป็นการยืนยันว่าพระคริสต์คือพระเจ้า

b. จากอิสยาห์ข้อที่ 1 เขาบรรยายถึงพระบุตรของพระเจ้าอย่างไร? และสิ่งนี้เล่าให้เราฟังถึงพระเกียรติของพระองค์อย่างไร?

____

____

____

____

____

____

____

____

หมายเหตุ พระบุตรถูกบรรยายในฐานะผู้ที่ถูกยกขึ้นเหนือสิ่งทรงสร้างทั้งปวงทั้งในสวรรค์และในแผ่นดินโลก ชายฉลอง
พระองค์ที่เต็มพระวิหารนั้นเป็นตัวแทนถึงการครอบครองอันเป็นสากล ไร้ข้อจำกัด และมีอำนาจสูงสุดของพระองค์

c. ตามข้อ 2-3 การตอบสนองของเสราฟิมต่อพระบุตรของพระเจ้าเป็นอย่างไร (เสราฟิมอาจจะเป็นสิ่งทรงสร้างที่อยู่ในระดับ
สูงสุด) พระธรรมข้อนี้สอนเราอย่างไรเกี่ยวกับพระเกียรติสิริและความโดดเด่นอันแตกต่างของพระองค์อย่างไร?

____

____

____

____

____

____

____

____

หมายเหตุ สิ่งทรงสร้างที่ทรงอำนาจและยิ่งใหญ่สูงสุดในจักรวาลกราบลงด้วยความยำเกรงต่อหน้าพระบุตรของพระเจ้า คำว่า "บริสุทธิ์" มาจากภาษาฮีบรูว่า คาโดช (qadosh) ซึ่งมีความหมายถึงการแยกออก หมายถึงสิ่งที่ถูกแยกเอาไว้ แยกออกไว้ หรือสิ่งที่แตกต่างออกไป พระเจ้ายืนอยู่โดยแยกออกจากสิ่งทรงสร้างทั้งหลาย ไม่มีใครเป็นเหมือนพระองค์และ จะไม่มีใครสามารถเปรียบเทียบกับพระองค์ได้ (อิสยาห์ 40:18) การนำพระบุตรไปเปรียบเทียบแม้กับสิ่งทรงสร้างที่สูงส่ง ที่สุดก็เป็นเรื่องไร้สาระอย่างยิ่ง เหมือนการนำสะเก็ดไฟเล็ก ๆ ไปเทียบกับแสงอาทิตย์เวลากลางวัน การประกาศถึง ความบริสุทธิ์ของพระบุตรซ้ำสามครั้งเป็นรูปแบบการเน้นในภาษาฮีบรูที่แสดงถึงสภาพที่สูงสุด พระธรรมตอนนี้ช่วยให้เรา เข้าใจความหมายของสิ่งที่พระเยซูกล่าวใน ยอห์น 17:5 "บัดนี้ข้าแต่พระบิดา ขอโปรดให้ข้าพระองค์ได้รับเกียรติต่อ พระพักตร์ของพระองค์ คือเกียรติที่ข้าพระองค์มีร่วมกับพระองค์ก่อนที่โลกนี้มีมา" ไม่ใช่เรื่องอัศจรรย์หรือที่พระองค์ผู้นี้ จะยอมมาตายเพื่อคนบาปอย่างเรา?

บทที่ 5: พระบุตรมาบังเกิดเป็นมนุษย์

ส่วนที่หนึ่ง: คำพยานจากพันธสัญญาเดิมถึงการบังเกิดเป็นมนุษย์

หลังจากได้พิจารณาถึงพระเกียรตินิรันดร์ของพระบุตรของพระเจ้าแล้ว เราจะหันมาสนใจที่เรื่องการบังเกิดเป็นมนุษย์ของพระองค์ คำว่า "บังเกิด" (incarnate) มาจากคำกริยาภาษาละติน อินคาร์นาเร (incarnare [in = ใน + caro = เนื้อหนัง]) ซึ่งแปลได้ว่า "การทำให้เป็นเนื้อหนัง" หรือ "การกลายมาเป็นเนื้อหนัง" ในพระคัมภีร์นั้น การบังเกิดเป็นมนุษย์เป็นการระบุถึงความจริงว่า เมื่อประมาณสองพันปีที่แล้ว พระบุตรนิรันดร์ของพระเจ้าได้มาปฏิสนธิในครรภ์ของหญิงพรหมจารีย์ โดยเดชของพระวิญญาณบริสุทธิ์และบังเกิดเป็นพระเยซูชาวนาซาเร็ธ ผู้เป็นทั้งพระเจ้าและมนุษย์ พระองค์คือพระเจ้าที่ครบบริบูรณ์ซึ่งมาดำรงอยู่ในกายมนุษย์ (โคโลสี 2:9) แต่ถึงอย่างนั้นพระองค์ก็เป็นเหมือนเราทุกส่วน ยกเว้นแต่ว่าพระองค์นั้นปราศจากบาป (ฮีบรู 4:15) พระองค์ดำเนินชีวิตที่ชอบธรรมอ่างสมบูรณ์แบบตามธรรมบัญญัติในพันธสัญญาเดิม จากนั้น ก็มอบพระองค์เองเป็นเครื่องบูชาไถ่บาปให้กับประชากรของพระองค์

ไม่ต้องสงสัยเลยว่าการที่พระบุตรมาบังเกิดในโลกของมนุษย์นั้น เป็นเรื่องสำคัญที่สุดในประวัติศาสตร์ของมนุษย์ชาติ และเป็นจุดศูนย์กลางของคริสต์ศาสนาตามพระคัมภีร์ ดังนั้นแล้ว จึงเป็นเรื่องจำเป็นที่เราจะต้องพิจารณาหลักข้อเชื่อแห่งการบังเกิดเป็นมนุษย์อย่างจริงจัง

คำพยากรณ์ในพันธสัญญาเดิม

แม้ว่าการบังเกิดเป็นมนุษย์จะเกิดขึ้นเมื่อประมาณสองพันปีที่แล้ว แต่ก็เป็นเรื่องสำคัญที่เราจะเข้าใจว่า คำพยากรณ์ในพันธสัญญาเดิมได้ให้ร่องรอยก่อนหน้าเหตุการณ์นี้ที่ชี้ไปยัง "เหตุการณ์ยิ่งใหญ่ที่สุดนี้" สิ่งนี้ทั้งเป็นประโยชน์และหนุนใจเราให้เราพิจารณาคำพยากรณ์ในพันธสัญญาเดิม ความจริงที่ว่าสิ่งเหล่านี้ถูกเขียนไว้หลายร้อยปีก่อนการมาบังเกิดของพระเยซูชาวนาซาเร็ธเป็นการสนับสนุนคำกล่าวในพันธสัญญาใหม่ทั้งที่กล่าวถึงการมาบังเกิดของพระองค์ และสนับสนุนความเป็นพระเจ้าของพระองค์

1. ในมีคาห์ 5:2 เราพบคำพยากรณ์อันทรงพลังเกี่ยวกับพระเมสสิยาห์ ให้พิจารณาข้อความในข้อพระคัมภีร์นี้จนคุ้นเคยกับบริบท จากนั้นตอบคำถามต่อไปนี้

   a. *คำพยากรณ์นี้พิสูจน์อย่างไรว่า พระเมสสิยาห์จะมาบังเกิดเป็นมนุษย์?*

   (1) ในบรรดาตระกูลของ_______________จากเจ้าจะมีผู้หนึ่งออกมาเพื่อเรา เป็น_______________

   หมายเหตุ พระเมสสิยาห์จะมาจากเผ่าของยูดาห์และจากตระกูลของดาวิด ในโรม 1:3 อัครทูตเปาโลยืนยันว่าพระเยซูนั้น "สืบเชื้อสายจากดาวิดทางฝ่ายเนื้อหนัง" พระองค์เป็นทั้งพระเจ้าอย่างครบบริบูรณ์และมนุษย์อย่างครบบริบูรณ์เช่นกัน ความเป็นมนุษย์ของพระองค์นั้นมาจากเชื้อสายของดาวิด

   b. *คำพยากรณ์นี้สื่อสารอย่างไรว่า พระเมสสิยาห์จะเป็นมากกว่ามนุษย์ คือเป็นพระเจ้าผู้เป็นนิรันดร์?*

   (2) ต้นตระกูลของท่านมาจาก_______________จาก_______________

หมายเหตุ นี่ยืนยันชัดเจนว่า พระคริสต์จะเป็นมากกว่ามนุษย์ธรรมดา ข้อความตอนนี้ไม่ได้มีความหมายเพียงแค่ว่าการมาของพระองค์จะถูกพยากรณ์เอาไว้นานแล้วเท่านั้น แต่การดำรงอยู่ของพระองค์ก็จะมีอยู่ก่อนการมาเกิดด้วย และมีอยู่ตั้งแต่นิรันดร์กาล ซึ่งมีเพียงพระเจ้าเท่านั้นที่เป็นเช่นนี้ ดังนั้นแล้ว คำบรรยายนี้จึงกล่าวถึงความเป็นพระเจ้าของพระเมสสิยาห์อย่างชัดเจน หากพระองค์ดำรงอยู่ตั้งแต่นิรันดร์กาล พระองค์ก็เป็นพระเจ้าด้วย เพราะมีเพียงพระเจ้าเท่านั้นที่เป็นนิรันดร์

2. ในอิสยาห์ 7:14 เราพบคำพยากรณ์ที่มัทธิวใช้ เพื่ออ้างอิงถึงทั้งการบังเกิดเป็นมนุษย์ของพระเยซูคริสต์ และการเกิดจากหญิงพรหมจารีย์ (มัทธิว 1:22-23) ข้อความในตอนนี้พยากรณ์ว่าอย่างไร?

____

____

____

____

หมายเหตุ คำพยากรณ์นี้น่าจะสำเร็จในขั้นต้นไปในการเกิดของทารกที่เป็นบุตรชายของอิสยาห์กับผู้เผยพระวจนะหญิง (8:3) เพราะในเนื้อหาบอกเอาไว้ว่าก่อนที่เด็กคนนี้จะเรียกคำว่า "พ่อ" หรือ "แม่" ได้ ศัตรูของยูดาห์ก็จะล่มสลายไปแล้ว (8:4) แต่ถึงอย่างนั้น คำพยากรณ์นี้ก็ยังมองไปยังความสำเร็จที่ยิ่งใหญ่กว่านั้นในตัวของพระเมสสิยาห์ แม้อิสยาห์จะใช้คำที่ดูเหมือนจะเหมาะกับบริบทในเวลานั้น แต่ก็เห็นได้ชัดว่า คำพยากรณ์ของเขานั้น นำเอาความหมายที่ดูเหมือนจะไม่สามารถสำเร็จอย่างสมบูรณ์ได้ในเวลาของเขามาด้วย ในภาษาฮีบรูนั้น มีคำที่แปลได้ว่า "หญิงพรหมจารีย์" อยู่สองคำ คำแรกคือ อัลมาห์ ซึ่งหมายถึงหญิงพรหมจารีย์หรือหญิงสาวในวัยที่สามารถแต่งงานได้ คำที่สองคือคำว่า เบธูลาห์ ซึ่งมีความหมายเดียวคือคำว่า "หญิงพรหมจารีย์" มีข้อสงสัยกันมากว่าทำไมอิสยาห์จึงใช้คำว่า อัลมาห์ แทนที่จะใช้คำว่า เบธูลาห์ แต่แท้จริงแล้วเหตุผลนั้นดูเหมือนจะชัดเจนว่า พระปัญญาของพระวิญญาณนั้นเลือกคำในภาษาฮีบรูที่เหมาะสมสำหรับความสำเร็จของคำพยากรณ์ ทั้งในเวลาของอิสยาห์เอง และในความสำเร็จที่ยิ่งใหญ่กว่าคือในเรื่องของพระเมสสิยาห์ หญิงผู้ที่ตั้งครรภ์โดยเดชของพระวิญญาณนั้นเป็นหญิงพรหมจารีย์และนำมาซึ่งพระบุตรผู้เป็นทั้งพระเจ้าและมนุษย์ เรื่องสำคัญอย่างหนึ่งคือว่าเหล่าอาลักษณ์ชาวยิวแปลอิสยาห์ 7:14 เป็นภาษากรีก (ฉบับเซปตัวจินต์) โดยเลือกใช้คำว่า พาร์เทนอส (หญิงพรหมจารีย์) เพื่อแปลคำฮีบรูว่า อัลมาห์ มัทธิวในบทที่ 1:22-23 นั้นอ้างอิงจากฉบับเซปตัวจินต์ภาษากรีกที่ใช้คำว่า พาร์เทนาส จึงได้กลายมาเป็นคำพยานถึงการบังเกิดโดยหญิงพรหมจารีย์ของพระเยซูคริสต์ คนที่ปฏิเสธการบังเกิดเหนือธรรมชาติของพระเมสสิยาห์ในครรภ์ของมารีย์หญิงพรหมจารีย์ไม่สามารถใช้พันธสัญญาใหม่เพื่อสนับสนุนความคิดของพวกเขาได้ ผู้เขียนพระกิตติคุณเห็นร่วมกันยืนยันอย่างชัดเจนว่า พระคริสต์บังเกิดจากหญิงพรหมจารีย์! ในมัทธิว 1:23 อัครทูตให้คำแปลที่เหมาะสมสำหรับคำว่า "อิมมานูเอล" คือ "พระเจ้าอยู่กับเรา" ในบริบทของอิสยาห์ 7:14 ชื่อนี้ให้ความหมายเพียงแค่ว่าการเกิดของเด็กคนนี้คือคำสัญญาและเครื่องยืนยันว่าพระเจ้าอยู่กับยูดาห์และจะช่วยเหลือพวกเขาจากเงื้อมมือของศัตรูคืออิสราเอลและซีเรีย ทว่าเมื่อกล่าวถึงพระเมสสิยาห์ตามความเข้าใจของมัทธิวแล้ว ชื่อนี้มีความหมายคือ "พระวาทะมาบังเกิดเป็นมนุษย์และอยู่ท่ามกลางเรา" (ยอห์น 1:14)

3. ในอิสยาห์ 9:6ก เราได้เห็นหนึ่งในภาพอันยิ่งใหญ่ที่สุดในพันธสัญญาเดิมเกี่ยวกับความอัศจรรย์และลึกลับของพระเมสสิยาห์ ผู้จะมาถึงในอนาคต อ่านพระธรรมตอนนี้จนคุ้นเคย จากนั้นตอบคำถามต่อไปนี้ว่า คำพยากรณ์นี้สื่อสารอย่างไรถึงความจริง เกี่ยวกับการบังเกิด ที่ว่าพระเมสสิยาห์จะเป็นมากกว่ามนุษย์แต่จะเป็นพระเจ้าแท้ด้วย?

    a. คำพยากรณ์นี้เปิดเผยเรื่องความเป็นมนุษย์ของพระเมสสิยาห์อย่างไร?

        (1) ด้วยมีเด็กคนหนึ่ง_________________________

หมายเหตุ คำพยากรณ์นี้กล่าวเกี่ยวกับการเกิดแบบมนุษย์จริง ๆ ตามธรรมชาติ แม้พระองค์จะปฏิสนธิด้วยเดชของ พระวิญญาณในครรภ์ของหญิงพรหมจารีย์ แต่พระเมสสิยาห์ก็บังเกิดเหมือนกับมนุษย์คนอื่น ๆ หากปราศจากการเปิดเผย จากพระเจ้าแล้ว คงจะไม่มีใครรับรู้ถึงเด็กทารกคนหนึ่งที่เกิดในรางหญ้าว่า แท้จริงแล้วนี่คือพระบุตรของพระเจ้าผู้เกิน ความเข้าใจ

    b. คำเผยพระวจนะนี้เปิดเผยถึงความเป็นพระเจ้าของพระเมสสิยาห์อย่างไร?

        (1) มี______________คนหนึ่ง__________________ให้เรา

หมายเหตุ ที่นี่เราได้เห็นผ่านผ้าม่านแห่งอภิสุทธิสถานเข้าไปยังตัวตนของพระเมสสิยาห์ และเราได้พบว่าพระองค์เป็นทั้ง มนุษย์และพระเจ้า มุมมองจากโลกนี้เห็นว่ามีเด็กชายคนหนึ่งมาเกิด แต่จากมุมมองของสวรรค์นั้นคือพระบุตรที่ถูกประทาน ลงมา! เด็กทารกที่เกิดขึ้นมาในเวลานี้คือพระบุตรนิรันดร์ของพระเจ้าซึ่งถูกประทานมาจากพระบิดาและส่งมาจากสวรรค์

    c. คำเผยพระวจนะนี้เปิดเผยความเป็นกษัตริย์และการปกครองของพระเมสสิยาห์ว่าอย่างไร?

        (1) และการ__________________จะอยู่บน__________________

หมายเหตุ ความลึกลับยังค่อย ๆ ถูกเปิดเผย บุตรชายคนนี้จะนำเอาการปกครองสิ่งทรงสร้างทั้งปวงมาไว้ที่พระองค์เอง ด้วยฤทธิ์เดชและปัญญาของพระองค์ พระองค์จะปกครองจักรวาลนี้ด้วยการปกครองสมบูรณ์ ความรับผิดชอบเหนือทุกสิ่ง จะอยู่บนบ่าของพระองค์แต่ก็จะเบาเหมือนกับขนนกที่วางบนหินผา ข้อเรียกร้องเช่นนี้กับเหล่าผู้ปกครองคงจะเป็นสิ่งที่ เกินความสามารถของมนุษย์และทูตสวรรค์ไปอย่างสิ้นเชิง แต่สำหรับผู้ที่สร้างทุกสิ่งและดำรงทุกสิ่งไว้ด้วยพระวจนะ จากปากของพระองค์ เรื่องนี้เป็นอะไรที่ง่ายมาก (ฮีบรู 1:3) ทั้งหมดนี้รวมกันเป็นข้อพิสูจน์อันยิ่งใหญ่ว่า พระเมสสิยาห์ จะเป็นพระเจ้าผู้มาบังเกิด ภารกิจยิ่งใหญ่ขนาดนี้จะสามารถทำให้สำเร็จได้ โดยผู้เป็นพระเจ้าอย่างสมบูรณ์เท่านั้น

4. ในอิสยาห์ 9:6ข ชื่อหรือฉายาจำนวนมากถูกมอบให้กับพระเมสสิยาห์ ชื่อเหล่านี้สื่อสารความจริงสำคัญใดเกี่ยวกับพระองค์?

    a. ม_________________ มาจากภาษาฮีบรูว่า **พีลี** ซึ่งแปลได้ว่า "มหัศจรรย์" หรือ "เกินความเข้าใจ" สถานะเป็น สถานะที่มอบให้กับพระเจ้าเท่านั้น เมื่อพระเจ้าปรากฏต่อหน้าพ่อแม่ของแซมสันด้วยรูปของทูตสวรรค์ของพระเจ้า พระองค์ ใช้ชื่อเดียวกันนี้บรรยายถึงพระองค์เอง (ผู้วินิจฉัย 13:18, 22) มนุษย์ทุกคนหรือแม้กระทั่งทูตสวรรค์ที่ยิ่งใหญ่ที่สุดในสวรรค์ ล้วนมีขีดจำกัดซึ่งความน่าอัศจรรย์ของสิ่งเหล่านี้ล้วนแต่สามารถเข้าใจได้ มีเพียงพระเจ้าเท่านั้นที่ความน่าอัศจรรย์ของ พระองค์เกินกว่าความเข้าใจของทุกคน

b. *ที่*______________ ในอิสยาห์ 28:29 กล่าวว่าพระยาห์เวห์เป็น "ที่ปรึกษามหัศจรรย์" ดังนั้นแล้วการมอบฉายาเดียวกันนี้ให้กับพระเมสสิยาห์จึงปฏิเสธไม่ได้ว่าเป็นการประกาศถึงความเป็นพระเจ้าของพระองค์ อัครทูตเปาโลกล่าวถึงพระคริสต์ว่าเป็น "พระปัญญาของพระเจ้า" (1 โครินธ์ 1:24) "ซึ่งคลังสติปัญญาและความรู้ทุกอย่างซ่อนอยู่ในพระองค์" (โคโลสี 2:3) เรื่องแบบนี้ไม่สามารถจะกล่าวได้ว่าเป็นสภาวะของมนุษย์ผู้มีปัญญาหรือทูตสวรรค์เท่านั้น

c. พระเจ้าผู้______________ ฉายานี้แปลมาจากภาษาฮีบรูว่า *เอล กิบบอร์* เป็นชื่อตามธรรมเนียมของพระเจ้าที่พบในเฉลยธรรมบัญญัติ 10:17, เยเรมีย์ 32:18, เนหะมีย์ 9:32 และสดุดี 24:8 นี่เป็นเครื่องยืนยันถึงว่าความเป็นพระเจ้าของพระเมสสิยาห์ในพันธสัญญาเดิมนั้นสอดคล้องกับพันธสัญญาใหม่ พระคริสต์เป็น "พระเจ้า" (ยอห์น 1:1) "พระเจ้ายิ่งใหญ่ของเรา" (ทิตัส 2:13) และ "พระเจ้าเหนือสารพัด ผู้รับการสรรเสริญเป็นนิตย์" (โรม 9:5)

d. พระ______________ เด็กชายที่จะมาเกิดคนนี้ดำรงอยู่ก่อนจะมีกาลเวลา เมื่อพระคริสต์ถูกตั้งคำถามเกี่ยวกับความสัมพันธ์ระหว่างพระองค์กับอับราฮัม พระองค์ก็ตอบอย่างเปิดเผยว่า "ก่อนอับราฮัมเกิด เราเป็น" ชาวยิวเข้าใจทันทีว่านี้เป็นการกล่าวอ้างว่าตนเองเป็นพระเจ้าจึงได้พยายามจะเอาหินมาขว้างพระองค์ โทษฐานที่หมิ่นประมาทพระเจ้า (ยอห์น 8:58-59) คำ "บิดา" ไม่ได้เขียนเพื่อให้เราสับสนกับพระบิดาที่เป็นอีกบุคคลหนึ่งในตรีเอกแต่เน้นไปที่ความสำคัญสองด้านของพระเมสสิยาห์ที่จะเสด็จมา: (1) พระองค์เป็นต้นกำเนิดและเป็นผู้คงไว้ซึ่งทุกสรรพสิ่งตั้งแต่นิรันดร์กาล (ยอห์น 1:3-4) และ (2) ตั้งแต่ปฐมกาล พระองค์ก็เป็นผู้ดูแลและปกป้องประชากรของพระองค์

e. องค์______________ พระเมสสิยาห์และการปกครองของพระองค์จะนำสันติสุขมา จะไม่ใช่แค่สันติสุขในทางการเมือง แต่นำสิ่งที่สำคัญกว่า คือสันติสุขระหว่างมนุษย์กับพระเจ้า นี่เป็นอีกหนึ่งเครื่องยืนยันว่า พระเมสสิยาห์ทรงเป็นพระเจ้า พระองค์ผู้จะเป็นผู้สร้างสันติต้องทำกิจกับทั้งมนุษย์และพระเจ้า เพื่อนำทั้งสองกลับมาคืนดีกัน แต่ใครกันที่จะกล้ายื่นมือไปวางบนพระเจ้าผู้ทรงพระชนม์นอกจากผู้นั้นที่มีความเป็นพระเจ้าเดียวกัน? นี่คือความกระอักกระอ่วนที่เราเจอในพระธรรมโยบ "พระองค์ (พระเจ้า) ไม่ใช่มนุษย์เหมือนอย่างข้า ที่ข้าจะตอบพระองค์ ที่เราจะมาสู้คดีกัน ไม่มีคนกลางระหว่างเราผู้ซึ่งจะตัดสินให้เราทั้งสองได้" (โยบ 9:32-33) คำพยากรณ์ของอิสยาห์ในที่นี้เป็นการบอกว่าความกระอักกระอ่วนของโยบและของเรานั้น จะถูกแก้ไขนิรันดร์ผ่านทางพระเมสสิยาห์ พระองค์ผ่านมาตรฐานทั้งหมดสำหรับการเป็นผู้สร้างสันติ หรือเป็นคนกลาง ในฐานะพระเจ้าพระองค์สามารถยื่นมือของพระเจ้าไปยังพระเจ้า และในฐานะมนุษย์ พระองค์ก็ยื่นมาของพระองค์มายังมนุษย์ อัครทูตเปาโลเขียนเอาไว้ว่า "เพราะฉะนั้น เมื่อเราถูกชำระให้ชอบธรรมโดยความเชื่อแล้ว เราจึงอยู่อย่างสงบสุขเฉพาะพระพักตร์พระเจ้าทางพระเยซูคริสต์องค์พระผู้เป็นเจ้าของเรา" (โรม 5:1)

5. สรุปความจริงที่สำคัญบางประการซึ่งเปิดเผยกับเราเกี่ยวกับพระคริสต์จากคำเผยพระวจนะในพันธสัญญาเดิมที่เราได้อ่านไปเมื่อครู่ลงในช่องว่างต่อจากนี้

____

____

____

____

____

____

เมื่อเวลาครบกำหนด

ไม่ต้องแปลกใจเลยว่าการที่พระบุตรมาบังเกิดในโลกมนุษย์นั้นเป็นเหตุการณ์สำคัญที่สุดในประวัติศาสตร์ของมนุษย์ชาติ เป็น
สิ่งที่ถูกบอกเอาไว้ล่วงหน้าอย่างชัดเจนในพันธสัญญาเดิมและเกิดขึ้นในช่วงเวลาที่เหมาะสม ซึ่งพระเจ้าแต่งตั้งเอาไว้ตามพระประสงค์
ของพระองค์ พระองค์ไม่ได้มาบังเกิดแบบเดาสุ่มแต่มาตามแผนของพระเจ้าผู้ทรงครอบครองอยู่ ความจริงนี้ถูกเปิดเผยในกาลาเทีย
4:4-5:

> *"แต่เมื่อครบกำหนดแล้ว พระเจ้าก็ทรงใช้พระบุตรของพระองค์มา ประสูติจากสตรีเพศและ*
> *ทรงถือกำเนิดใต้ธรรมบัญญัติ เพื่อจะทรงไถ่คนเหล่านั้นที่อยู่ใต้ธรรมบัญญัติ เพื่อให้เราได้รับ*
> *ฐานะเป็นบุตร"*

นี่เป็นข้อพระคัมภีร์ที่น่าจดจำ และวลี "ครบกำหนด" เป็นวลีที่เต็มไปด้วยความหมาย บางคนอาจจะตั้งคำถามกับพระปัญญา
ของพระเจ้าที่ชะลอการส่งพระผู้ช่วยให้รอดมา พวกเขาอาจจะโต้เถียงเนื่องด้วยช่วงเวลาแห่งการรอคอยที่ยาวนานระหว่างพระสัญญา
แรกที่บอกถึงการมาของพระองค์ (ปฐมกาล 3:15) กับการมาบังเกิดจริง ๆ ของพระองค์ อย่างไรก็ดี พระคัมภีร์สอนว่าพระคริสต์
มาในเวลาอันเหมาะสมที่พระเจ้ากำหนดเอาไว้ และเป็นเวลาที่มนุษย์ชาติต้องการความช่วยเหลือมากที่สุด

เราต้องระลึกเอาไว้ว่าวลี "ครบกำหนด" สื่อว่าพระคริสต์ไม่ได้เพียงแค่มาในเวลาที่มนุษย์ชาติต้องการความช่วยเหลือมากที่สุด
เท่านั้น แต่ยังมาตามเวลาที่พยากรณ์เอาไว้ในพันธสัญญาเดิมเกี่ยวกับพระเมสสิยาห์ เป็นการง่ายมากที่จะพิสูจน์ว่าช่วงเวลาแห่ง
การเสด็จมาของพระเมสสิยาห์นั้นผ่านไปแล้ว หากพระเยซูชาวนาซาเร็ธไม่ใช่พระเมสสิยาห์ พระคัมภีร์ก็จะไม่สามารถถูกทำให้สำเร็จ
ได้ ให้เราพิจารณาคำพยากรณ์ในพันธสัญญาเดิมที่ว่าด้วยพระเมสสิยาห์

- ในปฐมกาล 49:10 "คทาจะไม่ขาดไปจากยูดาห์ทั้งไม้ถือของผู้ปกครองจะไม่ขาดไปจากหว่างเท้าของเขา
  จนกว่าชีโลห์จะมาและชนชาติทั้งหลายจะเชื่อฟังเขา" พระสัญญานี้กล่าวว่าเชื้อสายของยูดาห์จะได้ปกครอง
  จนกว่าพระเมสสิยาห์จะเสด็จมา ในค.ศ. 70 กรุงเยรูซาเล็มก็ถูกทำลาย การปกครองและอำนาจทางการเมือง
  ของชาวยิวก็ถูกนำออกไป ชนชาติถูกทำให้กระจัดกระจายไป พวกเขาไม่มีผู้ปกครองที่มาจากเผ่ายูดาห์
  อีกเลยเกือบสองพันปี หากพระเยซูไม่ใช่พระคริสต์แล้ว พระสัญญาของพระเจ้าในปฐมกาล 49:10 ก็จะ
  ล้มเหลวไปเพราะช่วงเวลานั้นผ่านไปแล้ว และพระสัญญาก็จะไม่สามารถเป็นจริงได้

- ในดาเนียล 9:24-27 กรุงเยรูซาเล็มจะถูกสร้างใหม่เป็นเวลา 7 สัปดาห์แห่งปี (หรือ 49 ปี) หลังจากการเป็น
  เชลยในบาบิโลนจบลง และพระเมสสิยาห์จะมาปรากฏหลังจากผ่านไป 62 สัปดาห์แห่งปี (หรือ 434 ปี)
  หลังจากการสร้างกรุงเยรูซาเล็มขึ้นใหม่ คำพยากรณ์นี้เข้ากันได้กับชีวิตของพระเยซูอย่างสมบูรณ์แบบ หาก
  พระเยซูไม่ใช่พระคริสต์แล้ว พระสัญญาในดาเนียล 9:24-27 ก็จะล้มเหลวไปเพราะช่วงเวลานั้นผ่านไปแล้ว
  และพระสัญญาก็จะไม่สามารถเป็นจริงได้

- มาลาที 3:1-3 สอนว่าพระเมสสิยาห์จะมาในช่วงที่พระวิหารหลังที่สองยังคงอยู่ พระวิหารหลังที่สองนี้ถูกทำลาย
  ลงในปี ค.ศ. 70 หากพระเยซูไม่ใช่พระคริสต์ พระสัญญานี้ก็จะล้มเหลวไปเพราะช่วงเวลานั้นผ่านไปแล้ว และ
  พระสัญญาก็จะไม่สามารถเป็นจริงได้

– พระเมสสิยาห์จะต้องบังเกิดเป็นเชื้อสายของดาวิด และพระองค์จะต้องมาเกิดในช่วงที่ตระกูลของดาวิดกำลัง
  ตกต่ำเหมือนกับต้นไม้ที่โดนตัดจนเหลือแต่ราก พระธรรมอิสยาห์ 11:1 ประกาศว่า "จะมีหน่อหนึ่งแตกออก
  จากตอของเจสซี และกิ่งหนึ่งที่งอกจากรากของเขานั้นจะเกิดผล" พระเยซูมาปรากฏเป็นพระเมสสิยาห์ในช่วง
  เวลาเช่นนั้น หากพระองค์ไม่ใช่พระเมสสิยาห์พระคัมภีร์ตอนนี้ก็จะไม่สามารถสำเร็จเป็นจริงได้ เพราะว่าราก
  ของเจสซีนั้นถูก "ถอนรากถอนโคน" ในการทำลายกรุงเยรูซาเล็มปี ค.ศ. 70 ไปแล้ว หลักฐานเกี่ยวกับ
  เชื้อสายถูกทำลายและการพิสูจน์ถึงเชื้อสายของ "พระเมสสิยาห์" ก็เป็นไปไม่ได้อีกแล้ว

– ในดาเนียล 9:27 พระเมสสิยาห์จะมาเพื่อยืนยันพันธสัญญาใหม่และทำให้ระบบการถวายเครื่องเผาบูชา
  ภายใต้พันธสัญญาเดิมจบลง ระบบการถวายเครื่องเผาบูชาจบลงพร้อมกับการทำลายกรุงเยรูซาเล็มและ
  พระวิหารในปี 70 หากพระเยซูไม่ใช่พระคริสต์แล้ว การจบลงของระบบการถวายเครื่องเผาบูชาในพันธสัญญาเดิม
  ก็จะจบลงโดยปราศจากการมาของพระเมสสิยาห์

– ตามที่ผู้เผยพระวจนะอาโมสและอิสยาห์ (รวมทั้งคนอื่น ๆ) กล่าวไว้นั้น การมาของพระเมสสิยาห์จะเป็นการรวบรวม
  บรรดาประชาชาติ (อิสยาห์ 2:2—3; 11:10; 42:1-6; 49:6; 60:3; อาโมส 9:11-12; ดูเพิ่มเติมใน ปฐมกาล 17:5;
  49:10 สดุดี 2:8; 22:27, 30; เศคาริยาห์ 8:22; กิจการ 15:15-18) เป็นช่วงเวลาเกือบสองพันปี (นับตั้งแต่การตาย
  และเป็นขึ้นของพระเยซู) ชาวต่างชาติจากทุก ๆ ประชาชาติเป็นจำนวนมากได้เข้ามาประกาศว่าเป็นผู้เชื่อในพระเจ้า
  ของอิสราเอลและในพระคัมภีร์ฮีบรู สิ่งนี้ไม่เคยเกิดขึ้นมาก่อนในประวัติศาสตร์

บทที่ 6: พระบุตรมาบังเกิดเป็นมนุษย์

ส่วนที่สอง: คำพยานจากพันธสัญญาใหม่ถึงการบังเกิดเป็นมนุษย์

การมาบังเกิดของพระบุตรของพระเจ้าผ่านหญิงพรหมจารีย์นั้นเป็นหลักข้อเชื่อสำคัญในความเชื่อคริสเตียนและในพระกิตติคุณ เป็นไปไม่ได้เลยที่จะปฏิเสธหลักข้อเชื่อนี้โดยไม่ปฏิเสธคำพยานอันชัดเจนจากพระคัมภีร์และจากประวัติศาสตร์อันยาวนานของคริสตจักร หากการปฏิสนธิของพระคริสต์ไม่ได้เกิดขึ้นอย่างอัศจรรย์แล้วพระองค์ก็จะไม่ใช่พระเจ้าผู้มาบังเกิด พระกิตติคุณก็จะเป็นเรื่องโกหก และไม้กางเขนก็จะไร้อำนาจในการไถ่! ด้วยเหตุผลนี้เอง เราจึงจำเป็นต้องสนใจหลักข้อเชื่อที่เป็นรากฐานนี้อย่างมากและจะต้องยึดมั่นในความจริงนี้ด้วยสุดใจ!

ข้อความที่ว่าพระเยซูคริสต์คือ**พระเจ้าผู้มาบังเกิด**หรือ**พระเจ้าที่อยู่ในกายมนุษย์**นั้นหมายความว่าอย่างไร? เป็นสิ่งสำคัญอย่างมากที่เราต้องเข้าใจว่าพระบุตรของพระเจ้านั้นไม่ได้หยุดสภาพการเป็นพระเจ้าของพระองค์เมื่อมาบังเกิด และพระองค์ก็ไม่ได้รับเอาสภาพที่อยู่กึ่งกลางระหว่างพระเจ้ากับมนุษย์ แต่พระบุตรของพระเจ้ากลายมาเป็นในสิ่งที่พระองค์ไม่เคยเป็นมาก่อน พระองค์เสริมความเป็นมนุษย์เข้าไปในความเป็นพระเจ้าของพระองค์และได้กลายมาเป็นพระเจ้า-มนุษย์ บุคคลเดียวที่ประกอบไปด้วยธรรมชาติสองแบบที่แตกต่างกันแต่ก็แยกออกจากกันไม่ได้ คือธรรมชาติของพระเจ้าและของมนุษย์ พระองค์ไม่ได้ทอดทิ้งสภาพพระเจ้าของพระเจ้าแต่ยอมถ่อมตัวลงอยู่ใต้น้ำพระทัยของพระบิดา พระองค์ไม่ได้เพียงแค่รับสภาพภายนอกให้ดูเหมือนมนุษย์เท่านั้น แต่มาเป็นมนุษย์แท้เช่นกันกับเรา เพียงแต่ปราศจากบาป

1. ในมัทธิว 1:18-25 เราพบเรื่องราวการปฏิสนธิอย่างอัศจรรย์ของพระเยซูคริสต์เป็นครั้งแรก ความจริงที่ถูกประกาศในข้อ 20 คือ
    อะไร? และมีความสำคัญอย่างไร?

____

____

____

____

____

____

____

หมายเหตุ "ปฏิสนธิ" แปลมาจากภาษากรีกว่า เกนนาโอ **(genná ō)** ซึ่งแปลได้ว่า "การให้กำเนิด หรือ ทำให้เกิดขึ้นมา" เป็นคำทั่วไปที่ใช้เพื่อบรรยายถึงการเริ่มต้นชีวิตในครรภ์ เป็นคำพยานจากพระคัมภีร์ที่บอกว่าพระเยซูนั้นไม่มีบิดาทางกายภาย แต่ปฏิสนธิอย่างอัศจรรย์ด้วยเดชของพระวิญญาณบริสุทธิ์

2. ในลูกา 1:26-38 เราพบคำอธิบายที่ละเอียดยิ่งกว่านั้นถึงเรื่องการปฏิสนธิอย่างอัศจรรย์ของพระบุตรของพระเจ้า ให้อ่านข้อความ
    ในพระธรรมตอนนี้และตอบคำถามต่อไปนี้

a. จากข้อที่ 34 การตอบสนองของนางมารีย์ต่อการประกาศของทูตสวรรค์ว่า นางจะได้เป็นมารดาของพระเมสสิยาห์ เป็นอย่างไร? การตอบสนองของเธอช่วยยืนยันความจริงว่าการปฏิสนธิของพระคริสต์นั้นเป็นไปอย่างอัศจรรย์อย่างไร?

____

____

____

____

หมายเหตุ ความเป็นพรหมจารีย์ของนางมารีย์นั้นถูกประกาศถึงห้าครั้ง ในมัทธิว 1:23, 25; ลูกา 1:27 (สองครั้ง), 34 แม้ว่า บางคนจะปฏิเสธคำพยานของอัครทูตถึงการบังเกิดจากหญิงพรหมจารีย์ แต่ก็ปฏิเสธไม่ได้ว่า นี่เป็นสิ่งที่เหล่าอัครทูต ล้วนเป็นพยานยืนยัน คำถามของมารีย์นั้นไม่ได้เกิดมาจากความไม่เชื่อ แต่มาจากข้อเท็จจริงที่ว่าเธอเป็นหญิงพรหมจารีย์ และเธอก็สงสัยว่าเธอจะตั้งครรภ์ได้อย่างไร

b. การตอบสนองของทูตสวรรค์ในข้อที่ 35 เป็นอย่างไร และสิ่งนี้สอนเราอย่างไรเกี่ยวกับการปฏิสนธิอย่างอัศจรรย์ของพระเยซู?

____

____

____

____

หมายเหตุ คำเดียวกันนี้ คือคำว่า "ปกคลุม" [กรีกว่า: เอพิเกียโซ *(episkiázō)*] ถูกใช้กล่าวถึงเมฆสุกใสที่มาปกคลุมเปโตร ยอห์น และยากอบบนภูเขาที่พระเยซูจำแลงพระกาย (มัทธิว 17:5; มาระโก 9:7; ลูกา 9:34) คำนี้ยังย้ำเราถึงเรื่องของการ ทรงสร้างที่พระวิญญาณของพระเจ้าปกคลุมอยู่เหนือน้ำ (ปฐมกาล 1:2) ในเมื่อพระวิญญาณบริสุทธิ์เป็นผู้สำคัญในการ ทรงสร้างจักรวาล ดังนั้นการสร้างชีวิตในครรภ์ของหญิงพรหมจารีย์จึงไม่ใช่เรื่องที่เกินกำลังของพระองค์แน่นอน

c. ในข้อที่ 37 ทูตสวรรค์กาเบรียลมาประกาศเรื่องสำคัญเกี่ยวกับพระเจ้า ความจริงนี้เป็นรากฐานสำหรับความเชื่อในการ ปฏิสนธิอย่างอัศจรรย์ของพระเยซูอย่างไร?

____

____

____

หมายเหตุ เมื่อมีความเชื่อในพระเจ้าผู้ทำได้ทุกสิ่งเกิดขึ้น ก็เป็นเรื่องไม่ยากเลยในการเชื่อว่าพระคริสต์จะปฏิสนธิในครรภ์ ของหญิงพรหมจารีย์ พระเจ้าสามารถทำทุกสิ่งได้ เว้นแต่สิ่งนั้นขัดแย้งกับพระลักษณะอันบริสุทธิ์ ชอบธรรม และเปี่ยม ไปด้วยรักของพระองค์

3. ในยอห์น 1:14 เราพบหนึ่งในข้อความทรงพลังและสวยงามที่สุดเกี่ยวกับการมาบังเกิดเป็นมนุษย์ ให้ใคร่ครวญข้อความตอนนี้ จนคุ้นเคยกับความหมาย จากนั้นเขียนความคิดเห็นของคุณเกี่ยวกับข้อความต่อไปนี้ลงไป

a. *พระวาทะทรงเกิดเป็นมนุษย์และทรงอยู่ท่ามกลางเรา*

____

____

____

____

หมายเหตุ คำว่า "พระวาทะ" นั้นหมายถึงพระบุตรนิรันดร์ของพระเจ้า (ข้อ 1) กริยาที่ว่า "บังเกิด" นั้นแสดงให้เห็นถึงการเปลี่ยนแปลง พระบุตรนิรันดร์ไม่ได้อยู่ในสภาพที่มีเนื้อหนังมาตลอดแต่ได้ "บังเกิดเป็น" มนุษย์ในเนื้อหนังในตอนที่ปฏิสนธิในครรภ์ของมารีย์ ในการที่พระองค์มารับสภาพเนื้อหนังนี้พระองค์ก็ไม่ได้หยุดความเป็นพระเจ้าไว้ แต่พระองค์รับเอาความเป็นมนุษย์เข้าไปร่วมกับความเป็นพระเจ้าของพระองค์และกลายมาเป็น พระเจ้า-มนุษย์ คำว่า "ท่ามกลาง" มาจากภาษากรีกว่า สเคโนโอ *(skēnóō)* ซึ่งหมายถึงการอยู่ในพลับพลาหรือในเต็นท์ ในการมายังเกิดของพระเจ้านั้น พระองค์มา "ตั้งเต็นท์" หรือ "ตั้งพลับพลา" อยู่ท่ามกลางมนุษย์

b. *เราเห็นพระสิริของพระองค์ คือ พระสิริที่สมกับพระบุตรองค์เดียวของพระบิดา บริบูรณ์ด้วยพระคุณและความจริง*

____

____

____

____

หมายเหตุ คำว่า "พระสิริ" [ภาษากรีก: โดซา *(doxa)*] กล่าวถึงความยิ่งใหญ่อย่างพระเจ้าของพระบุตร คำว่า "องค์เดียว" [ภาษากรีก: *monogenês* โมโนเกเนส] น่าจะแปลได้ว่า "เพียงหนึ่งเดียว" การบอกว่าพระคริสต์นั้นเต็มไปด้วยพระคุณและความจริงเป็นการประกาศอย่างชัดเจนถึงความเป็นพระเจ้าของพระองค์ เพราะเป็นการบอกว่าพระเยซูมีลักษณะสองอย่างที่โดยปกติแล้วถูกกล่าวถึงว่าเป็นพระลักษณะของพระเจ้าเท่านั้น (ดู โคโลสี 2:9)

4. ในฟีลิปปี 2:6-8 อัครทูตเปาโลนำเราจากสภาพดำรงนิรันดร์ของพระบุตรในพระสิริ ผ่านการบังเกิดเป็นมนุษย์ ไปยังไม้กางเขน จากพระคัมภีร์ตอนนี้ให้เติมคำในข้อต่อไปนี้เกี่ยวกับการบังเกิดเป็นมนุษย์

a. ผู้ทรง ________________________ พระเจ้า (ข้อ 6) นี่เป็นพยานจากพระคัมภีร์ว่าพระบุตรทรงเป็นพระเจ้าทั้งก่อนและหลังจากการบังเกิดเป็นมนุษย์ของพระองค์ คำว่า "สภาพ" [ภาษากรีก: *morphê* มอร์เฟ] กล่าวถึงลักษณะภายนอก รวมทั้งลักษณะสำคัญที่อยู่เบื้องหลัง พระบุตรไม่ได้เพียง**ดูเหมือน**พระเจ้าในแง่ของภาพภายนอกเท่านั้น แต่พระองค์ทรง**เป็น**พระเจ้าแท้

b. ไม่ทรงถือว่า _____________________ กับพระเจ้าเป็นสิ่งที่จะต้องยึดไว้ (ข้อ 6) คำว่า "ความเท่าเทียม" [ภาษากรีก: *ísos* อิสอส] นั้นกล่าวถึงความเป็นพระเจ้าของพระบุตรอย่างไม่ต้องสงสัย วลี "ต้องยึดถือไว้" [ภาษากรีก: **harpagmós** ฮาร์ปากมอส] กล่าวถึงการยึดสิ่งที่มีค่าเอาไว้โดยไม่ได้รับอนุญาต ในการบังเกิดเป็นมนุษย์นั้นพระบุตรได้แสดงให้เห็นถึงความยินยอมที่จะทิ้งสิทธิพิเศษในความเป็นพระเจ้าเพื่อที่จะทำตามพระทัยของพระบิดา

c. แต่ทรง _____________________ พระองค์เอง (ข้อ 7) ในการมาบังเกิดของพระองค์ พระบุตรทิ้งพระสิริและสิทธิพิเศษในความเป็นพระเจ้าของพระองค์และมาเป็นมนุษย์ ไม่ได้หมายความว่าพระองค์กลายมาเป็นบางสิ่งที่ต่ำกว่าพระเจ้า แต่พระองค์สละพระเกียรติสิริกับสิทธิพิเศษที่เป็นของพระองค์ในฐานะที่เป็นพระเจ้า (ยอห์น 17:5)

d. *แต่ทรง _____________ พระองค์เองและทรงรับ _____________ (ข้อ 7)* คำว่า "สภาพ" [ภาษากรีก: **morphê** มอร์เฟ] กล่าวถึงสภาพภายนอกรวมทั้งเนื้อแท้ภายในด้วย พระคริสต์ไม่ได้เพียง**ดูเหมือน**ทาสในสภาพภายนอกเท่านั้น แต่พระองค์**กลายมา**เป็นทาสจริง ๆ ในทุกแง่

e. ทรง _____________ มนุษย์ และทรงปรากฏ _____________ (ข้อ 7-8) คำว่า "กำเนิดเป็น" ในที่นี้มาจากภาษากรีกว่า **homoíōma** (โฮมอยโอมา)หมายถึง "การเป็นเหมือน" หรือ "ความคล้ายคลึง" พระคริสต์เป็นมนุษย์แท้และมีลักษณะของมนุษย์แท้อยู่ คำว่า "สภาพ" ในที่นี้มาจากคำว่า **schêma** (สกีมา) หมายถึงลักษณะนิสัยหรือรูปแบบชีวิต พระคริสต์ไม่ได้เป็นเพียงมนุษย์เท่านั้นแต่พระองค์ยังปรากฏอย่างนั้นกับคนเหล่านั้นที่ได้รู้จักและได้พิจารณาถึงชีวิตพระองค์

f. *พระองค์ _____________ ทรงยอม _____________ จนถึงความมรณา กระทั้งมรณาบนไม้กางเขน (ข้อ 8)* สำหรับพระคริสต์ผู้ไม่มีบาป ความตายเป็นการกระทำที่เกิดจากความตั้งใจที่จะเชื่อฟังพระบิดา สิ่งนี้ไม่ใช่เรื่องที่พระองค์ต้องรับไว้เป็นการลงโทษ แต่เป็นภารกิจซึ่งถูกมอบหมายให้พระองค์

5. ใน 2 โครินธ์ 8:9 เราพบหนึ่งในข้อความงดงามที่สุดในพระคัมภีร์เกี่ยวกับเรื่องการบังเกิดเป็นมนุษย์ของพระบุตรของพระเจ้า ให้เขียนความคิดเห็นของคุณเกี่ยวกับเรื่องนี้

____

____

____

____

____

____

____

หมายเหตุ การที่คนมั่งมียอมกลายเป็นคนยากจนและลงไปดำเนินชีวิตกับพวกเขานั้นต่างกันกับการที่พระเจ้าแห่งจักรวาลนี้รับเอาสภาพเนื้อหนังและลงมาดำเนินชีวิตท่ามกลางมนุษย์ต่ำต้อย เราต้องจำไว้ว่า พระบุตรยอมรับสภาพยากไร้ด้วยตัวของพระองค์ เพราะทรงมีเป้าหมายเพื่อการช่วยไถ่เรา พระองค์ยอมทิ้งพระสิริแห่งสวรรค์เพื่อที่เราจะได้เข้าไปในนั้นด้วย

6. ใน 1 ทิโมธี 3:16 เราพบหนึ่งในข้อพระคัมภีร์ที่กระชับสวยงามที่สุดเกี่ยวกับการบังเกิดเป็นมนุษย์ อัครทูตเปาโลประกาศ
    เกี่ยวกับการบังเกิดเป็นมนุษย์ว่าอย่างไรในวลีแรกของข้อความนี้?

    a. *เราต้องยอมรับว่า* _______________________ *ของเรานั้นยิ่งใหญ่มาก* วลี "เราต้องยอมรับว่า" เป็นการสื่อถึงการ
        ยอมรับของทุกคนโดยไม่มีคนใดที่ไม่เห็นด้วยเลย คำว่า "ล้ำลึก" [กรีก: *mustêrion* มุสเทริออน] กล่าวถึงสิ่งที่ถูกซ่อนไว้
        หรือสิ่งที่เกินความเข้าใจ คำว่า "ความเชื่อ" ในข้อนี้มาจากคำกรีกว่า *eusébeia* (ยูเซเบอา) ซึ่งควรจะแปลเป็นคำที่มี
        ความหมายถึง การอุทิศทั้งสิ้นอย่างแท้จริงเพื่อพระเจ้า วลีนี้ควรจะแปลว่า "ผู้เชื่อทุกคนยอมรับโดยไม่มีข้อโต้แย้งว่า
        ความล้ำลึกซึ่งเป็นรากฐานและที่มาของการอุทิศทั้งสิ้นอย่างแท้จริงเพื่อพระเจ้านั้น ยิ่งใหญ่มาก"

    b. *ทรงปรากฏ* _______________________ *ทรงได้รับการ* _______________________ ความล้ำลึกที่เป็นรากฐานและ
        ที่มาของความทุ่มเทแท้จริงที่มีต่อพระเจ้านั้นอยู่ในพระบุตรของพระเจ้าและในการงานแห่งความรอดที่พระองค์ทำสำเร็จ
        "ในร่างมนุษย์" การบังเกิดเป็นมนุษย์ของพระองค์เป็นรากฐานแห่งหลักข้อเชื่อในความเชื่อคริสเตียน หากพระเยซูไม่ได้
        ปฏิสนธิโดย *เดชพระวิญญาณบริสุทธิ์* ใน *ครรภ์ของหญิงพรหมจารีย์* แล้ว พระองค์ก็ไม่ได้พระเจ้าผู้มาบังเกิดเป็นมนุษย์
        และพระกิตติคุณทั้งหมดก็จะเป็นเรื่องโกหก ไม้กางเขนจะไร้อำนาจในการช่วยกู้ การเป็นขึ้นจากตายเป็นแค่ละครตบตา
        และเราก็จะยังคงเป็นคนบาปที่ถูกแยกออกจากพระเจ้าและไร้ซึ่งความหวัง

บทที่ 7: พระบุตรดำเนินชีวิตอย่างสมบูรณ์แบบ

แค่การที่พระบุตรของพระเจ้าบังเกิดเป็นมนุษย์นั้นยังไม่พอ แต่พระองค์จำเป็นต้องดำเนินชีวิตด้วยความเชื่อฟังอย่างสมบูรณ์แบบภายใต้บทบัญญัติของพระเจ้า หากพบว่าพระองค์มีความผิดที่ล่วงละเมิดบัญญัติของพระเจ้าแม้เพียงข้อเดียวในความคิด จิตใจ คำพูด หรือการกระทำ พระองค์ก็จะไม่เหมาะสมที่จะเป็นเครื่องบูชาไถ่บาปอีกต่อไป ด้วยเหตุนี้ การกล่าวว่า หากปราศจากความเชื่อฟังอันสมบูรณ์แบบของพระคริสต์ตลอดชีวิตของพระองค์แล้ว ชีวิตในแง่อื่นรวมทั้งพระราชกิจทั้งหมดของพระองค์ก็จะไร้ความหมาย มีเพียงอาดัมที่สองผู้ซึ่งเชื่อฟังอย่างสมบูรณ์แบบเท่านั้นจะสามารถลบล้างสิ่งที่อาดัมคนแรกได้สร้างขึ้นจากความล้มเหลวของเขาได้ (โรม 5:12-19)

1. ก่อนเราจะไปต่อในเรื่องนี้ เราจะต้องพิจารณาว่าโรม 8:3 สอนอะไรเกี่ยวกับการบังเกิดเป็นมนุษย์ของพระคริสต์บ้าง?

หมายเหตุ ในการบังเกิดเป็นมนุษย์นั้น พระบุตรของพระเจ้าไม่ได้รับเอาร่างกายของมนุษย์ก่อนล้มลงในบาปมา แต่พระองค์รับเอาร่างกายที่ถึงแม้ว่าจะไม่แปดเปื้อนด้วยบาป แต่ก็พร้อมจะรับผลอันเลวร้ายทั้งหมดจากการที่มนุษย์ตกลงในบาป ในฐานะมนุษย์ พระองค์ก็ต้องอยู่ภายใต้ข้อจำกัด ความเปราะบาง ความทุกข์ และความเจ็บปวดเช่นเดียวกับมนุษย์ที่ล้มลง คงจะเป็นเรื่องน่าอาย หากพระองค์รับเอาร่างกายแบบมนุษย์ก่อนที่จะล้มลงในบาปที่ซึ่งเปี่ยมไปด้วยสง่าราศีและกำลังมา แต่อย่างไรก็ตาม พระองค์ถูกส่งมาใน "สภาพเสมือนเนื้อหนังที่บาป"

2. ตามที่ปรากฏในลูกา 1:35 พระเยซูปฏิสนธิโดยปราศจากธรรมชาติที่เลวทรามของอาดัมซึ่งนำไปสู่การล่มสลายทางศีลธรรมของมนุษยชาติทั้งหมดอย่างไร?

หมายเหตุ คำว่า "บริสุทธิ์" เป็นคำเดียวกันกับที่ใช้กับพระวิญญาณ พระองค์เป็น "ทารกบริสุทธิ์" เพราะพระองค์ปฏิสนธิผ่านทาง "พระวิญญาณบริสุทธิ์"

3. ในพระคัมภีร์นั้น ชื่อของคนแต่ละคนมีความสำคัญมาก เพราะหลายครั้ง ชื่อก็บรรยายว่าคนนั้นเป็นใครและเปิดเผยบางอย่าง เกี่ยวกับลักษณะของเขา ชื่อที่ถูกมอบให้กับพระคริสต์ในกิจการ 3:14 คืออะไร และสอนอะไรเกี่ยวกับพระลักษณะของพระองค์

    a. องค์ บ ______________________ และ ช ______________________

หมายเหตุ เปโตรกำลังอ้างอิงจากสดุดี 16:10 คำว่า "บริสุทธิ์" [กรีก: *hágios* ฮากิออส] กล่าวถึงผู้ที่ไม่แปดเปื้อนด้วยบาป ปราศจากความชั่วร้าย และบริสุทธิ์ในทางศีลธรรม ส่วนคำว่า "ชอบธรรม" [กรีก: *díkaios* ดิไคออส] หมายความถึงการ เป็นไปตามพระลักษณะและพระประสงค์ของพระเจ้า เป็นเรื่องสำคัญมากที่ฉายานี้ซึ่งเป็นฉายาเฉพาะสำหรับพระเจ้า ในพันธสัญญาเดิม (อิสยาห์ 24:16) ถูกมอบให้กับพระเยซูถึงสามครั้งในพระธรรมกิจการ (กิจการ 3:14; 7:52; 22:14)

4. พระบิดาเป็นพยานเกี่ยวกับพระเยซูในมัทธิว 3:17 ว่าอย่างไร คำพยานนี้สื่อสารอะไรกับเราเกี่ยวกับพระลักษณะและการกระทำ ของพระคริสต์?

____

____

____

____

หมายเหตุ คำประกาศนี้พบครั้งแรกในคำเผยพระวจนะเกี่ยวกับพระเมสสิยาห์ที่ปรากฏในพระธรรมอิสยาห์ 42:1 นี่เป็น การประกาศถึงการรับบัพติศมาของพระคริสต์ (มัทธิว 3:17; มาระโก 1:11; ลูกา 3:22) และการจำแลงพระกาย (มัทธิว 17:5; มาระโก 9:7) คำพยานของพระเจ้าเกี่ยวกับพระคริสต์นั้นพิสูจน์ถึงความปราศจากบาปของพระองค์ ผู้ที่บริสุทธิ์พร้อมจะชื่นชม ยินดีได้เฉพาะในผู้ที่บริสุทธิ์พร้อมเท่านั้น บาปเพียงเล็กน้อยจะทำให้รอยยิ้มของพระเจ้ากลายเป็นหน้าบูดบึ้ง

5. ตามข้อพระคัมภีร์ต่อไปนี้ พระเยซูเป็นพยานถึงพระองค์เองและความเชื่อฟังที่พระองค์มีต่อน้ำพระทัยของพระเจ้าอย่างไร?

    a. *ยอห์น 8:29*

____

____

____

หมายเหตุ ส่วนน่าอัศจรรย์ใจที่สุดเกี่ยวกับคำกล่าวอ้างเกี่ยวกับพระคริสต์คือคำกริยาวิเศษณ์ที่ว่า "เสมอ" มนุษย์ที่ล้มลงในบาป ไม่สามารถจะอ้างได้แม้แต่ช่วงเวลาสั้น ๆ ว่าตนเองนั้นเชื่อฟังอย่างสมบูรณ์ แต่พระคริสต์นั้นเชื่อฟังไม่ใช่เพียงแค่สมบูรณ์แต่ยัง เชื่อฟังเสมอ หรือ ไม่หยุดเชื่อฟัง พระองค์เชื่อฟังอย่างปราศจากที่ติตลอดชีวิตของพระองค์

b. *ยอห์น 17:4*

____

____

____

____

หมายเหตุ การกล่าวว่าตนเองสมบูรณ์แบบต่อหน้ามนุษย์นั้นเป็นเรื่องที่ต้องใช้ความกล้า แต่การทำเช่นนั้นต่อหน้าพระเจ้า เป็นอะไรที่ต่างกันอย่างมาก อย่างไรก็ดี พระเยซูสามารถยืนต่อหน้าพระบิดาและกล่าวว่าตนเองเชื่อฟังอย่างสมบูรณ์ ทั้งในใจและใจการกระทำด้วยความมั่นใจไม่สั่นคลอน บรรดาสุดยอดผู้รับใช้ของพระเจ้าก็ไม่สามารถจะกล่าวแบบที่พระเยซู กล่าวได้ ทำได้แค่เพียงแต่ยอมรับว่า "เราเป็นบ่าวที่ไม่คู่ควร (ฉบับมาตรฐานว่า เราเป็นบ่าวที่ไม่ได้มีบุญคุญต่อนาย) เราเพียงแต่ทำตามหน้าที่ ที่ควรจะทำเท่านั้น" (ลูกา 17:10)

6. ตามเรื่องราวในพระกิตติคุณ แม้แต่คนเหล่านั้นที่ต่อต้านพระคริสต์ยังต้องยอมรับในความชอบธรรมของพระองค์ พระธรรมต่อ ไปนี้สอนความจริงเรื่องใด?

___________ *มัทธิว 27:3-4*　　　　　　ก. โจรเห็นว่าพระคริสต์ไม่ได้ทำสิ่งใดผิด

___________ *มัทธิว 27:19*　　　　　　ข. ภรรยาของปีลาตเรียกพระคริสต์ว่าเป็นคนชอบธรรม

___________ *มัทธิว 27:23-24; ลูกา 23:4*　　　ค. ยูดาสตระหนักว่าพระคริสต์ทรงบริสุทธิ์ ไม่ได้ทำอะไรผิด

___________ *ลูกา 23:39-41*　　　　　　ง. นายร้อยเป็นพยานว่าพระคริสต์ปราศจากความผิด

___________ *ลูกา 23:47*　　　　　　จ. ปีลาตไม่พบความผิดในพระคริสต์

7. ในส่วนต่อจากนี้ เราจะพิจารณาถึงข้อความสำคัญบางส่วนในจดหมายฝากที่เกี่ยวข้องกับการที่พระเยซูปราศจากบาป ให้สรุป ข้อความในแต่ละตอนเป็นคำพูดของคุณเอง

a. *2 โครินธ์ 5:21*

____

____

____

____

____

b. ฮีบรู 4:15

____

____

____

หมายเหตุ พระเยซูถูกล่อลวงในทุกด้านตามที่สภาพมนุษย์ที่บกพร่องจะเป็น ในความอ่อนแอของเรา เรามักจะล้มลง
ต่อหน้าการล่อลวงเล็ก ๆ และเราก็ไม่ค่อยจะได้พบกับการล่อลวงใหญ่ ๆ มากนัก แต่พระคริสต์ทรงมีชัยชนะเหนือการ
ล่อลวงเล็ก ๆ ที่ทุกคนพบ รวมทั้งการล่อลวงใหญ่ ๆ ที่ไม่มีมนุษย์คนไหนเคยเผชิญมาก่อน

c. ฮีบรู 7:26

____

____

____

หมายเหตุ The คำว่า "บริสุทธิ์" [กรีก *hósios* เฮอะซิออส] สื่อถึงสภาวะที่คนหนึ่งๆ ไม่แปดเปื้อนด้วยบาป ไม่มีความ
ชั่วร้าย และมีศีลธรรมที่บริสุทธิ์ คำว่า "บริสุทธิ์" และ "ปราศจากอุบาย" [กรีก: *ákakos* อาคาคอส] หมายถึงคนที่บริสุทธิ์
ปราศจากความชั่วร้ายหรือความมุ่งร้าย คำว่า "ไร้มลทิน" [กรีก: *amíantos* อามิอันทอส] อาจแปลได้อีกว่า "ไม่แปดเปื้อน"
หรือ "ไม่สกปรก" วลี "แยกจากคนบาปทั้งหลาย" หมายถึงมีความแตกต่างอย่างมากระหว่างพระคริสต์และมนุษย์ เพราะ
พระองค์ปราศจากบาป

d. 1 เปโตร 1:19

____

____

____

หมายเหตุ โลหิตของพระคริสต์นั้นล้ำค่าเพราะพระองค์เป็นแกะที่ไร้ตำหนิ วลี "ไร้ตำหนิ" [กรีก: *ámōmos* อโมมอส]
แสดงให้เห็นถึงความปราศจากข้อผิดพลาด วลี "ไร้จุดด่างพร้อย" [กรีก: *áspilos* อัสพิลอส] แสดงให้เห็นถึงสิ่งที่ "ไร้มลทิน
หรือการปราศจากความเป็นโทษ" ตามธรรมบัญญัติแล้วแกะสำหรับเผาบูชานั้นต้องปราศจากตำหนิ (เลวีนิติ 22:20-25;
กันดารวิถี 6:14; 28:3, 9) ดังนั้นแล้วพระคริสต์จึงต้องปราศจากบาปทั้งปวง

e. *1 เปโตร 2:22*

____

____

____

หมายเหตุ ตอนนี้นำมาจากคำพยากรณ์เกี่ยวกับพระเมสสิยาห์ที่พบในพระธรรมอิสยาห์ 53:9 ในฉบับเซปตัวจินต์ ซึ่งเป็นการประกาศชัดเจนถึงความสมบูรณ์แบบปราศจากบาปขององค์พระเยซูคริสต์ ในพระคัมภีร์ ปากหรือคำพูดของคนหนึ่ง ๆ เป็นเครื่องชี้วัดสภาพจิตใจของเขา (อิสยาห์ 6:5; มัทธิว 15:18) คำกล่าวของพระคริสต์นั้นไม่มีคำล่อลวง เพราะใจพระองค์ปราศจากการล่อลวง ยากอบเขียนว่า "ถ้าใครไม่เคยทำผิดทางคำพูด คนนั้นก็เป็นคนดีพร้อมและสามารถบังคับทั้งตัวได้ด้วย" (ยากอบ 3:2) เหตุผลนั้นง่าย ๆ คือ พระเยซูไม่พลาดในสิ่งที่พระองค์ตรัส เพราะพระองค์สมบูรณ์แบบ

f. *1 ยอห์น 3:5*

____

____

____

หมายเหตุ พระคริสต์ทรงไม่มีบาป (2 โครินธ์ 5:21) และในพระองค์ก็ไม่มีบาป (1 ยอห์น 3:5)

บทที่ 8: พระบุตรได้แบกรับบาปของเรา

ไม้กางเขนของพระคริสต์ทำให้เรานึกถึงคำเย้ยหยันและความเจ็บปวดที่พระองค์ได้รับ การตายบนไม้กางเขนนั้นเป็นการ
ถูกเหยียดหยามและเป็นการทรมาณเลวร้ายที่สุด แต่ความเจ็บปวดทางกายภายและความอับอายถูกมนุษย์ที่โถมทับลงไปบน
พระคริสต์นั้น ไม่ใช่เรื่องสำคัญที่สุดเกี่ยวกับไม้กางเขน เราถูกช่วยให้รอด ไม่ใช่เพียงเพราะมนุษย์ได้ทุบเฆี่ยนตี และตรึงพระคริสต์
ไว้ที่ไม้กางเขน แต่เราได้รับความรอด เพราะพระองค์ได้แบกรับบาปแทนเราและถูกทำลายในการพิพากษาของพระเจ้า

พระบุตรยืนแทนที่เรา

เป้าหมายของการมาบังเกิดของพระบุตรและชีวิตที่สมบูรณ์แบบของพระองค์นั้นพบได้ในความจริงในพระคัมภีร์ ที่บอกว่า
พระองค์มาเพื่อเป็นตัวแทนประชากรของพระองค์ พระองค์มาเพื่อแบกรับบาปและยืนรับคำพิพากษาแทนพวกเขา และเพื่อรับ
ความทุกข์จากโทษทัณฑ์แห่งความตาย นี่เป็นหนึ่งในแนวคิดหลักในพระคัมภีร์และเป็นศิลามุมเอกแห่งความเชื่อคริสเตียน ด้วย
เหตุผลนี้เองการงานของพระคริสต์จึงมันจะถูกเรียกในภาษาอังกฤษว่าเป็น *vicarious* (วิคาเรียส) คำว่า "vicarious" มาจากคำภาษา
ละติน *vicarious* (วิคาริอุส) [*vicis* = การเปลี่ยนแปลง, การสลับที่] ซึ่งสื่อถึงการเข้ามาแทนที่หรือเป็นตัวแทนให้ผู้อื่น

พระคริสต์ตาย "แทน" ประชากรของพระองค์

คำบุพบทภาษากรีก *anti* (แอนทิ) ถูกใช้เกี่ยวกับการสิ้นพระชนม์ของพระคริสต์บนไม้กางเขนเพื่อประชากรของพระองค์[1]
คำบุพบทนี้แปลได้ว่า "แทน" หรือ "แทนที่"

> *"แต่เมื่อได้ยินว่าอารเคลาอัสครอบครองแคว้นยูเดีย **แทน** เฮโรดผู้เป็นพระบิดา เขาก็ไม่กล้าไป*
> *ที่นั่น และเมื่อได้รับคำเตือนในความฝัน จึงเลยไปยังแคว้นกาลิลี" (มัทธิว 2:22)*

> *"เหมือนบุตรมนุษย์ที่ไม่ได้มาเพื่อรับการปรนนิบัติ แต่มาเพื่อปรนนิบัติคนอื่น และให้ชีวิต*
> *ของท่านเป็นค่าไถ่ [**แทน**] คนจำนวนมาก" (มัทธิว 20:28)*

พระคริสต์ตาย "เพื่อ" ประชากรของพระองค์

คำบุพบทภาษากรีก *peri* (เพริ) ถูกใช้เกี่ยวกับการตายบนไม้กางเขนของพระคริสต์เพื่อประชากรของพระองค์[2] คำนำหน้านี้
มักจะถูกแปลเป็นคำว่า "เพื่อ"

> *"เพราะว่านี่เป็นโลหิตของเราอันเป็นโลหิตแห่งพันธสัญญาที่หลั่งออก**เพื่อ**ยกบาปโทษคนจำนวน*
> *มาก" (มัทธิว 26:28)*

> *"ความรักที่ข้าพเจ้าพูดถึงนี้ไม่ใช่ที่เรารักพระเจ้า แต่ที่พระองค์ทรงรักเรา และทรงใช้พระบุตร*
> *ของพระองค์มา **เพื่อ** เป็นเครื่องบูชาลบบาปของเรา" (1 ยอห์น 4:10)*

---

1   ดู มาระโก 10:45 เพื่อเป็นอีกตัวอย่างสำหรับบุพบทนี้

2   ดู 1 ยอห์น 2:2 เพื่อเป็นอีกตัวอย่างสำหรับคำบุพบทนี้

พระคริสต์ตาย "แทนที่/เพื่อ" (on behalf of) ประชากรของพระองค์

คำบุพบท *hupér* (ฮูแพร์) (หรือ *hypér* [ไฮเปอร์] ในภาษาอังกฤษ) ถูกใช้เกี่ยวกับการตายของพระคริสต์บนไม้กางเขน เพื่อประชากรของพระองค์[3] คำนำหน้านี้แปลได้ว่า "เพื่อ/แทนที่"

> *"เราเป็นผู้เลี้ยงที่ดี ผู้เลี้ยงที่ดีย่อมสละชีวิตของตน **เพื่อ** ฝูงแกะ" (ยอห์น 10:11)*

> *"และพระองค์สิ้นพระชนม์ **เพื่อ** ทุกคน เพื่อบรรดาคนที่มีชีวิตอยู่จะไม่อยู่เพื่อตัวเองอีกต่อไป แต่จะอยู่เพื่อพระองค์ที่สิ้นพระชนม์ และทรงเป็นขึ้นมา **เพราะเห็นแก่** เขาทั้งหลาย" (2 โครินธ์ 5:15)*

> *"เพราะพระคริสต์ทรงทนทุกข์ครั้งเดียวเป็นพอเพราะบาป คือพระองค์ผู้ชอบธรรม **เพื่อ** ผู้ไม่ชอบ ธรรม..." (1 เปโตร 3:18)*

พระคริสต์ตาย "เพราะเห็นแก่" ประชากรของพระองค์

คำบุพบทภาษากรีก *diá* (ดิอา) ถูกใช้เกี่ยวกับความตายของพระคริสต์บนไม้กางเขนเพื่อประชากรของพระองค์ คำบุพบทนี้ แปลได้ว่า "เพราะเห็นแก่" หรือ "เพราะ"

> *"ความรู้ของท่านจะทำให้พี่น้องที่มีความเชื่ออ่อนแอ ซึ่งพระคริสต์ทรงยอมวายพระชนม์**เพื่อเขา** ต้องพินาศไป" (1 โครินธ์ 8:11)*

> *"เพราะว่าท่านทั้งหลายรู้จักพระคุณของพระเยซูคริสต์องค์พระผู้เป็นเจ้าของเราแล้วว่า แม้ พระองค์ทรงมั่งคั่ง ก็ยังทรงยอมเป็นคนยากจน**เพราะเห็นแก่**ท่านทั้งหลาย เพื่อท่านทั้งหลาย จะได้เป็นคนมั่งคั่ง เนื่องจากความยากจนของพระองค์" (2 โครินธ์ 8:9)*

พระบุตรแบกรับบาปของเรา

ในพระคัมภีร์ เราได้เรียนรู้เกี่ยวกับ **การแพร่กระจาย** ของบาปของอาดัมไปยังมนุษย์ชาติทั้งหมด ในความชอบธรรม สมบูรณ์แบบของพระเจ้าและพระปัญญาอันเกินความเข้าใจของเรา พระองค์มองว่าบาปของอาดัมเป็นบาปของทุกคน ดังนั้นแล้ว มนุษย์ทุกคนจึงเป็นคนบาป **ในอาดัม** และถูกถือว่ามีความผิดในบาปของอาดัม ในเนื้อหาต่อจากนี้เราจะได้พิจารณามุมอื่น ๆ เกี่ยวกับ การแพร่กระจาย การเคลื่อนจากบาปของเราไปยังพระคริสต์

1. การถวายสัตวบูชาแทนที่ประชากรของพระเจ้าที่ปรากฏในพันธสัญญาเดิม เป็นเพียงเงาหรือแบบที่ชี้ไปยังพระคริสต์ และได้รับ เสร็จสิ้นสมบูรณ์ในพระคริสต์ ถึงอย่างนั้น สัตวบูชาเหล่านี้ก็เป็นภาพยอดเยี่ยมที่แสดงให้เราเห็นว่า พระคริสต์รับบาปแทน ประชากรของพระเจ้า และประทานชีวิตของพระองค์เป็นเครื่องบูชาแทนที่พวกเขาอย่างไร อ่านเลวีนิติ 16:21-22 และอธิบาย ว่าข้อความนี้เกี่ยวข้องกับการเป็นเครื่องบูชาของพระคริสต์อย่างไร

____

____

____

---

3   ดูเพิ่มเติมในมาระโก 14:24; โรม 5:6, 8; กาลาเทีย 3:13; เอเฟซัส 5:2; 1 ทิโมธี 2:6; ทิตัส 2:14 และ 1 ยอห์น 3:16 สำหรับตัวอย่างของการใช้คำบุพบทนี้

หมายเหตุ เนื่องจากเครื่องบูชาครั้งเดียวไม่อาจเป็นตัวอย่างแสดงถึงความตายของพระเมสสิยาห์ที่มาไถ่บาปซึ่งมีสองระดับได้ ดังนั้นการถวายเครื่องบูชาจึงประกอบไปด้วยแพะสองตัวที่นำมาต่อหน้าประชาชน (เลวีนิติ 16:5-10) แพะตัวแรกถูกฆ่าเพื่อเป็นเครื่องบูชาลบบาปต่อหน้าองค์พระผู้เป็นเจ้า เลือดของแพะตัวนี้จะถูกพรมลงบนพระที่นั่งกรุณาซึ่งอยู่หลังม่านในอภิสุทธิสถาน (ข้อ 9, 15, 20) เป็นภาพแสดงถึงการตายของพระคริสต์ในฐานะที่เป็นเครื่องระงับพระพิโรธ พระองค์หลั่งเลือดเพื่อตอบสนองต่อความยุติธรรมของพระเจ้า ทำให้พระพิโรธของพระองค์บรรเทาลง และนำสันติสุขมา แพะตัวที่สองถูกนำมาต่อหน้าพระเจ้าในฐานะแพะรับบาป (ข้อ 10) ปุโรหิตจะ "เอามือทั้งสองวางบนหัวแพะที่มีชีวิตนั้น สารภาพบาปต่างๆ ของคนอิสราเอล การล่วงละเมิดของพวกเขาทั้งหมด และให้บาปทั้งสิ้นของพวกเขาตกลงบนหัวแพะนั้น จากนั้นจงปล่อยมันเข้าไปในถิ่นทุรกันดารโดยมือของคนที่เลือกไว้" (ข้อ 21) แพะนี้เป็นแบบถึงพระคริสต์ผู้ "ทรงรับแบกบาปทั้งหลายของเราไว้ในพระกายของพระองค์ ที่ต้นไม้นั้น" (1 เปโตร 2:24) ทนทุกข์และตายอย่างโดดเดี่ยวที่ "นอกประตูนคร" (ฮีบรู 13:11-12) เป็นภาพอันยอดเยี่ยมถึงความตายของพระคริสต์ในฐานการไถ่ถอน พระองค์แบกบาปของเราไป ผู้เขียนสดุดีกล่าวว่า "ตะวันออกไกลจากตะวันตกเท่าใด พระองค์ทรงปลดการละเมิดไปไกลจากเราเท่านั้น" (สดุดี 103:12)

2. เครื่องบูชาในพันธสัญญาเดิมเป็นเพียงเงาหรือแบบที่ชี้ไปยังพระคริสต์ และพบความสมบูรณ์ในพระองค์ พระองค์คือผู้แบกรับบาปที่ยิ่งใหญ่ผู้ประทานชีวิตของพระองค์รับบาปแทนเรา พระคัมภีร์ต่อไปนี้สอนเราเกี่ยวกับความจริงนี้อย่างไรบ้าง

    a. *อิสยาห์ 53:6*

หมายเหตุ องค์พระผู้เป็นเจ้า [ภาษาฮีบรูว่า: **ยาห์เวห์**] วางบาปของประชากรของพระองค์ลงบนพระบุตรองค์เดียวของพระองค์ คำว่า "วาง" แสดงถึงการที่บางสิ่งตกลงบนบางสิ่งหรือการตี บาปของประชากรของพระเจ้าตกลงที่พระคริสต์พร้อมกับความโหดร้ายรุนแรงที่โถมเข้ามา เป็นเหมือนกับการโจมตีจากกองทัพใหญ่และเหมือนกับพายุที่พัดโหมไม่หยุด (ดู อิสยาห์ 53:11-12)

    b. *2 โครินธ์ 5:21*

หมายเหตุ พระคริสต์ถูกทำให้มีบาปแบบเดียวกับที่ผู้เชื่อถูกทำให้เป็น "ผู้ชอบธรรมของพระเจ้า" วินาทีที่คน ๆ หนึ่ง เชื่อในพระเยซู เขาก็ได้รับการยกโทษบาปของเขา และความชอบธรรมของพระคริสต์ก็ถูกวางลงแทนที่เขา พระเจ้าประกาศ ออกมาอย่างถูกต้องตามบัญญัติว่า ผู้เชื่อนั้นเป็นผู้ชอบธรรมและทำกับเขาเหมือนเช่นนั้น ในตอนที่พระคริสต์ถูกตรึงไว้ บนกางเขน พระองค์ไม่ได้ล้มลงหรือกลายเป็นคนที่ไม่ชอบธรรมโดยตรง ทว่าพระเจ้าวางบาปของเราเอาไว้บนพระองค์ และ ประกาศว่าพระองค์มีความผิด แล้วกับทำกับพระองค์ในฐานะผู้ที่มีความผิด

c. *ฮีบรู 9:27-28*

หมายเหตุ เป้าหมายของการมาบังเกิดและการตายของพระคริสต์ก็คือพระองค์จะได้รับบาปแทนประชากรของพระองค์ คำว่า "แบก" มาจากภาษากรีกว่า **anaphérō** (อนาเฟโร) ซึ่งแปลได้ตรงตัวว่า "การยกขึ้น"

d. *1 เปโตร 2:24*

หมายเหตุ "แบก" มาจากภาษากรีกว่า ซึ่งแปลได้ตรงตัวว่า "การยกขึ้น" ไม้กางเขนนั้นเป็นเครื่องมือทรมานสุดโหดร้าย ที่เคยถูกสร้างขึ้นมาเพื่อลดทอนความเป็นมนุษย์ลง ทว่าสิ่งนี้กลับเป็นแท่นบูชาที่พระบุตรของพระเจ้าใช้ในการถวายพระองค์ เองเป็นเครื่องบูชา เป้าหมายของการตายของพระคริสต์บนไม้กางเขนนั้น ไม่ใช้เพื่อให้เราได้กลับไปมีความสัมพันธ์ ที่ถูกต้องกับพระเจ้าเท่านั้น แต่ยังทำให้ฤทธิ์อำนาจของพระเจ้าช่วยให้เราตายในบาปและมีชีวิตอันชอบธรรมได้ เปโตร อ้างอิงจาก อิสยาห์ 53:5 โดยไม่ได้หมายถึงการรักษาฝ่ายร่างกายเท่านั้นแต่เป็นการรักษาจากบาปและผลของบาป

3. เพื่อจะสรุปเนื้อหาในส่วนนี้ เราจะพิจารณา ยอห์น 3:14-15 ซึ่งเป็นเนื้อความที่สำคัญอย่างมาก พระธรรมตอนนี้สอนเราอย่างไร
เกี่ยวกับการที่พระคริสต์แบกบาปของประชากรของพระองค์

____

____

____

____

____

____

หมายเหตุ เราจำเป็นต้องเข้าใจคำกล่าวของพระเยซูผ่านบริบทของพระธรรมกันดารวิถี 21:5-9 เนื่องจากการกบฏต่อพระเจ้า
ของอิสราเอลที่เกิดขึ้นเกือบจะตลอดเวลา และการที่พวกเขาปฏิเสธการจัดเตรียมอันเปี่ยมพระคุณของพระองค์ พระเจ้าจึงส่ง
"งูพิษ" มาท่ามกลางประชากร และหลายคนก็ล้มตายไป อย่างไรก็ตาม จากการที่ประชากรได้กลับใจและการวิงวอนของโมเสส
พระเจ้าก็จัดเตรียมการช่วยกู้ให้กับพวกเขาอีกครั้งหนึ่ง พระองค์สั่งโมเสสให้ "สร้างงูทองสัมฤทธิ์ตัวหนึ่งแล้วติดเอาไว้บนเสา"
และสัญญาว่าใครก็ตามที่ถูกกัด ถ้าหากมองดูที่งูทองสัมฤทธิ์นี้แล้ว ก็จะมีชีวิตรอด เรื่องเล่านี้แสดงภาพอันทรงพลังถึงไม้กางเขน
ชาวอิสราเอลกำลังตายจากพิษของงู มนุษย์ก็ตายจากพิษของบาปของตน โมเสสถูกสั่งให้ตั้งเหตุแห่งความตายเอาไว้สูงบนเสา
พระเจ้าก็ตั้งเหตุแห่งความตายของพวกเราเอาไว้บนพระบุตรของพระองค์และแขวนพระองค์ไว้บนกางเขน พระองค์ได้มา
"ในสภาพเสมือนเนื้อหนังที่บาป" (โรม 8:3) และถูกทำให้มี "บาป เพราะเห็นแก่เรา" (2 โครินธ์ 5:21) ชาวอิสราเอลที่เชื่อพระเจ้า
และมองที่งูทองสัมฤทธิ์นั้นก็จะมีชีวิตรอด มนุษย์ที่เชื่อในคำพยานของพระเจ้าว่าด้วยพระบุตรของพระองค์และมองดูที่พระบุตรนั้น
ด้วยความเชื่อ ก็จะได้รับการช่วยให้รอด (1 ยอห์น 5:10-11)

บทที่ 9: พระบุตรรับคำแช่งสาปเพื่อเรา

ในบทก่อนหน้านี้เราได้ศึกษาว่าพระคริสต์ถูก "ทำให้มีบาป" เพื่อเราทั้งหลาย ในบทนี้ เราจะพิจารณาถึงหลักข้อเชื่อที่อันล้ำลึกเช่นเดียวกันอีกข้อหนึ่ง คือการที่พระคริสต์ถูกแช่งสาปเพื่อเรา พระคัมภีร์สอนเอาไว้อย่างชัดเจนว่า ทุกคนที่ทำบาปก็อยู่ใต้คำแช่งสาปของธรรมบัญญัติ และเพื่อจะช่วยไถ่เรา พระบุตรของพระเจ้าจึงมาเป็นมนุษย์ รับความผิดของเรา และรับคำแช่งสาปแทนเราทั้งหลาย

1. กาลาเทีย 3:10 สอนเราอย่างไรเกี่ยวกับสถานะของมนุษย์ที่เปี่ยมด้วยบาปและตกต่ำต่อหน้าพระเจ้า?

____

____

____

____

____

หมายเหตุ วลี "ทุกคนที่ไม่ได้ประพฤติตามข้อความทุกข้อที่เขียนไว้ในหนังสือธรรมบัญญัติก็ถูกสาปแช่ง" เป็นการกล่าวถึงคนเหล่านั้นที่พึ่งพาศีลธรรมของตน ความชอบธรรมของตน และการเชื่อฟังในธรรมบัญญัติที่มาจากตนเองเพื่อให้เป็นที่ยอมรับต่อหน้าพระเจ้า พระคัมภีร์ประกาศว่า คนเช่นนั้นอยู่ใต้คำสาปแช่งเพราะว่าธรรมบัญญัตินั้นเรียกร้องการเชื่อฟังที่สมบูรณ์แบบและต่อเนื่องซึ่งไม่มีมนุษย์คนไหนเคยทำสำเร็จ คำว่า "คำสาปแช่ง" มาจากภาษากรีกว่า *katára* (คาทารา) ซึ่งอาจแปลได้อีกว่า "คำสาป" "ความเกลียดชัง" หรือ "การประณาม" เป็นคำแสดงถึงการปฏิเสธบางสิ่งหรือบางคนด้วยความรังเกียจหรือเกลียดชังอย่างรุนแรง จากมุมมองของสวรรค์แล้ว คนเหล่านั้นที่ฝ่าฝืนพระบัญญัติของพระเจ้าก็เป็นคนชั่วร้ายและสมควรจะถูกเกลียดชัง ถูกต้องแล้วที่พวกเขาจะถูกพิพากษาลงโทษจากพระเจ้าและต้องพบกับความพินาศนิรันดร์ แม้ว่าคำนี้อาจจะฟังดูรุนแรงสำหรับโลก หรือแม้กระทั่งสำหรับคริสเตียนบางคนก็ตามทว่า คำนี้ก็เป็นคำที่ถูกใช้ในพระคัมภีร์และจำเป็นจะต้องถูกกล่าวถึง หากเราเห็นแก่เรื่องของมารยาทและปฏิเสธที่จะอธิบายยกตัวอย่างบรรดาความจริงอันรุนแรงในพระคัมภีร์นี้ พระเจ้าก็จะไม่ถูกมองว่าเป็นพระเจ้าผู้บริสุทธิ์ มนุษย์จะไม่เข้าใจถึงสถานการณ์อันเลวร้ายของพวกเขา และค่าไถ่ที่พระคริสต์จ่ายด้วยความตายของพระองค์ก็จะไม่เป็นที่ชื่นชม เราจำเป็นจะต้องเข้าใจว่า การตกอยู่ใต้คำสาปแช่งของพระเจ้าเป็นอย่างไรเสียก่อน เพื่อที่จะเข้าใจได้ว่าการที่พระคริสต์ "ถูกสาปแช่งเพื่อเรา" เป็นอย่างไร และเราจะไม่มีทางเข้าใจความน่ากลัวและความงามของสิ่งที่เกิดขึ้นบนไม้กางเขนเลย!

2. จากกาลาเทีย 3:13 พระคริสต์ทำสิ่งใดเพื่อไถ่เราออกจากคำสาปแช่ง?

____

____

____

____

____

หมายเหตุ "ไถ่" มาจากคำกรีกว่า *exagorázō* (เอ็กซาคอโกราโซ) ซึ่งแปลได้ว่า "การซื้อหรือจ่ายเพื่อให้ได้บางสิ่งหรือบางคนมาจากอำนาจของผู้อื่น" ซึ่งมักจะถูกใช้เกี่ยวข้องกับการซื้ออิสรภาพให้กับคนที่เป็นหนี้หรือทาส เพื่อจะทำสิ่งนี้แทนประชากรของพระองค์ พระคริสต์จึงได้รับเอาบาปของเราทั้งหลายไว้บนพระองค์และกลายเป็นเป้าแห่งการลงโทษของพระเจ้า พระองค์ถูกกล่าวหาว่ามีบาปอย่างรุนแรงและต้องรู้สึกถึงความไม่พอใจของพระเจ้าผู้บริสุทธิ์ที่มีต่อบาป พระองค์รับการลงพิพากษาอันรุนแรงที่สุดของพระเจ้าเพื่อเห็นแก่เรา

3. คำสาปของพระเจ้านั้นเป็นสิ่งตรงกันข้ามกับพระพรของพระองค์ ในคำเทศนาบนภูเขา เรื่องของผู้เป็นสุขในมัทธิว 5:3-12 เราพบคำบรรยายจำนวนมากว่า ผู้เป็นสุขต่อหน้าพระเจ้านั้น จริง ๆ แล้วเป็นอย่างไร เมื่อพิจารณาถึงพระพรเหล่านี้แล้ว คิดถึงสิ่งที่อยู่ตรงข้าม เราก็พอจะเรียนรู้ได้ว่า การที่พระคริสต์ถูกแช่งสาปแทนเรานั้นเป็นอย่างไร

    a. ผู้ที่เป็นสุขได้รับ ___________________ (ข้อ 3) แต่ผู้ถูกแช่งสาปไม่สามารถเข้าไปได้

    b. ผู้เป็นสุขได้รับการ ___________________ จากพระเจ้า (ข้อ 4) แต่ผู้ถูกแช่งสาปนั้นจะถูกพระองค์พิพากษา

    c. ผู้เป็นสุขได้รับ ___________________ (ข้อ 5) แต่ผู้ถูกแช่งสาปจะไม่ได้รับมรดกนี้

    d. ผู้เป็นสุขนั้นพระเจ้าจะ ___________________ (ข้อ 6) แต่ผู้ถูกแช่งสาปจะยากไร้และน่าอนาถ

    e. ผู้เป็นสุขจะได้รับ ___________________ (ข้อ 7) แต่ผู้ถูกแช่งสาปจะถูกกล่าวโทษโดยปราศจากความเห็นใจ

    f. ผู้เป็นสุขจะได้เห็น ___________________ (ข้อ 8) แต่ผู้ถูกแช่งสาปจะถูกตัดออกจากการทรงสถิตของพระองค์

    g. ผู้เป็นสุขจะถูกเรียกว่าเป็น ___________________ (ข้อ 9) แต่ผู้ถูกแช่งสาปจะถูกดูถูกเหยียดหยาม

หมายเหตุ บนไม้กางเขนนั้น พระคริสต์แบกบาปของประชาชนของพระองค์และทนรับการลงโทษอย่างเต็มขนาดจากคำแช่งสาปของพระเจ้า พระองค์ถูกตัดขาดจากพระเจ้า (มัทธิว 27:46) และต้องดื่มจากถ้วยแห่งพระพิโรธของพระเจ้าแทนประชากรของพระองค์ (มัทธิว 26:39, 42; สดุดี 75:8; เยเรมีย์ 25:15-16) พระองค์แบกความเจ็บไข้ของเราไปและถูกเฆี่ยนตี ถูกกล่าวหา ถูกทุบทำลายโดยพระเจ้าและต้องทรมาน (อิสยาห์ 53:4) เพื่อเราทั้งหลายแล้ว องค์พระผู้เป็นเจ้ายินดีจะทำลายพระองค์ ทำให้พระองค์ต้องเศร้าโศก (อิสยาห์ 53:10)

4. ในกันดารวิถี 6:24-26 เราได้พบหนึ่งในพระสัญญางดงามที่สุดเกี่ยวกับพระพรซึ่งพระเจ้าได้เคยมอบให้กับมนุษย์ไว้ อย่างไรก็ตาม พระพรนี้นำเราไปพบกับปัญหาใหญ่ทางศาสนศาสตร์ว่า พระเจ้าผู้ชอบธรรมจะให้พระพรแบบนี้กับประชากรที่เต็มไปด้วยบาปโดยไม่ทำให้ความชอบธรรมพระองค์ถูกอะลุ่มอล่วยไปด้วยได้อย่างไร? คำตอบนั้นพบได้บนไม้กางเขนของพระคริสต์! คนบาปสามารถได้รับพระพรได้เพราะพระคริสต์ทรงถูกแช่งสาปแทนพวกเขา! พระพรใดก็ตามจากพระเจ้าที่เคยถูกประทานมาให้มนุษย์หรือที่จะประทานมาให้นั้น เป็นไปได้เพราะพระคริสต์ถูกแช่งสาปแทนเราที่บนไม้กางเขน เมื่อเรามองดูพระพรแต่ละประการในกันดารวิถี 6:24-26 แล้ว ให้คิดถึงสิ่งตรงข้ามเราก็จะได้เรียนรู้ว่าการที่พระคริสต์ถูกแช่งสาปแทนเรานั้นหมายถึงอย่างไร

a. *ขอพระยาห์เวห์ทรง* _____________ *และ* _____________ *(ข้อ 24)* ข้อนี้เป็นไปได้เพราะพระบิดาทำให้พระคริสต์ถูกแช่ง
สาปและต้องพบกับความพินาศ

b. *ขอพระยาห์เวห์ทรง* _____________________ *และทรง* _____________ *(ข้อ 25)* ข้อนี้เป็นไปได้เพราะ
พระบิดานำเอาแสงแห่งการทรงสถิตของพระองค์ไปจากพระคริสต์และกล่าวโทษพระองค์ด้วยความยุติธรรมอันสมบูรณ์ได้
ปราศจากความเมตตา

c. ขอพระยาห์เวห์เงยพระพักตร์ของพระองค์ต่อท่าน และประทานสวัสดิภาพแก่ท่าน' (ข้อ 26) ข้อนี้เป็นไปได้เพราะพระบิดา
หันพระพักตร์ของพระองค์ไปจากพระคริสต์ และเทพระพิโรธลงบนพระองค์ ผู้เขียนสดุดีบรรยายถึง "ผู้เป็นสุข" ว่าเป็นคน
เหล่านั้นที่ปลาบปลื้มยินดีต่อหน้าพระเจ้า (สดุดี 21:6) คนที่รู้จักการโห่ร้องอย่างชื่นบาน และเดินในแสงสว่างแห่งพระพักตร์
ของพระองค์ (สดุดี 89:15) พระคริสต์ถูกทำให้เศร้าหมองด้วยการปราศจากการทรงสถิตของพระบิดาเพื่อเรา พระองค์ได้
เข้าใจถึงความน่ากลัวของเสียงแตรแห่งการพิพากษาในตอนที่พระองค์ถูกแขวนไว้ในความมืดแห่งความไม่พอพระทัยอัน
เกินจะรับได้ของพระเจ้า เพราะการเลือกอันเลวร้ายของอาดัม สิ่งทรงสร้างทั้งปวงจึงคร่ำครวญอยู่ใต้คำแช่งสาป ถูกทำให้
เป็นทาสของความเสื่อมสลายและความอนิจจัง (โรม 8:20-22) เพื่อจะปลดปล่อยสิ่งทรงสร้าง พระคริสต์ (อาดัมคนสุดท้าย)
จึงรับเอาบาปของประชากรทั้งหลายไว้ที่พระองค์และคร่ำครวญอยู่ใต้แอกอันน่าพรั่นพรึง เรามีสันติกับพระเจ้า (โรม 5:1)
ได้เพราะพระคริสต์ทนทุกข์และรับพระพิโรธอย่างเต็มขนาดที่พระเจ้ามีต่อบาปที่บนไม้กางเขน

5. ในสดุดี 32:1-2 (ดู โรม 4:7-8 ประกอบด้วย) ดาวิดบรรยายถึงผู้ที่ได้รับพระพรจากพระเจ้าจริง ๆ ว่าอย่างไร? พระพรเช่นนั้น
เป็นไปได้อย่างไร?

a. *บุคคลผู้ซึ่ง* _____________________ *ก็เป็นสุข คือผู้ซึ่ง* _____________________ *(ข้อ 1)* พระเจ้าผู้ชอบธรรม
และบริสุทธิ์จะกลบเกลื่อนบาปของคนบาปแล้วยังเป็นพระเจ้าที่ยุติธรรมได้อย่างไร? สิ่งนี้เป็นไปได้เพราะพระคริสต์
แบกบาปของเราและยืนอยู่ต่อหน้าพระเจ้าพร้อมทั้งสิ่งต่าง ๆ บนสวรรค์ พระองค์ถูกประกาศต่อหน้ามนุษย์ ทูตสวรรค์ และ
มาร การล่วงละเมิดที่พระองค์แบกรับไว้นั้นไม่ได้รับการอภัย และบาปที่พระองค์รับไว้ก็ไม่ได้รับการกลบเกลื่อน

b. *บุคคลซึ่งพระยาห์เวห์* _____________ *ก็เป็นสุข คือผู้ที่* _____________ *จิตใจของเขา (ข้อ 2)* สิ่งนี้
เป็นไปได้เพราะบนไม้กางเขนนั้นบาปของเราถูกวางเอาไว้บนพระคริสต์ หากมนุษย์ถูกนับว่าเป็นสุขเพราะพระเจ้าไม่ถือ
โทษเขาแล้ว พระคริสต์ก็คือคนที่ถูกแช่งสาปจนเกินจะวัดได้ เพราะโทษทั้งหมดของเราตกอยู่กับพระองค์ (อิสยาห์ 53:6)

6. ในเฉลยธรรมบัญญัติ 27 และ 28 พระเจ้าแบ่งชนชาติอิสราเอลเป็นสองกลุ่ม พระองค์วางกลุ่มหนึ่งไว้บนภูเขาเกริซิม และ อีก
กลุ่มไว้บนภูเขาเอบาล คนที่อยู่บนเขาเกริซิมถูกสั่งให้ประกาศถึงพระพรที่จะมาถึงคนเหล่านั้นที่เชื่อฟังองค์พระผู้เป็นเจ้าของ
พวกเขา (เฉลยธรรมบัญญัติ 28:1-14) ส่วนผู้ที่อยู่บนภูเขาเอบาลถูกสั่งให้ประกาศถึงคำแช่งสาปอันน่ากลัวจากการพิพากษา
ของพระเจ้าที่จะตกมายังผู้ซึ่งไม่เชื่อฟังพระองค์ (เฉลยธรรมบัญญัติ 28:15-68)

a. *ตามที่พระคัมภีร์สอนเกี่ยวกับบาปของเรา ภูเขาใดจากทั้งสองลูกมีความเกี่ยวข้องกับเรามากกว่ากัน? จากสิ่งที่เรากระทำ*
นั้นเราควรจะได้รับพระพรหรือคำแช่งสาป? โปรดอธิบาย

____

____

____

b. ในเฉลยธรรมบัญญัติ 29:20-21 พระเจ้าสรุปคำกล่าวเกี่ยวกับการพิพากษาที่ประกาศบนภูเขาเอบาลอีกครั้ง จากข้อความในตอนนี้ พระเจ้าประกาศว่าอย่างไรต่อคนที่ไม่ทำตามบัญญัติของพระองค์และละเมิดพันธสัญญากับพระองค์?

c. การทนทุกข์และความตายของพระคริสต์บนไม้กางเขนช่วยเราจากการพิพากษาเช่นนั้นอย่างไร?

หมายเหตุ ที่ไม้กางเขน พระเมสสิยาห์ถูก "แยกออก" ไว้สำหรับความทุกข์ยาก และ "คำสาปแช่งที่ถูกเขียนไว้" ในหนังสือธรรมบัญญัติก็ตกลงเหนือพระองค์ แม้พระคริสต์จะมีสิทธิอย่างชอบธรรมต่อคำอวยพรทุกประการบนภูเขาเกริซิม แต่พระบิดาของพระองค์ก็ลงโทษพระองค์จากบนภูเขาเอบาลและแขวนพระองค์ไว้บนไม้กางเขน พระองค์ถูกแช่งสาปเหมือนกับคนที่สร้างรูปเคารพอย่างลับ ๆ พระองค์ถูกแช่งสาปเหมือนกับคนที่ไม่ให้เกียรติบิดามารดา เหมือนกับคนที่ย้ายหลักเขตของเพื่อนบ้าน เหมือนกับคนที่นำคนตาบอดให้หลงทางไป พระองค์ถูกแช่งสาปเหมือนกับคนที่ทำให้ความยุติธรรมต่อคนต่างชาติ ลูกกำพร้า และหญิงม่ายบิดเบี้ยวไป พระองค์ถูกแช่งสาปเหมือนกับคนที่ทำผิดศีลธรรมและวิปริตในทุก ๆ ด้าน เหมือนกับคนที่ทำร้ายเพื่อนบ้านอย่างลับ ๆ หรือรับเงินสินบนเพื่อทำร้ายผู้บริสุทธิ์ พระองค์ถูกแช่งสาปเหมือนกับคนที่ไม่ยืนยันถ้อยคำแห่งพระบัญญัติด้วยการไม่ทำตาม (เฉลยธรรมบัญญัติ 27:15-29) สุภาษิต 26:2 ประกาศว่า "คำแช่งสาปอย่างไม่สมควรย่อมไม่เกิดผลฉันนั้น" แต่ถึงอย่างนั้น คำแช่งสาปอันไม่สมควรก็เกิดผลต่อพระคริสต์ผู้ไม่มีบาป เพราะพระองค์รับบาปของประชากรของพระองค์ต่อหน้าการพิพากษาของพระเจ้า

บทที่ 10: พระบุตรทนทุกข์รับพระพิโรธของพระเจ้า

ในสองบทก่อนหน้านี้ เราได้พบว่า พระคริสต์ได้รับแบกบาปและคำแช่งสาปของเราต่อหน้าพระเจ้า ขณะที่พระองค์ถูกแขวนไว้บนไม้กางเขน ในบทนี้เราจะเรียนรู้ว่าพระคริสต์แบกรับบาปของเรา เพื่อที่พระองค์จะได้รับพระพิโรธของพระเจ้าเนื่องด้วยบาปนั้น ด้วยการทำเช่นนี้ พระองค์ก็จะทำให้ข้อเรียกร้องขอความยุติธรรมของพระเจ้าสำเร็จ และทำให้พระเจ้าสามารถเป็นทั้งพระเจ้าที่ชอบธรรมและทำให้คนบาปชอบธรรมได้พร้อม ๆ กัน (โรม 3:25-26)

พระคริสต์ถูกพระเจ้าทอดทิ้ง

หนึ่งในแง่มุมของพระพิโรธของพระเจ้าที่พระคริสต์ต้องทนทุกข์คือ การถูกทอดทิ้งหรือการต้องเหินห่างจากพระบิดา พระเจ้านั้นสมบูรณ์แบบทางศีลธรรมและแยกออกจากความชั่วทั้งปวง เป็นไปไม่ได้เลยที่พระองค์จะมีความชื่นชมยินดีในบาปหรือมีสามัคคีธรรมกับคนเหล่านั้นที่ทำในสิ่งซึ่งไม่ชอบธรรม เนื่องด้วยเหตุนี้เอง บาปของประชากรของพระเจ้าจึงเป็นเหมือนกับกำแพงใหญ่ที่กั้นขวางทำให้การสามัคคีธรรมระหว่างพวกเขากับพระเจ้านั้นเป็นไปไม่ได้ เพื่อจัดการกับการแยกออกอย่างยิ่งใหญ่ระหว่างพระเจ้ากับประชากรของพระองค์นี้ พระคริสต์จึงมายืนแทนที่เรา รับโทษบาปของเรา และถูกทอดทิ้งโดยพระเจ้าจนกว่าโทษของบาปของเราทั้งหลายจะถูกชำระอย่างครบบริบูรณ์

1. พระคัมภีร์ประกาศเกี่ยวกับพระเจ้าอย่างไรในฮาบากุก 1:13?

    a. *พระเนตรของพระองค์______________เกินกว่าจะ______________*

    b. *จะทรง______________ก็ไม่ได้*

2. ตามอิสยาห์ 59:2 บาปส่งผลอย่างไรต่อความสัมพันธ์ระหว่างพระเจ้ากับมนุษย์? พระเจ้าสามารถมีสามัคคีธรรมกับคนอธรรมได้หรือไม่?

    ____

    ____

    ____

    ____

    ____

หมายเหตุ การที่มนุษย์ตกต่ำลงในบาปและความน่าเศร้าอย่างต่อเนื่องนี้ ไม่ใช่เป็นผลจากความบกพร่องของพระเจ้า แต่เป็นบาปของมนุษย์เองที่สร้างหลุมใหญ่กั้นระหว่างเขากับพระเจ้าไว้ เป็นบาปนั้นเองที่สร้างกำแพงอันไม่สามารถทำลายลงได้ ผู้ร้ายตัวจริงที่ทำให้มนุษย์อยู่ในสภาพน่าสังเวชก็คือมนุษย์เอง เพราะเขาเป็นศัตรูกับพระเจ้าและกบฏต่อบทบัญญัติของพระเจ้า

3. เอเฟซัส 2:12 บรรยายถึงคนบาปไว้ว่าอย่างไร?

    a. *เป็นคน*_______________________ *พระคริสต์ จากคำกรีกว่า* **chōris** *(โคริส) ซึ่งหมายถึงการแยกออกหรือการเป็นเอกเทศ คนบาปนั้นดำเนินชีวิตโดยแยกออกหรือเป็นเอกเทศจากพระผู้ประทางชีวิต ความชื่นชมยินดี และสันติสุขทั้งปวง*

    b. *ถูก*_______________________ *พลเมืองอิสราเอล จากคำกรีกว่า* **apallotrióō** *(อะพัลโลทริโอ) ซึ่งหมายถึง "การทำให้เป็นคนต่างด้าว หรือคนแปลกหน้า" คนบาปนั้นเป็นคนแปลกหน้าจากประชากรของพระเจ้า*

    c. *เป็น*_______________________ *เรื่องพันธสัญญาทั้งหลายที่ทรงสัญญาไว้ จากคำกรีกว่า* **xénos** *(ซีนอส) ซึ่งหมายถึงการเป็นคนต่างด้าวหรือเป็นคนต่างชาติ คนบาปนั้นเป็นคนแปลกหน้าสำหรับพระสัญญาทั้งปวงของพระเจ้า*

    d. *อยู่ในโลกนี้*_______________________ *และ*___________ *พระเจ้า นี่น่าจะเป็นผลลัพธ์ที่น่ากลัวที่สุดจากบาปของมนุษย์*

4. บาปของประชากรของพระเจ้านั้นเป็นเหมือนกับกำแพงสูงที่ทำลายลงไม่ได้ จนทำให้การสามัคคีธรรมกับพระเจ้านั้นเป็นเรื่องเป็นไปไม่ได้ เพื่อเชื่อมการแยกออกระหว่างพระเจ้ากับประชากรของพระองค์นี้ พระคริสต์จึงได้มายืนแทนที่เรา รับบาปแทนเรา และถูกทอดทิ้งจากพระเจ้า พระองค์ทนทุกข์จากการกลายเป็นคนแปลกหน้าต่อพระเจ้า ถูกตัดออกจากการทรงสถิตและความชื่นชมยินดีต่อพระองค์ จนกว่าโทษของบาปจะถูกจ่ายจนหมด ความจริงนี้ถูกอธิบายอย่างไรในมัทธิว 27:45-46?

    ____

    ____

    ____

    ____

    ____

หมายเหตุ คำที่พระเยซูร้องออกมาบนไม้กางเขนที่ถูกบันทึกเอาไว้ในตอนนี้ทั้งในภาษาฮีบรูและอาราเมค คำว่า เอลี เป็นภาษาฮีบรู ส่วนคำที่เหลือนั้นเป็นภาษาอาราเมค ส่วนในมาระโกนั้น บันทึกคำคร่ำครวญนี้ทั้งตอนเป็นภาษาอาราเมค (มาระโก 15:34) คำว่า "ทอดทิ้ง" มาจากภาษากรีกว่า **egkataleípō** (เอ็กคาทาเลโพ) ซึ่งหมายถึง การทิ้งไว้ การละทิ้ง หรือปล่อยไว้ให้พบกับความเคร่งเครียด

5. ในมัทธิว 27:46 พระเยซูอ้างอิงจากถ้อยคำของดาวิดในสดุดี 22:1-18 อ่านข้อความทั้งหมดตอนนี้และตอบคำถามต่อไปนี้

    a. *คำคร่ำครวญของพระคริสต์ในข้อ 1-2 นั้นว่าอย่างไร และมีความหมายว่าอย่างไร?*

    ____

    ____

    ____

    ____

    ____

หมายเหตุ คำว่า "ทอดทิ้ง" นั้นมาจากภาษาฮีบรูว่า *azab* (อาสาบ) ซึ่งหมายถึง "การทอดทิ้ง การละทิ้ง การทิ้งไว้" ในช่วงเวลาที่พบกับการทดลอง ดาวิดรู้สึกถึงเสี้ยวหนึ่งการขาดหายไปของการทรงสถิตของพระเจ้า ทว่ามีเพียงพระคริสต์เท่านั้นที่มีประสบการณ์กับการถูกทอดทิ้งอย่างสมบูรณ์ คำว่า "คำคร่ำครวญ" มาจากภาษาฮีบรูว่า *shehagah* (เชอะฮากาห์) ซึ่งหมายความตามตัวอักษรว่า "การคำราม" เหมือนกับสิงโต เสียงร้องคร่ำครวญด้วยความปวดร้าวจากไม้กางเขนของพระคริสต์นั้นดังออกมาเหมือนกับเสียงคำรามอันน่าหวาดหวั่น การแสวงหาของพระองค์ไม่หยุดยั้ง เสียงร้องของพระองค์ไม่หยุดหย่อน ความปวดร้าวของพระองค์เกินจะวัดได้ ทว่าฟ้าสวรรค์ก็เป็นเหมือนกับทองสัมฤทธิ์ ไม่มีการตอบสนองใด ๆ จากพระเจ้า มีเพียงความเงียบและการขาดหายไปของการทรงสถิตอันน่าชื่นใจของพระเจ้า เราถูกแยกออกจากพระเจ้าเพราะบาปของเรา และเพื่อจะทำให้การแยกออกนี้จบลงพร้อมกับนำเรากลับไปต่อหน้าการทรงสถิตอันชื่นใจของพระเจ้า ก็จำเป็นที่พระคริสต์จะต้องทนทุกข์ในการทอดทิ้งอันโหดร้ายของพระเจ้าที่เราควรจะได้รับ

b. *จากถ้อยคำของพระคริสต์ในข้อ 3 และ 6 ทำไมพระเจ้าจึงทอดทิ้งและหันไปจากพระองค์?*

(1) พระองค์ทรงเป็น___________(ข้อ 3)

หมายเหตุ ท่ามกลางความทุกข์เกินจะวัดได้ พระคริสต์ยังประกาศด้วยความมั่นใจไม่สั่นคลอนถึงความบริสุทธิ์ของพระเจ้า ยังมีเหตุผลที่ชอบธรรมและถูกต้องในการที่พระเจ้าทอดทิ้งพระองค์ เพราะพระคริสต์ได้กลายมาเป็นผู้แบกรับบาปของมนุษย์ และเป็นเป้าแห่งพระพิโรธอันบริสุทธิ์ของพระเจ้า

(2) ข้าพระองค์เป็นดุจ___________ มิใช่_________(ข้อ 6)

หมายเหตุ แม้พระองค์จะเป็นมนุษย์สมบูรณ์แบบ แต่พระองค์ก็ถูกทำให้มีบาป (2 โครินธ์ 5:21) และรับคำแช่งสาป (กาลาเทีย 3:13) แม้พระองค์จะเป็นแกะที่ไม่มีตำหนิ (1 เปโตร 1:19) พระองค์ก็ต้องกลายมาเป็นงูและถูกยกขึ้นในถิ่นทุรกันดาร (ยอห์น 3:14) เป็นตัวหนอน ไม่ใช่มนุษย์ แม้ว่าพระพรทั้งหลายแห่งภูเขาเกริซิมควรจะถูกเทลงมาเหนือพระองค์ ทว่าการพิพากษาแห่งภูเขาเอบาลกลับเป็นสิ่งที่ถูกเทลงเหนือศีรษะของพระองค์

พระคริสต์ทนทุกข์ในพระพิโรธของพระเจ้า

การที่พระคริสต์ทนทุกข์ในพระพิโรธของพระเจ้านั้นมีความหมายมากไปกว่าแค่การทอดทิ้ง (หรือการปราศจากการทรงสถิตอันน่าชื่นใจของพระเจ้า) แต่ยังหมายถึงการที่ถูกคทาแห่งความยุติธรรมของพระเจ้าฟาดด้วย ธรรมบัญญัติของพระเจ้าถูกละเมิด การลงโทษของพระเจ้าจำเป็นจะต้องเกิดขึ้นตามขนาดของความผิดที่เกิดขึ้น ความยุติธรรมจะต้องเกิดขึ้น ตราชั่งต้องถูกทำให้เท่ากัน บนไม้กางเขน พระคริสต์แบกบาปของประชากรของพระองค์ ถูกทอดทิ้งโดยพระเจ้า และทนทุกข์ในการพิพากษาและพระพิโรธของพระเจ้าอย่างเต็มขนาด

1. สดุดี 7:11-13 สอนเราอย่างไรเกี่ยวกับความจริงเรื่องพระพิโรธของพระเจ้าต่อคนบาป

____

____

____

หมายเหตุ คำว่า "ลงโทษ" ในที่นี้มาจากคำกริยาภาษาฮีบรู zaám (ศาอาม) ซึ่งหมายถึง "การแสดงความขุ่นเคือง การประณาม หรือโกรธต่อสิ่งที่เกลียดชัง" ด้วยความที่พระเจ้าทรงบริสุทธิ์และชอบธรรม พระองค์จะต้องเกลียดชังและมาพร้อมกับพระพิโรธ ต่อทุกสิ่งที่ขัดกับธรรมชาติและพระประสงค์ของพระองค์ ความขุ่นเคืองของพระเจ้าเป็นส่วนหนึ่งของพระลักษณะของพระองค์ มากพอ ๆ กับความรักหรือพระเมตตาของพระองค์ หากใครสักคนยังคงต่อต้านพระเจ้าและพระประสงค์ของพระองค์ พระพิโรธ อันชอบธรรมของพระองค์ก็จะเป็นสิ่งที่แน่นอนสำหรับเขา การอ้างอิงถึงคันธนูที่โค้งงอและดาบที่แหลมคมแสดงถึงความพร้อม ของพระเจ้าในการพิพากษา การเตรียมการเกิดขึ้นเรียบร้อยแล้ว นั่นคือดาบของพระองค์ถูกลับให้คม คันธนูของพระองค์ถูกขึ้ง แล้ว และลูกศรเพลิงของพระองค์ก็ถูกจุดแล้ว จอมทัพของกองทัพแห่งสวรรค์เตรียมพร้อมในการทำสงครามศักดิ์สิทธิ์แล้ว มีเพียงความอดกลั้นของพระเจ้าเท่านั้นที่ทำให้พระพิโรธของพระองค์ยังไม่ปรากฏต่อโลก

2. ในสดุดี 7:11-13 ผู้เขียนสดุดีทำให้เรามั่นใจว่า พระพิโรธของพระเจ้านั้นเป็นความจริงในพระคัมภีร์ เขาใช้คำเปรียบเทียบ เช่นธนูในสงครามและดาบที่ถูกลับไว้ เพื่อสื่อสารถึงความรุนแรงของสิ่งนี้ เมื่อไหร่ก็ตามที่ความยุติธรรมและความบริสุทธิ์ ของพระเจ้านั้นมาเผชิญหน้ากับความชั่วร้ายของมนุษย์ ผลลัพธ์ก็คือความขุ่นเคืองและพระพิโรธของพระเจ้า เพื่อที่จะช่วยเรา จากดาบแห่งการพิพากษาของพระเจ้านี้ จำเป็นที่พระบุตรของพระเจ้าเองจะต้องรับดาบแทนเรา พระเจ้าสั่งให้ดาบของพระองค์ ทำอะไรในเศคาริยาห์ 13:7? สั่งให้ไปทำกับใคร? สิ่งนี้บอกเราอย่างไรเกี่ยวกับการทนทุกข์ของพระคริสต์บนไม้กางเขน?

หมายเหตุ ดาบเป็นคำอ้างอิงหมายถึงการพิพากษาของพระเจ้า เช่นในสดุดี 7:11-13 วลี "ผู้เลี้ยงแกะของเรา" หมายถึง พระเมสสิยาห์ พระองค์เป็นผู้เลี้ยงแกะที่ดี (ยอห์น 10:11, 14) ตรงข้ามกับผู้เลี้ยงแกะผู้ไร้ค่าในเศคาริยาห์ 11:15-17 วลี "ผู้ที่สนิทกับเรา" แปลมาจากคำในภาษาฮีบรูว่า amith (อามิทธ์) ซึ่งหมายถึงเพื่อน เพื่อนบ้าน หรือ "คนที่ใกล้ชิด" ซึ่งเมื่อ ใช้กับพระคริสต์แล้ว คำนี้ก็มีความหมายพิเศษ พระองค์เป็นพระบุตรของพระบิดา เป็นคนใกล้ชิด เป็นเพื่อนสนิท พระองค์และ พระบิดาเป็นหนึ่งเดียวกัน (ยอห์น 10:30) การตายของพระบุตรนั้นเป็นการกระทำตามพระประสงค์อันครอบครองอยู่ของพระเจ้า พระบิดาเป็นผู้ที่เรียกดาบของพระองค์ลงมาเหนือพระบุตร มัทธิวอ้างอิงเนื้อหาตอนนี้ในบทที่ 26:31 โดยพูดถึงการตายของ พระคริสต์และการกระจัดกระจายไปของเหล่าสาวก

3. ในอิสยาห์ 53 เราเห็นภาพอันโหดร้ายที่บรรยายถึงความทุกข์ของพระคริสต์ภายใต้พระพิโรธของพระเจ้าเพื่อบาปของประชากรของพระองค์ จากพระคัมภีร์ต่อไปนี้ พระคริสต์ทรงเป็นอย่างไร

    a. ถูก_______________________________ โดยพระเจ้า (ข้อ 4) จากคำฮีบรูว่า *naga* (นากา) ซึ่งหมายถึง "การตี การฟาด การทำให้ล้มลง" พระเจ้าเรียกดาบแห่งความยุติธรรมมาเพื่อฟาดองค์ผู้เป็นตัวแทนของเรา

    b. ถูกโ_______________________________ โดยพระเจ้า (ข้อ 4) จากภาษาฮีบรูว่า *nakah* (นาคาห์) ซึ่งแปลว่า "การตี การทำให้บาดเจ็บ หรือการฆ่า" คนเหล่านั้นที่มองดูพระคริสต์ตายก็เข้าใจถูกแล้วว่าพระองค์ถูกพระเจ้าโบยตี แต่พวกเขาเข้าใจผิดที่คิดไปว่า สิ่งนี้เกิดเพราะบาปของพระองค์เอง

    c. ถูกพระเจ้าทำให้ข่มใจ (ข้อ 4) จากคำฮีบรูว่า *anah* (อานาห์) ซึ่งแปลว่า "การทำให้ทนทุกข์ การข่มเหง การทำให้มีปัญหา" พระเจ้าทำให้พระคริสต์ทนทุกข์ด้วยพระพิโรธที่ควรจะตกแก่เรา จนกว่าผลของบาปนั้นจะถูกจ่ายอย่างเต็มจำนวน

    d. ถูก_______________________________ เพราะความทรยศของเรา (ข้อ 5) จากคำภาษาฮีบรูว่า *chalal* (ชาลาล) ซึ่งหมายถึงการแทง ข้อนี้สำเร็จตามตัวอักษรในตอนที่ตะปูและหอกแทงใส่พระคริสต์ในการตรึง และคำนี้ก็สำเร็จในเชิงเปรียบเทียบ เมื่อการไร้การทรงสถิตของพระบิดาและพระพิโรธที่เทลงมาของพระองค์ได้ทิ่มแทงพระคริสต์

    e. _______________________________ เพราะความบาปผิดของเรา (ข้อ 5) คำภาษาฮีบรูว่า *daka* (ดาคา) ซึ่งหมายถึง "การแตกออก การเป็นแผล การถูกทำลาย" ศิลาถูกแยกออกเป็นสองในตอนที่พระคริสต์สิ้นพระชนม์ (มัทธิว 27:51) เป็นแค่ภาพนำเสนอเบา ๆ ถึงพระพิโรธของพระเจ้าที่ทุบทำลายลงไปยังพระคริสต์บนไม้กางเขน

    f. _______________________________ นั้นทำให้พวกเรามีสวัสดิภาพ (ข้อ 5) จากภาษาฮีบรูว่า *muwcar* (มูโวคาร์) ซึ่งอาจหมายถึงการลงโทษ การสั่งสอน การตำหนิ การแก้ไข การลงโทษที่พระคริสต์ได้รับบนไม้กางเขนนั้นไม่ใช่การสั่งสอนหรือการตำหนิ หรือการแก้ไขที่พระบิดาทำต่อพระบุตร แต่เป็นการลงโทษของผู้พิพากษาที่ทำต่ออาชญากร

    g. _______________________________ ก็ทำให้เราได้รับการรักษา (ข้อ 5) จากภาษาฮีบรูว่า *chabbuwrah* (ชาบบูราห์) ซึ่งสามารถแปลได้ว่า "การทำให้ยับ ทำให้เป็นแผล หรือทำให้ฟกช้ำ" พระคริสต์ยืนแทนที่เราและถูกเฆี่ยนด้วยพระพิโรธของพระเจ้าที่เราควรจะได้รับ

4. คำอธิษฐานของพระคริสต์ที่สวนเกทเสมนีก่อนที่พระองค์จะถูกจับไปและถูกตรึงไม้กางเขนนั้นเกี่ยวกับของเราทั้งหลายในพระกิตติคุณ เป็นไปได้ว่า ไม่มีสถานการณ์ใดในชีวิตของพระคริสต์ที่แสดงให้เห็นถึงความทุกข์ใจหนักหนาภายใต้พระพิโรธของพระเจ้าเท่ากับไม้กางเขนที่กำลังรอพระองค์อยู่ เหตุการณ์ที่บันทึกในลูกา 22:41-44 นั้นสื่อสารกับเราอย่างไรเกี่ยวกับความทุกข์ที่รอพระคริสต์อยู่ที่ไม้กางเขน

____

____

____

____

____

หมายเหตุ ความทุกข์ที่ไม่อาจบรรยายได้ซึ่งรอพระคริสต์อยู่ที่ไม้กางเขนนั้น อาจสามารถจะพออนุมานได้จากการสังเกต ต่อไปนี้ (1) พระคริสต์ขอให้ถ้วยนี้เลื่อนไปจากพระองค์เสีย (2) ทูตสวรรค์มาเสริมกำลังพระองค์ในการเตรียมตัวไปยังไม้กางเขน (3) ความจริงที่ว่าพระคริสต์ปล้ำสู้ด้วยความร้อนใจและเป็นทุกข์ (คำว่า "เป็นทุกข์" นี้มาจากภาษากรีกว่า *agōnía* (อโกนิอา) ซึ่งหลายครั้งใช้เพื่อบรรยายถึงยิมนาสติกหรือมวยปล้ำ อาจแปลได้อีกแบบว่า "ความปวดร้าว") และ (4) ความจริงที่ว่าพระคริสต์ มีเหงื่อเหมือนกับโลหิตออกมา ศัพท์ทางการแพทย์เรียกประเด็นสุดท้ายนี้ว่า *hermatidrosis* (เฮอร์มาทิโดรสิส) จะเกิดขึ้นเมื่อ เลือดเข้าไปมีส่วนในเหงื่อเนื่องจากความปวดร้ายทางจิตใจหรือความเจ็บปวดทางกายอย่างรุนแรง

5. ถ้วยที่พระคริสต์อธิษฐานถึงสามครั้งด้วยความทุกข์ใจเพื่อขอให้เลื่อนไปโดยไม่ต้องดื่มนั้น บรรจุสิ่งเลวร้ายใดเอาไว้ภายใน? ไม่ใช่ แค่ความโหดร้ายที่จะถูกถาโถมลงบนพระองค์ด้วยมือของมนุษย์เท่านั้น แต่เป็นพระพิโรธของพระเจ้า! พระคัมภีร์ตอนต่อไปนี้ แสดงถึงพระพิโรธของพระเจ้าที่ถูกเทออกมาจากถ้วย ซึ่งแสดงให้เห็นว่า พระพิโรธนี้เองคือสิ่งที่พระคริสต์ดื่มบนไม้กางเขน สรุปพระคัมภีร์ตอนต่อไปนี้ด้วยถ้อยคำของคุณเอง

   a.   *สดุดี 11:5-6*

หมายเหตุ เช่นเดียวกับที่พระพรเป็นถ้วยหรือส่วนของคนชอบธรรม (สดุดี 23:5) พระพิโรธก็เป็นถ้วยหรือส่วนที่ถูกเตรียม ไว้สำหรับคนชั่ว เป็นถ้วยที่น่ากลัวซึ่งบรรจุพิษร้ายเอาไว้ บนไม้กางเขน พระบุตรของพระเจ้ารับถ้วยซึ่งเป็นของประชากร ของพระเจ้ามาและดื่มจนหมดทั้งตะกอน

   b.   *สดุดี 75:8*

หมายเหตุ พระเจ้าเป็นผู้ตั้งและเตรียมพระพิโรธเอาไว้สำหรับคนชั่ว คำว่า "ตะกอน" มาจากภาษาฮีบรูว่า shemer (เชอเมอร์) ซึ่งหมายถึงตะกอนที่อยู่ก้นขวดไวน์ ทุกหยดจะถูกดื่มลงไปโดยคนชั่ว จนกระทั่งพวกเขาเต็มไปด้วยตะกอนขม ที่ก้นขวด บนไม้บนกางเขน พระบุตรของพระเจ้ายืนในที่ของประชากรของพระองค์ รับเอาถ้วยแห่งพระพิโรธมาจากพระหัตถ์ ของพระเจ้า และดื่มทุกหยดในนั้นลงไป ถ้วยที่บรรจุพระพิโรธของพระเจ้าซึ่งเตรียมไว้สำหรับบาปถูกเทลงเหนือพระองค์ จนหมด

6. เมื่อได้พิจารณาถึงความน่ากลัวของพระพิโรธที่พระคริสต์ต้องทนทุกข์บนไม้กางเขน เราก็จะต้องเน้นย้ำอีกครั้งว่า ความทุกข์เหล่านี้เป็นไปตามน้ำพระทัยของพระเจ้าเพื่อความรอดที่พระองค์เตรียมไว้ให้กับประชากรของพระองค์ พระธรรมอิสยาห์ 53:10 สอนเราอย่างไรเกี่ยวกับความจริงนี้?

____

____

____

____

____

____

หมายเหตุ "องค์พระผู้เป็นเจ้า" เป็นคำที่แปลมาจากภาษาฮีบรูว่า ยาห์เวห์ (หรือ เยโฮวา) เป็นคำที่อ้างถึงพระเจ้าเอง จากกิจการ 2:23 พระคริสต์ถูกมอบไว้ "ตามที่พระเจ้าทรงดำริแน่นอนและทรงทราบล่วงหน้า" วลี "ประสงค์ของพระยาห์เวห์" ส่วนหนึ่งแปลมาจากภาษาฮีบรูว่า *chaphets* (ชาฟีทส์) ซึ่งหมายถึง "การชื่นชม การพอใจ หรือความต้องการ" พระบิดาไม่ได้มีความสุขแบบคนโรคจิตที่ได้จากการทำร้ายพระบุตรของพระองค์เองภายใต้พระพิโรธอันเต็มขนาดของพระองค์ แต่ด้วยการทนทุกข์และความตายของพระคริสต์ พระประสงค์ของพระเจ้าก็สำเร็จ หนทางแห่งความรอดก็เปิดขึ้นต่อหน้าประชากรของพระองค์ ดังนั้นจึงทำให้พระองค์พอพระทัย คำว่า "บอบช้ำ" มาจากภาษาฮีบรูว่า *daka* (ดากา) ซึ่งหมายถึง "การทำลาย การทุบ การทำให้แตกเป็นชิ้น ๆ" พระคริสต์ถูกทำลายโดยพระบิดาและทำให้ทุกข์ใจเพื่อที่ประชากรของพระองค์จะได้รับความรอดจากการทนทุกข์และความตายของพระองค์นี้

บทที่ 11: พระบุตรทรงสิ้นพระชนม์

ความทุกข์อย่างเหลือเชื่อที่พระคริสต์ต้องพบบนไม้กางเขนนั้น ยังไม่พอที่จะจ่ายให้กับบาปของเรา ค่าจ้างของบาปคือความตาย ดังนั้นแล้วจึงจำเป็นที่พระคริสต์จะต้องตายด้วย

เราทั้งหลายสมควรแก่ความตาย

ตั้งแต่ความตายถูกกล่าวถึงครั้งแรกในพระคัมภีร์ ความตายก็ถูกมองว่าเป็นผลจากการพิพากษาของพระเจ้าต่อบาปของมนุษย์ (ปฐมกาล 2:17) ทุกหลุมฝังศพแสดงให้เห็นถึงการพิพากษาของพระเจ้าต่อเชื้อสายที่ตกต่ำไปของเรา นี่ไม่ได้หมายความว่าการที่ ใครบางคนตายเร็วกว่าคนอื่นนั้น เป็นเพราะเขาทำบาปมากกว่าคนอื่น ทารกบางคนเสียชีวิตตั้งแต่อยู่ในครรภ์ของมารดาโดยที่ยัง ไม่ทันได้ทำบาปเลยแม้แต่ครั้งเดียว และบางคนใช้ชีวิตกบฏต่อพระเจ้าหลายสิบปี แต่สิ่งนี้เพียงหมายความว่า เราคนเป็นส่วนหนึ่ง ในเผ่าพันธ์อันตกต่ำของเรานี้ และความตายเป็นหนึ่งในการปรากฏตัวของการพิพากษาที่พระเจ้าทำกับเราทั้งหลาย

1. จากในโรม 5:12 ความตายเข้ามาในโลกที่พระเจ้าสร้างได้อย่างไร?

____

____

____

____

____

หมายเหตุ "คนเดียว" ในที่นี้หมายถึงอาดัม ในตอนนี้ พระคัมภีร์เป็นพยานชัดว่า ความตายไม่ใช่ปรากฏการณ์ธรรมชาติแต่เป็น ผลมาจากการพิพากษาของพระเจ้าต่อบาป สิ่งนี้เข้ามาในโลกผ่านทางบาปของอาดัมและถูกส่งต่อมายังลูกหลานทุก ๆ คน ของอาดัมเนื่องด้วยบาป (ดูข้อ 15 และ 17 เพิ่มเติม)

2. เราต้องเข้าใจว่า ความตายไม่ได้เป็นเพียงผลลัพธ์จากบาป โดยที่ไม่เกี่ยวข้องเลยกับพระเจ้า ตามที่ปรากฏในพระคัมภีร์นั้น ความตายของแต่ละคนเป็นไปตามพระประสงค์ของพระเจ้า พระองค์ไม่ได้เพียงกำหนดวันเวลาไว้สำหรับความตายของทุก ๆ คน แต่พระองค์เองจะทำให้สำเร็จตามนั้นด้วย พระธรรมเฉลยธรรมบัญญัติ 32:39, 1 ซามูเอล 2:6 และ ฮีบรู 9:27 สอนเราเกี่ยวกับ ความจริงนี้อย่างไร?

____

____

____

____

____

3. ตลอดพระคัมภีร์นั้น ความตายถูกมองว่าเป็นผลลัพธ์จากบาปของมนุษย์ ไม่ว่านี่จะเป็นบาปที่ได้รับจากอาดัมหรือความ
   ไม่ชอบธรรมที่แต่ละคนทำเอง แต่หลักการนั้นก็เหมือนกันคือ: ทุกคนต้องตายเพราะทุกคนมีบาป พระคัมภีร์ต่อไปนี้สอนเรา
   อย่างไรเกี่ยวกับความจริงนี้?

   a. _เอเสเคียล 18:4, 20_

   ____

   ____

   ____

   ____

   ____

   b. _โรม 6:23_

   ____

   ____

   ____

   ____

4. ในอิสยาห์ 64:6 ความสัมพันธ์ระหว่างความตายและบาปของมนุษย์ถูกวาดภาพให้เห็นด้วยบทกวี เมื่ออ่านข้อความตอนนี้
   จนคุ้นเคยแล้วให้ตอบคำถามว่า ความเสื่อมทรามทางศีลธรรมของมนุษย์ถูกบรรยายเอาไว้อย่างไร และผลลัพธ์ที่ไม่อาจ
   หลีกเลี่ยงได้ของความเสื่อมทรามทางศีลธรรมและการแสวงหาบาปเรื่อย ๆ ของมนุษย์คืออะไร?

   ____

   ____

   ____

   ____

   ____

ความจำเป็นที่พระคริสต์ต้องตาย

เราได้ละเมิดธรรมบัญญัติของพระเจ้าและสมควรจะต้องตายและลงนรก การยกโทษให้เรานั้นเป็นเรื่องที่เป็นไปไม่ได้เลย จนกว่าจะมีการจ่ายผลจากบาปของเรา และข้อเรียกร้องอันชอบธรรมตามธรรมบัญญัติของพระเจ้าจะถูกทำให้สำเร็จ นี่เป็นหัวใจของพระกิตติคุณของพระเยซูคริสต์ พระองค์แบกบาปของเราไปและตายแทนเรา ทนทุกข์ในการลงโทษที่เป็นข้อเรียกร้องของพระเจ้าผู้บริสุทธิ์กับธรรมบัญญัติที่ชอบธรรมของพระองค์

1. บนไม้กางเขนนั้น พระคริสต์ได้แบกรับบาปของเราและทนทุกข์ใต้พระพิโรธของพระเจ้าในฐานะตัวแทนของเรา ความตายของพระองค์ทำให้ข้อเรียกร้องของธรรมบัญญัติที่เราละเมิดนั้นถูกทำให้สำเร็จครบถ้วน และทำให้การอภัยโทษแก่เราเป็นไปได้ ข้อสรุปจากพระคัมภีร์ต่อไปนี้จะช่วยให้เราเข้าใจความจริงนี้

    a. เราทุกคนทำ _________________ (โรม 3:23) แต่พระเจ้าทรงวาง _________________ ของเรา

       ทั้งหมดไว้บนพระคริสต์ (อิสยาห์ 53:6)

    b. เราทั้งหลายถูก _________________ เพราะบาปของเรา (กาลาเทีย 3:10) แต่พระคริสต์ไถ่เราจากสิ่งนั้น

       ด้วยการโดยการถูก _________________ เพื่อเรา (กาลาเทีย 3:13)

    c. บาปชั่วของเราได้ทำให้เกิด _________________ ระหว่างพระเจ้ากับเรา (อิสยาห์ 59:2) แต่บนไม้กางเขน

       พระคริสต์ทรงถูก _________________ แทนเรา (มัทธิว 27:46)

    d. เราควรจะได้รับโทษจากพระพิโรธของพระเจ้าผู้บริสุทธ์ แต่บนไม้กางเขนพระคริสต์ถูก _________________

       เพราะความ _________ ของเรา และ _________ เพราะความ _________ ของเรา (อิสยาห์ 53:5)

    e. ค่าจ้างของบาปคือ _________ (โรม 6:23) แต่บนไม้กางเขนนั้นพระคริสต์ได้ _________ เพื่อบาป

       ของเรา พระองค์ผู้ทรง _________ เพื่อผู้ที่ไม่ _________ เพื่อจะได้ทรงนำเราทั้งหลาย

       ไปถึงพระเจ้า (1 เปโตร 3:18)

2. ใน 1 โครินธ์ 15:1-4 เราพบคำจำกัดความของพระกิตติคุณที่ครบสมบูรณ์และกระชับที่สุดในพระคัมภีร์ จากข้อความตอนนี้ สามส่วนหลักของพระกิตติคุณในพระคัมภีร์คืออะไร?

    a. *พระคริสต์ได้ทรง _________ เพราะบาปของเราทั้งหลาย ตามที่เขียนไว้ในพระคัมภีร์ (ข้อ 3)* ในที่นี้ เราเห็นว่าพระคริสต์จำเป็นต้องทนทุกข์จากพระพิโรธของพระเจ้าบนไม้กางเขน และต้องตายบนไม้กางเขนเพื่อบาปของเราด้วย

    b. *พระคริสต์ทรงถูก _________ (ข้อ 4)* เราจะพลาดมากหากเห็นว่า ข้อนี้เป็นแค่การเชื่อมความระหว่างการตายและการเป็นขึ้นของพระคริสต์ การถูกฝังของพระคริสต์นั้นถูกกล่าวถึงเพื่อเน้นย้ำความจริงถึงการตายของพระองค์ พระองค์ถูกฝังจริง ๆ เพราะพระองค์ทรงสิ้นพระชนม์จริง ๆ

    c. *วันที่สามพระองค์ทรง _________ ตามที่มีเขียนไว้ในพระคัมภีร์นั้น (ข้อ 4)* การเป็นขึ้นจากตายของพระเยซูคริสต์ไม่ควรจะถูกนำไปแปะไว้ตอนท้ายสุดของการนำเสนอพระกิตติคุณ เหมือนกับว่าเป็นแค่เรื่องที่เกิดขึ้น

หลังจากนั้นหรือเป็นสิ่งที่ไม่สำคัญ ในพระธรรมกิจการ การประกาศถึงการเป็นขึ้นจากตายของพระคริสต์นั้นเป็นสิ่งที่ได้รับความสำคัญอย่างมาก!

3. ผู้เขียนพระกิตติคุณทั้งสี่เล่มนั้นบรรยายถึงความตายของพระเยซูอย่างระมัดระวัง แม้ว่าคำบรรยายของพวกเขาจะกระชับแต่ก็ชัดเจน ให้เราอ่านเรื่องนี้จากพระธรรมต่อไปนี้: มัทธิว 27:50; มาระโก 15:37; ลูกา 23:46; ยอห์น 19:30 แนวคิดหลักใดที่ถูกนำเสนอผ่านตอนเหล่านี้

____

____

____

____

หมายเหตุ เรื่องราวในพระกิตติคุณนั้นสื่อสารสองประการ: (1) ความจริงเรื่องการตายของพระคริสต์ ค่าจ้างของบาปคือความตายและพระคริสต์จ่ายค่าจ้างนี้แทนประชากรของพระองค์ด้วยการตายแทนพวกเขา และ (2) พระคริสต์ทรงมีอำนาจเหนือความตาย พระองค์ยอมและมอบจิตวิญญาณของพระองค์ (มัทธิว 27:50; ยอห์น 19:30); พระองค์ยอมมอบจิตวิญญาณของพระองค์ไว้ในพระหัตถ์ของพระบิดา (ลูกา 23:46) พระคริสต์ไม่ได้ตายอย่างไม่เต็มใจเหมือนบรรดามรณะสักขี แต่พระองค์เต็มใจมอบชีวิตของพระองค์เป็นเครื่องบูชาลบมลทินบาปแทนที่ประชากรของพระองค์

4. ข้อพระคัมภีร์ต่อไปนี้เป็นส่วนหนึ่งของพระคัมภีร์ตอนสำคัญเกี่ยวกับการตายของพระคริสต์ และความสำคัญของเรื่องนี้ต่อประชากรของพระองค์ โปรดสรุปความหมายของแต่ละตอนด้วยคำพูดของคุณเอง

  a. *โรม 5:6*

____

____

____

____

  b. *โรม 5:8*

____

____

____

____

c. โรม *5:10*

____

____

____

____

5. จาก 2 โครินธ์ 5:14-15 เราในฐานะผู้เชื่อควรตอบสนองต่อการที่พระคริสต์ได้ตายแทนที่เราอย่างไร?

____

____

____

____

6. เราจะสรุปบทเรียนนี้ด้วยมุมมองของสวรรค์และความเป็นนิรันดร์ จากวิวรณ์ 5:8-10 บทเพลงยิ่งใหญ่ของทูตสวรรค์และคนที่ได้รับความรอดตลอดทุกยุคจะเป็นอย่างไร?

____

____

____

____

บทที่ 12: พระคริสต์ เครื่องบูชาลบบาปของเรา

คำว่า "propitiation" (โพรพิทิเอชั่น) (ภาษาไทยแปลเป็นเครื่องบูชาลบบาป) มาจากคำกริยาภาษาละตินว่า *propiciare* (โพรพิซิอาเร) ซึ่งหมายถึง "การประนีประนอม การทำให้สงบลง หรือทำให้ถูกใจ" ส่วนคำนี้ในภาษาอังกฤษแปลมาจากคำกรีกว่า *hilasmós* (ฮิลาสมอส) ซึ่งหมายถึงเครื่องบูชาที่เติมเต็มหรือชดใช้ตามข้อเรียกร้องเรื่องความยุติธรรมของพระเจ้า และทำให้พระพิโรธ ของพระเจ้าสงบลง เพื่อจะเข้าใจความหมายและความสำคัญของเครื่องบูชาลบบาปทั้งหมด เราจะพิจารณาถึงความจริงหลัก บางส่วนที่เราได้ศึกษาไปในเนื้อหาก่อนหน้านี้

ในพระคัมภีร์ เรื่องน่ากระอักกระอ่วนใจที่สุดซึ่งเป็นประเด็นให้เราคือ พระเจ้านั้นชอบธรรม ดังนั้นแล้ว พระองค์จะต้องปฏิบัติ ตามกฎแห่งความยุติธรรมอย่างเคร่งครัด ด้วยการละเว้นผู้บริสุทธิ์และลงโทษผู้ทำผิด หากพระองค์ยกโทษให้ผู้ทำผิด ไม่ลงโทษ พวกเขาที่ละเมิดต่อธรรมบัญญัติรวมทั้งการไม่เชื่อฟังทั้งหมด พระองค์ก็จะไม่ใช่ผู้ยุติธรรม แต่ทว่า หากพระองค์กระทำตาม ความยุติธรรมต่อมนุษย์ทั้งหมดและให้ในสิ่งที่แต่ละคนควรจะได้รับ มวลมนุษย์ก็จะพินาศ นี่นำเรามายังหนึ่งในคำถามที่ยิ่งใหญ่ที่สุด ในพระคัมภีร์ "พระเจ้าผู้ชอบธรรมจะสำแดงพระเมตตาต่อคนเหล่านั้นที่ควรได้รับโทษอย่างไร?" หรือ อย่างที่เรายกมาจากคำของ อัครทูตเปาโลในโรม 3:26 "พระองค์ผู้ชอบธรรม จะเป็นผู้ทำให้คนบาปเป็นผู้ชอบธรรมด้วยได้อย่างไร?"

คำตอบสำหรับคำถามเหล่านี้พบได้ในคำว่า "เครื่องบูชาลบบาป" ซึ่งเกี่ยวข้องกับพระกิตติคุณของพระเยซูคริสต์ พระเจ้า องค์เดียวกันนี้ที่ประณามคนบาปด้วยความชอบธรรมกลับกลายมาเป็นมนุษย์และสิ้นพระชนม์แทนคนอธรรม พระเจ้าไม่ทรง เพิกเฉย ละทิ้ง หรือบิดเบือนข้อเรียกร้องของความยุติธรรมของพระองค์ เพื่อจะทำให้คนบาปกลายเป็นคนชอบธรรม แต่พระองค์ ทรงตอบสนองต่อข้อเรียกร้องแห่งความยุติธรรมของพระเจ้าที่มีต่อพวกเขา และทรงระงับพระพิโรธของพระองค์ผ่านการทนทุกข์ และการสิ้นพระชนม์ของพระบุตรของพระองค์ พระคริสต์ทรงเป็นเครื่องบูชาลบบาปของเรา การเสียสละของพระองค์ทำให้ เป็นไปได้ที่พระเจ้าผู้บริสุทธิ์และชอบธรรมจะเมตตาเราและให้อภัยความผิดของเรา

การชดใช้/เติมเต็มในทางอาญา

เมื่อไหร่ก็ตามที่มีการพูดถึงการที่พระคริสต์ได้เติมเต็มหรือชดใช้ตามข้อเรียกร้องแห่งความยุติธรรมของพระเจ้า ก็เป็นเรื่อง จำเป็นที่เราจะเข้าใจว่า สิ่งนี้หมายความว่าอย่างไร โดยปกติแล้วมีการเติมเต็มอยู่สองรูปแบบคือ: การเติมเต็ม*ทางแพ่ง* และ *ทางอาญา*

> **การชดใช้/เติมเต็มทางแพ่ง:** หนี้ทางแพ่งจะถูกชดใช้ก็ต่อเมื่อเงินจำนวนเดียวกันถูกจ่าย หนี้ 50 เหรียญจะไม่ถูกเติมเต็มหรือชดใช้ด้วยการจ่ายเงินแค่ 25 เหรียญ หรือหนี้จากทองก็ไม่สามารถ ถูกชดใช้ด้วยการให้ดินในน้ำหนักเท่า ๆ กัน

> **การชดใช้/เติมเต็มทางอาญา:** หนี้ทางอาญาถูกชดใช้เมื่ออาชญากรคนนั้นได้รับโทษครบถ้วน ตามที่ตัดสินโดยผู้พิพากษา บทลงโทษนั้นไม่จำเป็นจะต้องมีรูปแบบเดียวกับอาชกรรมที่ทำลงไป แต่จำเป็นจะต้องเท่าเทียมกัน สำหรับการลักขโมยนั้นอาจจะเป็นการปรับ สำหรับการฆาตกรรม อาจเป็นการคุมขัง หรือสำหรับการกบฏก็อาจเป็นการถูกขับไล่

จากตัวอย่างข้างต้น ชัดเจนว่าการทนทุกข์ของพระคริสต์นั้นไม่ใช่เรื่องทางแพ่ง แต่มีลักษณะเป็นทางอาญา พระคริสต์ไม่ได้ ชดใช้แบบเดียวกับที่ประชากรของพระองค์ต้องโทษ พระองค์ไม่ได้ทนทุกข์นิรันดร์ในนรก แต่การทนทุกข์ของพระองค์นั้นเป็นสิ่งที่ พระเจ้าผู้บริสุทธิ์และยุติธรรมกำหนดว่าจะต้องเกิดขึ้น เพื่อทำให้ความยุติธรรมของพระองค์สำเร็จและเพื่อปลดปล่อยคนผิดจาก โทษของบาป

การชดใช้และคุณค่าอันไม่มีสิ้นสุดของพระคริสต์

เมื่อไหร่ที่มีการกล่าวถึงการที่พระคริสต์ชดใช้ข้อเรียกร้องของความยุติธรรมของพระเจ้า ก็จำเป็นจะต้องพิจารณาถึงศาสนศาสตร์เรื่องคุณค่าอันไม่สิ้นสุดของพระเยซูคริสต์ด้วย การทนทุกข์ของคนเพียงคนเดียวบนไม้กางเขนเป็นเวลาไม่กี่ชั่วโมงสามารถชดเชยบาปของคนบาปจำนวนนับไม่ถ้วนและช่วยพวกเขาจากความทุกข์ชั่วนิรันดร์ในนรกได้อย่างไร? ชีวิตของคนหนึ่งคนเติมเต็มความยุติธรรมของพระเจ้าผู้บริสุทธิ์ได้อย่างไร? คำตอบนี้พบได้ในลักษณะขององค์ผู้ที่ทนทุกข์และตาย เนื่องจากพระบุตรของพระเจ้านั้นมีความเป็นพระเจ้าอย่างเต็มเปี่ยมที่อยู่ในร่างมนุษย์ (โคโลสี 2:9) ชีวิตของพระองค์จึงมีค่าไม่จำกัด มีค่ามากกว่าคนเหล่านั้นที่พระองค์ตายแทนอย่างไม่สามารถเทียบกันได้ นี่เป็นหนึ่งในความจริงที่สวยงามที่สุดในพระคัมภีร์

เครื่องบูชาลบบาปในพระคัมภีร์

ต่อไปนี้เราจะพิจารณาข้อความที่สำคัญบางส่วนในพระคัมภีร์ที่สื่อถึงการที่พระคริสต์เสียสละเป็นเครื่องบูชาลบบาปของเรา

1. ข้อความต่อไปนี้สอนเราอย่างไรเกี่ยวกับพระคริสต์ในฐานะเครื่องบูชาลบบาปของเรา

   a. *1 ยอห์น 2:2*

   ____

   ____

   ____

   ____

> **หมายเหตุ** คำว่า "เครื่องบูชาลบบาป" มาจากภาษากรีกว่า *hilasmós* (ฮิลาสมอส) (ดูคำนิยามในตอนต้นของบทนี้) การเป็นเครื่องบูชาของพระคริสต์ไม่ได้จำกัดแค่เพื่อชาวยิวเท่านั้นแต่ยังรวมถึงผู้คนจากทุกเผ่าทุกภาษาและทุก ๆ ชนชาติด้วย (วิวรณ์ 5:9)

   b. *1 ยอห์น 4:10*

   ____

   ____

   ____

   ____

> **หมายเหตุ** "เครื่องบูชาลบบาป" มาจากภาษากรีกว่า hilasmós (ฮิลาสมอส) แรงจูงใจของพระเจ้าในการส่งพระบุตรของพระองค์มา คือความรักที่อยู่เหนือทุกสิ่งอย่างไร้เงื่อนไขต่อประชากรของพระองค์ และความรักนี้ไม่ขึ้นอยู่กับการทำดีหรือคุณค่าของประชากรเหล่านั้นโดยสิ้นเชิง เครื่องยืนยันอันสูงสุดถึงความรักของพระเจ้าคือการที่พระบุตรของพระองค์ได้ตายเป็นเครื่องบูชาลบบาปเพื่อเรา

c.   *ฮีบรู 2:17*

____

____

____

____

____

หมายเหตุ วลี "ทำกิจเพื่อลบล้างบาป" มาจากภาษากรีกว่า *hiláskomai* (ฮิลาสโคมัย) กริยาคำนี้มาจากคำนามว่า *hilasmós* (ฮิลาสมอส) เพื่อช่วยมนุษย์ พระบุตรของพระเจ้าได้รับเอาธรรมชาติแบบพวกเขามา เป็นเรื่องจำเป็นที่มนุษย์จะต้องตายแทนเหล่ามนุษย์ และมีเพียงมนุษย์ที่เป็นพระเจ้าด้วยเท่านั้นที่สามารถเป็นตัวแทนของพระเจ้าต่อหน้ามนุษย์ และเป็นตัวแทนของมนุษย์ต่อหน้าพระเจ้า

2.   พระธรรมโรม 3:23-28 บรรยายถึงความหมายของการตายของพระคริสต์ในฐานะเครื่องบูชาลบบาปของเราอย่างที่ไม่มีพระคัมภีร์ตอนอื่นจะบรรยายได้ ให้เขียนข้อคิดเห็นของคุณต่อข้อความต่อไปนี้

a.   *พระเจ้าได้ทรงตั้งพระเยซูไว้ให้เป็นเครื่องบูชาไถ่บาป (ข้อ 25)*

____

____

____

____

____

หมายเหตุ วลี "ตั้งไว้" มาจากภาษากรีกว่า *protíthemai* (โปรทิเธมัย) ซึ่งหมายถึง "การวางสิ่งหนึ่ง ๆ ไว้ต่อหน้าสาธารณะ" พระเจ้าทรงบัญชาให้พระบุตรของพระองค์ถูกตรึงไม้กางเขนต่อหน้าสาธารณะ เพื่อเปิดเผยถึงความชอบธรรมของพระองค์ต่อทุกคน ในที่นี้คำว่า "เครื่องบูชาลบบาป" มาจากภาษาการีกว่า *hilastêrion* (ฮิลาสเทริออน) ซึ่งหมายถึงเครื่องบูชาที่ถวายเพื่อชดใช้ หรือเพื่อระงับความโกรธ เพื่อจะทำให้ฝ่ายที่ถูกละเมิดพอใจ บนไม้กางเขน พระเจ้าได้แสดงพระบุตรของพระองค์ต่อหน้ามนุษย์ทั้งโลก ในฐานะเครื่องบูชาลบบาป

b.   *โดยพระโลหิตของพระองค์ ความเชื่อจึงได้ผล (ข้อ 25)*

____

____

____

____

____

____

หมายเหตุ การตีความอย่างเป็นธรรมชาติที่สุดสำหรับวลีนี้คือ เรารับผลประโยชน์จากการที่พระคริสต์เป็นเครื่องบูชาลบบาปได้ผ่านทางความเชื่อ เราได้กลับคืนดีกับพระเจ้าผ่านความเชื่อในพระคริสต์และผ่านทางการที่พระองค์ยอมตายเป็นเครื่องบูชาแทนเรา

c. ทั้งนี้เพื่อแสดงให้เห็นความชอบธรรมของพระเจ้า ในการที่พระองค์ได้ทรงอดกลั้นพระทัย และทรงยกบาปที่ได้ทำไปแล้วนั้น *(ข้อ 25)*

____

____

____

____

หมายเหตุ เป้าหมายยิ่งใหญ่เบื้องหลังการที่พระเจ้าแสดงความตายของพระบุตรของพระองค์ให้สาธารณะได้เห็นคือ เพื่อแสดงให้เห็นหรือพิสูจน์ถึงความชอบธรรมของพระองค์ แต่ทำไมการพิสูจน์เช่นนี้จึงเป็นเรื่องจำเป็น? ข้อความที่ถูกยกขึ้นมาก่อนหน้านี้เปิดเผยคำตอบให้กับเราคือ "เพราะการที่พระองค์ได้ทรงอดกลั้นพระทัย และทรงยกบาปที่ได้ทำไปแล้วนั้น" พระเมตตาและการอดกลั้นที่พระเจ้าได้แสดงต่อมนุษย์ผู้เป็นคนบาปตั้งแต่การล้มลงของอาดัมนั้น ดูเหมือนจะทำให้ต้องตั้งคำถามต่อความชอบธรรมของพระองค์ อาดัมและเอวาสมควรตาย แต่พวกเขากลับได้รับชีวิต โลกทั้งใบควรจะถูกทำลายตั้งแต่ตอนที่น้ำท่วม แต่โนอาห์ที่เป็นคนบาปและครอบครัวของเขากลับถูกละเว้นเอาไว้ การที่อิสราเอลกบฏต่อธรรมบัญญัติของพระเจ้าตลอดเวลาควรจะทำให้ชนชาตินี้ถูกทำลาย ดาวิดไม่ควรจะได้รับการยกโทษจากความผิดฐานล่วงประเวณีและการฆ่าคนของเขา แล้วพระเจ้าจะเป็นผู้ชอบธรรมและแสดงพระเมตตาต่อคนเหล่านั้นที่ควรถูกพิพากษาได้อย่างไร? คำตอบของคำถามนี้พบได้ในการทนทุกข์และความตายของพระคริสต์ การที่พระเจ้าอดกลั้นต่อบาปของประชากรของพระองค์มาอย่างยาวนานนับตั้งแต่การล้มลงของอาดัม ไม่ได้เป็นผลมาจากความไม่แยแสหรือความไม่ชอบธรรมของพระองค์ แต่เกิดขึ้นจากการที่พระคริสต์จะเสด็จมาในอนาคตและสิ้นพระชนม์เพื่อบาปของพวกเขา พระเมตตา ความอดกลั้น และการให้อภัยที่พระเจ้าประทานแก่ธรรมิกชนในพันธสัญญาเดิมที่เชื่อในพระองค์นั้นเป็นเรื่องที่เป็นไปได้ เพราะว่าพระคริสต์จะเสด็จมาและสิ้นพระชนม์เพื่อพวกเขาทุกคน! พระเมตตาในอดีต ปัจจุบัน และในอนาคตของพระเจ้าเป็นไปได้เพราะการสิ้นพระชนม์ของพระคริสต์ "แม้งานแห่งการไถ่ไม่ได้ถูกกระทำโดยพระคริสต์ให้เห็นจริง ๆ จนกระทั่งหลังจากการมาบังเกิดของพระองค์ ทว่าคุณค่า ผลลัพธ์ และผลประโยชน์ของสิ่งนั้นถูกสื่อสารไปยังผู้ที่ทรงเลือกในทุกยุคทุกสมัยอย่างต่อเนื่องตั้งแต่เริ่มสร้างโลก"[4]

---

4 *Westminster Confession of Faith*, Chapter VIII, Article 6

d. *เพื่อจะสำแดงในปัจจุบันนี้ว่าพระองค์ทรงเป็นผู้ชอบธรรม และทรงให้ผู้ที่เชื่อในพระเยซูเป็นผู้ชอบธรรมด้วย (ข้อ 26)*

____

____

____

____

____

____

หมายเหตุ ในการทนทุกข์และความตายของพระเยซูคริสต์บนไม้กางเขน ทุกอุปสรรคที่จะขัดขวางพระเจ้าผู้ชอบธรรม
จากการอภัยให้กับประชากรที่บาปชั่วของพระองค์ก็ถูกกำจัดออกไป พระเจ้าแสดงความชอบธรรมของพระองค์ด้วยการ
ลงโทษบาปของประชากรของพระองค์ ทำให้ข้อเรียกร้องแห่งความยุติธรรมถูกชดใช้ และทำให้พระพิโรธของพระองค์
สงบลง พระองค์เปิดทางแห่งความรอดให้กับประชากรของพระองค์ด้วยการไปยืนแทนที่พวกเขา รับบาปของพวกเขา และ
ระงับพระพิโรธที่ควรจะตกลงแก่พวกเขาด้วยพระกายของพระองค์เอง ด้วยเหตุนี้พระเจ้าจึงสามารถทำให้ประชากรของ
พระองค์เป็นคนชอบธรรมได้โดยไม่ขัดแย้งกับความบริสุทธิ์และชอบธรรมของพระองค์

บทที่ 13: พระคริสต์ การไถ่ของเรา

สามคำสำคัญและสวยงามที่สุดในพระคัมภีร์ที่บรรยายถึงการงานแห่งการไถ่ผ่านทางพระเยซูคริสต์ได้แก่คำว่า ไถ่ (redeem, รีดีม), ค่าไถ่ (ransom, แรนซัม), และ การไถ่ (redemption, รีเดมป์ชั่น) ในบทก่อนหน้านี้เราได้พิจารณาเกี่ยวกับความจริงใน พระคัมภีร์เกี่ยวกับเครื่องบูชาลบบาป และการพิจารณาเกี่ยวกับการไถ่ในบทนี้ก็มีความสำคัญในการเข้าใจเกี่ยวกับไม้กางเขน ไม่น้อยไปกว่ากัน ความจริงทั้งสองประการเป็นรากฐานของคริสต์ศาสนาตามพระคัมภีร์ จะต้องถูกประกาศออกไปและถูกปกป้องไว้

การไถ่ในพระคัมภีร์

คำว่า "ไถ่" (redeem) มาจากคำกริยาภาษาละตินว่า redimere (เรดีเมเร) [re = อีกครั้ง + emere = การซื้อ] การไถ่ใครบางคน หมายถึงการซื้อคนนั้นกลับมา หลังจากถูกขายไปเป็นทาสหรือถูกจับไปเป็นเชลย ผู้ไถ่ (redeemer) คือคนนั้นที่ไถ่คนอื่นมา ค่าไถ่ (ransom) หมายถึงค่าใช้จ่ายที่ต้องชำระ การไถ่ (redemption) หมายถึงการปลดปล่อยหรืออิสรภาพที่ถูกซื้อมา ในพระคัมภีร์นั้น พระคริสต์เป็นผู้ไถ่ ซึ่งซื้อการไถ่มาเพื่อประชากรของพระองค์โดยการมอบชีวิตของพระองค์เป็นค่าไถ่

พระคริสต์ – ผู้ไถ่ และ ค่าไถ่

พระคัมภีร์ประกาศว่าพระเยซูคริสต์เป็นทั้ง *ผู้ไถ่* ประชากรของพระองค์และเป็น *ค่าไถ่* สำหรับประชากรของพระองค์ด้วย ไม่น่าแปลกใจเลยที่ทั้งสองคำนี้จะถูกยกย่องจากผู้คนของพระเจ้าหลายร้อยปี

1. พระคริสต์ทรงเป็นผู้ไถ่แห่งประชากรของพระองค์ และชีวิตของพระองค์เองก็คือค่าไถ่ที่พระองค์จ่าย พระคัมภีร์ต่อไปนี้สอนเรา อย่างไรเกี่ยวกับความจริงนี้?

    a. พระคริสต์มาเพื่อให้ชีวิตของพระองค์เป็น ____________________ คนจำนวนมาก (มัทธิว 20:28) จากคำกรีก
    ว่า *lútron* (ลูทรอน) ซึ่งมาจากคำกริยา *lúō* (ลูโอ) ("การปล่อย") คำนี้อาจใช้เกี่ยวข้องกับการปลดเสื้อผ้า ชุดเกราะ
    พันธะหรืออื่น ๆ ในบริบทของพระธรรมมัทธิว 20:28 คำนี้หมายถึงราคาที่ถูกจ่ายเพื่อไถ่ทาสที่ถูกจองจำ ค่าไถ่ที่พระคริสต์
    จ่ายเพื่อการไถ่ประชากรของพระองค์นั้น คือชีวิตของพระองค์เอง

    b. พระคริสต์ประทานพระองค์เองเป็น ____________________ สำหรับทุกคน (1 ทิโมธี 2:5—6) คำนี้มาจาก
    คำกรีกว่า *antílutron* (แอนทิลูทรอน) ซึ่งหมายถึงราคาที่ถูกจ่ายเพื่อแลกกับเสรีภาพของอีกคนหนึ่ง วลี "เป็นพยาน
    ในเวลาที่เหมาะสมของมันเอง" หมายถึงความจริงที่พระคริสต์มาและประทานชีวิตของพระองค์เป็นค่าไถ่ตามพระประสงค์
    ของพระเจ้า และในเวลาที่ถูกแต่งตั้งเอาไว้ในประวัติศาสตร์

2. พระคัมภีร์ต่อไปนี้เป็นสองข้อความทรงพลังที่สุดในพระคัมภีร์ซึ่งพูดเกี่ยวกับราคาที่ต้องจ่ายเพื่อไถ่ประชากรของพระเจ้า ให้
    สรุปความจริงจากพระคัมภีร์เหล่านี้ด้วยถ้อยคำของคุณเอง

    a. *กิจการ 20:28*

    ____

    ____

หมายเหตุ พระคริสต์ไม่ได้เพียงไถ่คริสตจักรเท่านั้น แต่ไถ่คริสตจักรเพื่อให้เป็นของพระองค์เอง คริสตจักรในที่นี้ถูกเรียก
ว่า "คริสตจักรของพระเจ้า ที่พระองค์ทรงได้มาด้วยพระโลหิตของพระบุตรของพระองค์" นี่เป็นการอ้างอิงอย่างชัดเจน
ถึงความเป็นพระเจ้าของพระคริสต์ ชายผู้หลั่งเลือดบนไม้กางเขนเป็นพระเจ้าผู้ครบบริบูรณ์ที่อยู่ในร่างมนุษย์ (โคโลสี 2:9)
พระโลหิตที่พระองค์ประทานให้เพื่อการไถ่ของเรานั้นมีค่าหาที่เปรียบไม่ได้

b. *1 เปโตร 1:18-19*

หมายเหตุ คำว่า "ล้ำค่า" มาจากภาษากรีกว่า *tímios* (ทิมิออส) ซึ่งหมายถึงบางสิ่งที่ทรงคุณค่า บางสิ่งที่คู่ควรแก่การ
ให้เกียรติและยกย่อง หรือบางสิ่งที่อันเป็นที่รักอย่างมาก พระโลหิตของพระคริสต์นั้นล้ำค่าอย่างชัดเจนเมื่อเปรียบเทียบกับ
สิ่งทั้งปวงที่*เสื่อมสลาย*ได้ซึ่งมนุษย์พยายามใช้เพื่อเป็นเครื่องไถ่ตนเอง วลี "ไร้ตำหนิ" มาจากภาษากรีกว่า *ámōmos*
(อะโมมอส) ซึ่งหมายถึงสิ่งซึ่งไม่มีข้อผิดพลาด วลี "ไร้จุดด่างพร้อย" มาจากภาษากรีกว่า *áspilos* (แอสปิลอส) ซึ่งหมายถึง
สิ่งซึ่งไม่ด่างพร้อย ไม่มีข้อครหา ไม่มีอะไรให้วิพากษ์

3. พระคัมภีร์ต่อไปนี้สอนเราอย่างไรเกี่ยวกับผู้ไถ่ของเรา? สิ่งนี้เป็นความจริงที่สำเร็จแล้วหรือไม่? บาปของเราถูกจ่ายอย่างเต็ม
   จำนวนแล้วหรือไม่?

a. *ยอห์น 19:30*

หมายเหตุ วลี "สำเร็จแล้ว" เป็นการประกาศอิสรภาพอย่างทรงพลังที่สุดเท่าที่โลกนี้เคยรู้จัก วลีนี้มาจากคำกรีกคำเดียว
คือ *teléō* (เทเลโอ) ซึ่งหมายถึง "การทำสำเร็จ ความสำเร็จ การทำให้บางสิ่งจบลง การกระทำสุดท้ายเพื่อให้กระบวนการ
จบสิ้น" คำเดียวกันนี้ถูกใช้ในสองข้อก่อนหน้าคือในยอห์น 19:28 กล่าวว่า "หลังจากนั้นพระเยซูทรงทราบว่าทุกสิ่ง
สำเร็จแล้ว และเพื่อให้เป็นจริงตามข้อพระคัมภีร์ พระองค์จึงตรัสว่า 'เรากระหายน้ำ'"

b. *ฮีบรู 9:12*

____

____

____

____

____

____

หมายเหตุ โดยอาศัยการสิ้นพระชนม์ของพระคริสต์ พระองค์ก็เสด็จขึ้นสู่สวรรค์เพื่อเป็นคนกลางสำหรับประชากรของพระเจ้า จากวลี "ได้มาซึ่งการไถ่บาปชั่วนิรันดร์" เราก็ได้เห็นความจริงอันยิ่งใหญ่สองประการ ประการแรกคือ การไถ่ของเราไม่ใช่สิ่งชั่วคราว แต่เป็นนิรันดร์และไม่เปลี่ยนแปลง ประการที่สอง การไถ่ของเรานั้นเป็นสิ่งที่ได้รับมาแล้ว เป็นสิ่งที่แน่นอน

การไถ่จากโทษของธรรมบัญญัติ

มนุษย์ทุกคนละเมิดธรรมบัญญัติของพระเจ้าและสมควรได้รับโทษหรือคำแช่งสาป พระเยซูคริสต์ไถ่ประชากรของพระองค์ออกจากคำสาปของธรรมบัญญัติโดยการจ่ายค่าปรับด้วยชีวิตของพระองค์เอง

1. บทลงโทษของธรรมบัญญัติถูกบรรยายไว้อย่างไรในกาลาเทีย 3:10 ใครบ้างที่อยู่ใต้บทลงโทษนี้ และนี่หมายความว่าอย่างไร?

____

____

____

____

____

____

หมายเหตุ ธรรมบัญญัตินั้นเรียกร้องการเชื่อฟังอย่างสมบูรณ์ เปาโลใช้คำว่า "ประพฤติตาม" เพื่อเน้นย้ำว่าธรรมบัญญัติต้องการความต่อเนื่อง ความสมบูรณ์ และการเชื่อฟังที่เป็นรูปธรรม การผิดเพี้ยนเพียงเล็กน้อยก็นำมนุษย์เข้าสู่คำสาปของธรรมบัญญัติ คำว่า "คำสาปแช่ง" มาจากภาษากรีกว่า *katára* (คาทารา) ซึ่งอาจแปลได้ว่า "การประณาม" "การสาปแช่ง" หรือ "การดูหมิ่น" นี่กล่าวถึงการพิพากษาและการกล่าวโทษอย่างรุนแรงที่สุดของพระเจ้า หรือการตั้งคน ๆ หนึ่งไว้แก่การลงโทษหรือความพินาศ

2. จากกาลาเทีย 3:13 ประชากรของพระเจ้าได้ถูกไถ่จากอะไร และพระคริสต์ได้ทำให้การไถ่นี้สำเร็จได้อย่างไร?

____

____

____

____

____

____

หมายเหตุ คำว่า "ได้รับการไถ่" มาจากภาษากรีกว่า *exagorázō* (เอะคาโกราโซ) ซึ่งแปลได้ว่า "การซื้อ หรือการจ่ายราคา หรือการกู้บางสิ่งหรือบางคนมาจากอำนาจของอีกคนหนึ่ง" คำนี้มักจะถูกใช้เกี่ยวกับการซื้อทาสให้ได้รับอิสระ พระคริสต์ แบกรับบาปของเรา ถูกแช่งสาป และทนทุกข์รับพระพิโรธของพระเจ้าเพื่อทำให้การไถ่ของเราสำเร็จ คำว่า "ต้นไม้" มาจากภาษา กรีกว่า *xúlon* (ซูลอน) ซึ่งแปลตรงตัวได้ว่า "ไม้" เป็นคำที่ถูกใช้ในภาษากรีกโบราณเพื่อสื่อถึงเสาที่เหยื่อจะถูกนำไปเสียบไว้ ธรรมบัญญัติในพันธสัญญาเดิมกล่าวว่า อาชญากรจะถูกแขวนไว้บนต้นไม้และบนเสา เมื่อเป็นเครื่องหมายบอกว่าพวกเขา ถูกพระเจ้าสาปแช่ง (เฉลยธรรมบัญญัติ 21:23)

3. ในโคโลสี 2:14 การงานแห่งการไถ่ของพระคริสต์ถูกบรรยายในภาพที่สวยงาม ตามความในตอนนี้ พระเยซูได้ไถ่ประชากรของ พระองค์จากอะไร? การไถ่นี้สำเร็จได้อย่างไร? เขียนความคิดเห็นของคุณที่มีกับแต่ละประโยค

a. *ทรงฉีกเอกสารหนี้ที่มีคำสั่งต่าง ๆ ซึ่งต่อสู้และขัดขวางเรา*

____

____

____

____

____

____

หมายเหตุ คำว่า "เอกสารหนี้" มาจากภาษากรีกว่า *cheirógraphon* (เคโรกราโฟน) ซึ่งโดยปกติใช้กล่าวถึงข้อเขียน หรือ บันทึกที่เกี่ยวกับการเป็นหนี้ซึ่งเขียนไว้เพื่อเป็นข้อกล่าวหาต่ออาชญากร วลี "คำสั่งต่าง ๆ" มาจากภาษากรีก *dogma* (ดอกมา) ซึ่งหมายถึงคำสั่งสาธารณะ หรือ พระราชกฤษฎีกา ในบริบทนี้ควรจะหมายถึงคำสั่งต่าง ๆ ของธรรมบัญญัติ ที่ต่อต้านเรา อันเป็นผลมาจากความไม่เชื่อฟังของเรา คำว่า "ฉีก" มาจากภาษากรีกว่า *exaleíphō* (เอะซาเลโฟ) ซึ่ง หมายถึง "การลบออก การขีดฆ่า" พระคริสต์ลบหนี้ทั้งหมดของเราที่มีต่อพระเจ้าและธรรมบัญญัติของพระองค์

b. *ทรงขจัดไปเสียโดยตรึงไว้ที่ไม้กางเขน*

____

____

____

____

____

____

หมายเหตุ ด้วยความตายของพระองค์บนไม้กางเขน พระคริสต์ได้จ่ายหนี้และชดใช้ข้อเรียกร้องทั้งหลายที่มีต่อเรา วลี "ตรึงไว้ที่ไม้กางเขน" นั้นเปิดกว้างต่อการตีความ บางคนเชื่อว่าหมายถึงธรรมเนียมที่นำเอกสารหนี้ที่ถูกชำระแล้วไปติดไว้ในที่สาธารณะเพื่อให้ทุกคนได้เห็น เพื่อที่จะเป็นการปลดปล่อยลูกหนี้และป้องกันไม่ให้มีข้อเรียกร้องอื่น ๆ เกิดขึ้นกับเขาอีก หนี้ของเราถูกจ่ายแล้วโดยการตายของพระคริสต์ ธรรมบัญญัติไม่สามารถทำให้ข้อเรียกร้องนี้สำเร็จสำหรับเราได้ ส่วนคนอื่น ๆ เชื่อว่าวลีนี้หมายถึงธรรมเนียมในการตอกคำฟ้องร้องเอาไว้เหนือร่างของอาชญากร (เช่นบนไม้กางเขน) เพื่อประกาศถึงอาชญากรรมที่เขาทำไป ให้สาธารณะได้รับรู้และเข้าใจเหตุผลที่เขาถูกประหาร (มัทธิว 27:37) พระคริสต์รับบาปของเราบนไม้กางเขนและรับผลโทษจากธรรมบัญญัติแทนที่เรา

บทที่ 14: พระคริสต์ การปลดปล่อยเราให้เป็นอิสระ

พระคัมภีร์ไม่ได้สอนเพียงแค่ว่ามนุษย์ที่ล้มลงนั้นมีชีวิตอยู่ใต้โทษของบาปเท่านั้น แต่ยังสอนว่ามนุษย์ถูกจองจำอยู่ใต้การครอบงำของซาตาน พระคริสต์ไถ่ประชากรของพระองค์จากความจริงอันน่าเศร้านี้ด้วยการสิ้นพระชนม์แทนที่พวกเขา ดังนั้นสิ่งที่พระองค์ทำจึงเป็นการจ่ายทั้งค่าโทษที่พวกเขาสมควรจะถูกและปลดฤทธิ์อำนาจของซาตานออกไป

ก่อนที่เราจะเดินหน้าในการศึกษาของเราต่อนั้น เป็นเรื่องสำคัญมากที่เราจะเข้าใจว่า แม้พระคริสต์จะไถ่ประชากรของพระองค์จากอำนาจของซาตานแล้ว ค่าไถ่ที่ถูกจากนั้นไม่ได้จ่ายให้กับซาตาน แต่จ่ายให้กับพระเจ้า ตลอดประวัติศาสตร์ของคริสเตียนนั้นมีบางคนเชื่อผิดว่า พระคริสต์จ่ายค่าไถ่นี้ให้กับซาตานเพื่อจะปลดปล่อยประชากรของพระองค์จากการเป็นทาส นี่ขัดแย้งกับพระคัมภีร์อย่างชัดเจน เพราะเป็นการลดทอนพระสิริของกิจแห่งการไถ่ของพระคริสต์ และทำให้ซาตานมีสถานะยิ่งใหญ่ในแบบที่พระคัมภีร์ไม่เคยพูดถึง พระคัมภีร์สอนเราว่า พระคริสต์มอบพระองค์เองเป็นเครื่องบูชาแด่พระเจ้า เพื่อจ่ายค่าไถ่ให้แก่บาปของประชากรของพระองค์ ความตายของพระองค์ทำให้ความยุติธรรมของพระเจ้าถูกเติมเต็มและทำให้ค่าไถ่แห่งบาปของเราถูกยกเลิกไป ด้วยการนี้พระองค์จึงได้ริบเอาอำนาจในการกล่าวโทษของซาตานไปเสีย

สิทธิอำนาจของซาตานและการถูกจองจำของมนุษย์

แม้ว่าพระเจ้าจะปกครองเหนือทุกสรรพสิ่งด้วยสิทธิอำนาจเด็ดขาด แต่ก็มีการปกครองแบบที่มีขอบเขตถูกมอบไว้ให้กับซาตานจริง ๆ และด้วยการปกครองนี้ ซาตานก็ปกครองเหนือโลกที่ตกต่ำและสิ่งที่อยู่ในนั้น

1. ในลูกา 4:5-6 ซาตานประกาศเกี่ยวกับตัวมันเองและเกี่ยวกับความสัมพันธ์ระหว่างมันกับโลกที่ตกต่ำลง สิ่งที่ซาตานประกาศนั้นคืออะไร และหมายความว่าอย่างไร?

____

____

____

____

หมายเหตุ ในการล้มลง โลกและสิ่งที่อยู่ในนั้นก็ตกอยู่ใต้การครอบครองของซาตาน อย่างไรก็ตาม เราจะต้องจำเอาไว้ว่าการครอบครองนี้ก็ยังอยู่ใต้พระประสงค์ของพระเจ้า

2. คำประกาศของซาตานประกาศในลูกา 4:6 นั้นไม่ใช่แค่การคุยโม้ เป็นความจริงในแง่หนึ่งที่ว่าโลกอันตกต่ำนี้ตกอยู่ใต้การครอบครองของซาตาน พระธรรม 1 ยอห์น 5:19 สอนเราเกี่ยวกับความจริงข้อนี้อย่างไร?

    a. โลก____________________ อยู่ใน____________________

หมายเหตุ คำว่า "ทั้งหมด" ไม่ได้หมายถึงแค่มนุษย์โดยรวมเท่านั้น แต่ยังหมายถึงมนุษย์ทุกคนที่อยู่นอกพระคริสต์ด้วย คำว่า "อยู่ใน" มาจากภาษากรีกว่า *keímai* (เคมัย) ซึ่งหมายถึง "การนอน หรือการเอนตัว" มนุษย์ชาติโดยทั่วไปนั้นไม่ได้ต่อสู้เพื่อออกจากการปกครองของซาตาน แต่กลับใช้ชีวิตไปตามการปกครองของซาตาน

3. ในพระคัมภีร์ ชื่อคนมักจะสื่อสารบางสิ่งเกี่ยวกับเจ้าของชื่อนั้น พระคัมภีร์ต่อไปนี้กล่าวอย่างไรเกี่ยวกับชื่อหรือฉายาที่ถูกมอบ
    ให้กับซาตาน

    a. ผู้ ________________ (ยอห์น 12:31; 14:30; 16:11) คำว่า "ผู้ครอง" มาจากภาษากรีกว่า árchŌn (อาร์โคน)
        ซึ่งอาจแปลได้ว่า "ผู้ออกคำสั่ง" หรือ "หัวหน้า" คำว่า "โลก" ในที่นี้หมายถึงมนุษยชาติจำนวนมากที่ดำเนินชีวิตแปลกแยก
        ไปจากพระเจ้าและขัดต่อพระประสงค์ของพระองค์

    b. พระของ ________________ (2 โครินธ์ 4:4) มีพระเจ้าเที่ยงแท้แต่องค์เดียว (1 โครินธ์ 8:4-6) ทว่าโลกที่ตกต่ำนี้
        ติดตามซาตานราวกับว่าซาตานเป็นพระเจ้า แม้ซาตานจะไม่ได้มีสถานะแบบเดียวกับพระเจ้า แต่มันก็ทำตัวราวกับเป็น
        พระเจ้าและปรารถนาจะได้รับการนมัสการในฐานะพระเจ้า

    c. ผู้ ________________ ที่มีอำนาจใน ________________ (เอเฟซัส 2:2) ซาตานเป็นวิญญาณที่ไม่ถูกจำกัดด้วย
        วัตถุหรือการคุมขังของมนุษย์ พลังและอำนาจของมันไปไกลกว่ากษัตริย์ใดที่ "อยู่ในโลก" มันมีอำนาจแท้และอิทธิพลเหนือ
        คนเหล่านั้นที่ตายฝ่ายวิญญาณ (ดูในข้อ 1)

4. มนุษย์ที่ตกต่ำลงถูกบรรยายอย่างไรในพระคัมภีร์ต่อไปนี้? ความสัมพันธ์ระหว่างมนุษย์ที่ตกต่ำกับซาตานเป็นอย่างไร?

    a. มนุษย์ที่ตกต่ำเป็นลูกของ ________________ (1 ยอห์น 3:8; ยอห์น 8:44) มนุษย์ที่ทำบาปนั้นเป็นลูกของมารในแง่
        ที่ว่า พวกเขาสะท้อนถึงลักษณะและความต้องการของมารออกมา ในยอห์น 8:44 พระเยซูประกาศว่าฟาริสีเป็นลูกของมาร
        และพวกเขาต้องการทำ "ตามความปรารถนาของพ่อของพวกเขา"

    b. มนุษย์ที่ตกต่ำใช้ชีวิตอยู่ใต้ ________________ ของซาตาน (กิจการ 26:18) คำนี้มาจากภาษากรีกว่า **exousía**
        (เอกซูเซีย) ซึ่งอาจแปลได้อีกว่า "การครอบครอง" หรือ "สิทธิอำนาจ" มนุษย์ที่ตกต่ำนั้นอยู่ใต้สิทธิอำนาจและฤทธิ์อำนาจ
        ของซาตาน ในโคโลสี 1:13 การครอบครองของซาตานถูกบรรยายว่าเป็นการครอบครองในด้านวิญญาณและความมืด
        ในศีลธรรม

    c. มนุษย์ที่ตกต่ำนั้น ________________ ของซาตาน (เอเฟซัส 2:2) มนุษย์ที่ตกต่ำนั้นเห็นได้จากการที่เขาไม่เชื่อฟัง
        พระเจ้า และจากการเดินตามความปรารถนาของมาร มนุษย์ที่ตกต่ำนั้นสมควรแล้วที่จะถูกเรียกว่า "ลูกแห่งความไม่เชื่อ
        ฟัง" ซึ่งมารทำกิจอยู่ในเขา วลี "ทำกิจ" มาจากภาษากรีกว่า **energéŌ** (เอเนอร์เกโอ) ซึ่งหมายถึง "การปฏิบัติงาน
        การทำงานอย่างมีประสิทธิภาพและขะมักเขม้นเต็มไปด้วยกำลัง"

    d. มนุษย์ที่ตกต่ำนั้นถูกทำให้ ________________ โดยมาร (2 โครินธ์ 4:4) คนเหล่านั้นที่ปฏิเสธจะเชื่อคำพยานของพระเจ้า
        ก็จะต้องพบกับการพิพากษาอันน่ากลัว พวกเขาถูกมอบไว้กับซาตานเพื่อที่จะมืดบอดไปทางจิตวิญญาณและทางศีลธรรม
        ด้วยการโกหกและหลอกลวงของมาร

    e. มนุษย์ที่ตกต่ำถูกจับไว้ใน ________________ ของมาร (2 ทิโมธี 2:26) คำนี้มาจากภาษากรีกว่า **pagís** (พากิส) ซึ่งหมายถึง
        บ่วง กับดัก หรือห่วงซึ่งเหยื่อจะถูกตรึงและจับไว้ สิ่งเหล่านี้มักจะถูกซ่อนเอาไว้จากสายตาและจับเหยื่อโดยไม่ให้รู้ตัว มนุษย์
        ที่ตกต่ำนั้นถูกจับในบ่วงของมารโดยไม่รู้ตัว จนวันหนึ่งพระคุณของพระเจ้าทำให้เขารู้ตัวและได้ออกมาสู่แสงสว่างแห่ง
        พระกิตติคุณ

    f. มนุษย์ที่ตกต่ำถูกมารดัก ________________ (2 ทิโมธี 2:26) วลีนี้มาจากคำกรีกว่า **zŌgréŌ** (โซเกรโอ) ซึ่งหมายถึง
        "การถูกจับ หรือนำตัวไปเป็น ๆ" ด้วยการปฏิเสธสิทธิอำนาจอันดีงามของพระเจ้า มนุษย์ที่ตกต่ำก็มาเป็นทาสใต้อำนาจ
        ของซาตาน ซาตานเสนอเสรีภาพจากศีลธรรมของพระเจ้าให้กับมนุษย์ แต่ "เสรีภาพ" นี้นำไปสู่*การถูกจองจำในบาป*

g. มนุษย์ที่ตกต่ำนั้น ________________________ ตามซาตานไป (1 ทิโมธี 5:15) คำว่า "หลง" มาจากภาษากรีกว่า ***ektrépō*** (เอ็กเทรโป) ซึ่งแปลได้ตามตัวอักษรว่า "การหันไปหรือการหมุนออกไป" ใช้เพื่อบรรยายถึงการหันหน้าหนีเพื่อที่จะไม่ต้องพบปะกับคนอื่น ในบริบททางการแพทย์ คำนี้ใช้บรรยายถึงข้อต่อที่หลุดไปจากเบ้า คนเหล่านั้นที่หันไปจากน้ำพระทัยของพระเจ้าก็แสดงให้เห็นว่าพวกเขาไม่ต้องการจะมีส่วนยุ่งเกี่ยวกับพระองค์ โดยปกติแล้วพวกเขาก็กลายมาเป็น "สาวก" ของซาตาน แม้ว่ามนุษย์ที่ตกต่ำอาจติดตามซาตานไปโดยไม่รู้ตัว แต่เขาก็ไม่ได้ทำสิ่งนี้โดยปราศจากความตั้งใจ ซาตานกับมนุษย์ที่ตกต่ำอยู่จะมีความเข้ากันได้โดยธรรมชาติ พวกเขามีธรรมชาติที่ผิดพลาดแบบเดียวกันและแสวงออกถึงท่าทีอันเป็นปฏิปักษ์ต่อพระเจ้าเช่นเดียวกัน

ชัยชนะของพระคริสต์และการไถ่ของเรา

พระคัมภีร์สอนว่าค่าจ้างของบาปคือความตาย (โรม 6:23) และซาตานมีอำนาจที่จะปลดปล่อยความตายให้มนุษย์ (ฮีบรู 2:14-15) พระคริสต์มีชัยชนะเหนือซาตานผ่านทางชีวิต ความตาย และการเป็นขึ้นจากตายของพระองค์ ด้วยการตายแทนที่ประชากรของพระคริสต์ พระองค์ก็ได้จ่ายค่าไถ่และริบเอาอำนาจมาจากซาตานเสีย

1. ในปฐมกาล 3:15 เราพบคำเผยพระวจนะที่สำคัญมากเกี่ยวกับการงานของพระเมสสิยาห์ผู้จะเสด็จมา ตามคำเผยพระวจนะนี้พระคริสต์จะทำอะไรกับตัวตนและการงานของมาร? พระองค์จะทำให้มารพบกับความพ่ายแพ้อย่างไร?

____

____

____

____

____

____

____

____

____

____

หมายเหตุ เนื้อหาในตอนนี้มักจะถูกเรียกว่าเป็น ***protoevangelium*** (โปรโตอิวันเกลิอุม) [ละติน: **proto** = ก่อน + ***evangelium*** = พระกิตติคุณ] หรือ "พระกิตติคุณแรก" "พงศ์พันธุ์" ของหญิงนั้นหมายถึงพระบุตรของพระเจ้า ผู้ซึ่งจะมาบังเกิด ทำสงครามกับซาตานและเอาชนะมัน พระเมสสิยาห์จะทำให้ซาตานบาดเจ็บ คือจะทำให้มันพบกับบาดแผลฉกรรจ์ ส่วนซาตานก็จะทำให้พระเมสสิยาห์บาดเจ็บที่ส้นเท้า พระคริสต์จะต้องทนทุกข์ในการต่อสู้กับมาร (อิสยาห์ 53:4-5) แต่บาดแผลนั้นจะไม่ทำให้ถึงจุดจบ: พระเมสสิยาห์จะเป็นขึ้นอีกครั้ง! ตามที่ปรากฏในพระธรรมโรม 16:20; ประชากรของพระเจ้าจะมีชัยชนะร่วมกันกับพระเมสสิยาห์: "พระเจ้าแห่งสันติสุขจะเหยียบซาตานเอาไว้ใต้เท้าของพระองค์ในไม่ช้า"

2. พระธรรม 1 ยอห์น 3:8 สอนเราเกี่ยวกับเหตุผลที่พระคริสต์เสด็จมาว่าอย่างไร?

____

____

____

____

____

____

หมายเหตุ คำว่า "ทำลาย" มาจากภาษากรีกว่า *lúō* (ลูโอ) ซึ่งหมายถึงการทำให้คลายออก การรื้อ การสลาย การทำลาย พระคริสต์เสด็จมาเพื่อทำลายการงานของมาร โดยเฉพาะการงานที่เกี่ยวกับการจองจำประชากรของพระองค์

3. พระธรรมโคโลสี 2:15 สอนเราเกี่ยวกับชัยชนะของพระคริสต์เหนือมารและกิจแห่งการไถ่ที่ทรงทำแทนประชากรของพระองค์ อย่างไร

____

____

____

____

____

____

หมายเหตุ วลี "ภูตผีที่ครอบครองและพวกภูตผีที่มีอำนาจ" สื่อถึงซาตานและบรรดาทูตที่ตกสวรรค์ รากฐานของอำนาจของ ซาตานเหนือประชากรของพระเจ้านั้นมาจากบาปของพวกเขาซึ่งแยกพวกเขาออกจาพระเจ้า นำพวกเขาเข้าใต้คำแช่งสาป และ ทำให้พวกเขาต้องรับโทษแห่งความตาย เมื่อพระคริสต์เข้ามาแทรกแซงและจ่ายหนี้บาปของประชากรของพระองค์ อำนาจของ ซาตานเหนือพวกเขาก็ถูกปลดออก คำว่า "ปลด" มาจากภาษากรีกว่า *apekdúomai* (อะเพคดูโอมัย) ซึ่งหมาย "การถอดออก การปลดออก" วลี "ประจานอย่างเปิดเผย" มาจากภาษากรีกว่า *deigmatízō* (เดกมาทิโซ) ซึ่งหมายถึง "การแสดงตัวเห็นให้ ผู้อื่นได้เห็น" พระคริสต์ก็เป็นตัวแทนของเรา (โรม 3:25) และความตายบนไม้กางเขนของพระองค์ก็แสดงให้สาธารณะได้เห็น ความพ่ายแพ้ของซาตาน ชัยชนะของพระคริสต์เหนือมารและบรรดาทูตที่ติดตามมันนั้นเกิดขึ้นบนไม้กางเขนขณะที่พระองค์ รับบาปของเรา ทนทุกข์แทนเรา และยกเลิกหนี้ที่เรามี การกำจัดบาปนำจุดจบมาสู่ความตายและอำนาจของมารที่ทำให้เกิด ความตายขึ้น!

4. ฮีบรู 2:14-15 สอนเราเกี่ยวกับชัยชนะของพระคริสต์เหนือมารและการงานแห่งการไถ่เพื่อประชากรของพระองค์อย่างไร?

____

____

____

____

____

____

____

หมายเหตุ คำว่า "เช่นกัน" ในที่นี้มาจากภาษากรีกว่า *koinōnéō* (คอยโนเนโอ) ซึ่งหมายถึง "การสามัคคีธรรม การมีส่วน หรือการอยู่ร่วมกัน" มนุษย์ทุกคนมีส่วนร่วมกันในเนื้อและเลือกและสามัคคีธรรมร่วมกันในการตกต่ำอันน่าเศร้า พระบุตรนิรันดร์ของพระเจ้าเข้ามาร่วมกับเราในเลือดและเนื้อ และดื่มจากถ้วยแห่งความน่าเศร้านี้ของเรา มารมีอำนาจเหนือความตายคือมันสามารถกล่าวโทษมนุษย์ว่ามีบาปและเรียกร้องให้พวกเขาต้องรับโทษแห่งความตายได้อย่างถูกต้อง แต่พระคริสต์จ่ายทดแทนโทษนั้นและทำให้คำกล่าวหาทั้งหมดต้องเงียบไป

บทที่ 15: พระคริสต์ การคืนดีของเรา

ส่วนที่หนึ่ง: ศาสนศาสตร์แห่งการคืนดี

คำถามหนึ่งที่ศาสนาส่วนใหญ่ในโลกมีร่วมกันก็คือ "คนบาปจะคืนดีกับพระเจ้าผู้ชอบธรรมได้อย่างไร?" ในขณะที่ศาสนาอื่นชี้ไปยังการงานของมนุษย์ในหนทางสู่แห่งการคืนดี แต่พระคัมภีร์กลับชี้ออกจากมนุษย์ไปที่ตัวตนและกิจของพระเยซูคริสต์ คนบาปจะกลับคืนดีกับพระเจ้าได้ก็ผ่านทางกิจของพระคริสต์บนไม้กางเขนเท่านั้น

การคืนดีคืออะไร?

คำว่า "คืนดี" (reconcile) มาจากภาษาละตินว่า **reconciliare** (เรดอนซิลิอาเร) [**re** = อีกครั้ง, เริ่มใหม่ + **conciliare** = การรวมกลุ่ม การเป็นหนึ่ง] ซึ่งหมายถึง "การนำกลับมารวมกันอีกครั้ง การทำให้เป็นหนึ่งเดียวกันอีกครั้ง การนำเข้าสู่ความตกลงร่วมกัน การเห็นเป็นสิ่งที่น่าชื่นชม การทำให้มิตรภาพหรือความเป็นหนึ่งกลับมา" ในพันธสัญญาใหม่คำว่า "คืนดี" หรือ "การคืนดี" แปลมาจากคำภาษากรีกต่อไปนี้

> **Diallássō** (ดิอัลลาสโซ): การเปลี่ยนแปลงหรือการเปลี่ยนใจ; การคืนดี; การรื้อฟื้นความเป็นมิตรกับผู้อื่น คำนี้ถูกใช้ครั้งเดียวในมัทธิว 5:24 ซึ่งหมายถึงการคืนดีกันของพี่น้องที่ทะเลาะกัน

> **Katallássō** (คาทัลลาสโซ): การเปลี่ยนหรือแลกเปลี่ยน เหมือนกับการแลกเปลี่ยนระหว่างเหรียญเงินกับสิ่งที่มีค่าเท่ากัน การคืนดี การตอบแทน ใน 1 โครินธ์ 7:11 คำนี้หมายถึงการคืนดีกันระหว่างหญิงกับสามีของนาง ในโรม 5:10 (สองครั้ง) และใน 2 โครินธ์ 5:18-20 (สามครั้ง) คำนี้ถูกใช้เพื่อสื่อถึงการคืนดีกับพระเจ้า

> **Apokatallássō** (อะโพคาทัลลาสโซ): รูปแบบที่เข้มข้นกว่าของคำว่า **katallássō** ซึ่งกล่าวถึงการคืนดีกันอย่างเต็มรูปแบบ ถูกใช้ในเอเฟซัส 2:16 และ โคโลสี 1:20,22 ซึ่งกล่าวถึงพระเจ้า

> **Katallagê** (คาทัลลาเก): คำนามที่เกี่ยวข้องกับกริยาว่า **katallássō** ในวรรณกรรมทั่วไปคำนี้กล่าวถึงการแลกเปลี่ยนที่เกิดขึ้นในธุรกิจแลกเงิน เป็นการแลกเปลี่ยนสิ่งของที่มีคุณค่าเท่าเทียมกัน หรือเป็นการปรับให้ความแตกต่างเท่ากัน ในทำนองเปรียบเปรย คำนี้กล่าวถึงการคืนดีและการตอบแทน ในพันธสัญญาเดิมนั้นหมายถึงการรื้อฟื้นความโปรดปรานของพระเจ้าแก่คนบาปที่กลับใจใหม่และวางความเชื่อไว้ในตัวตนและกิจของพระคริสต์ (โรม 5:11; 11:15; 2 โครินธ์ 5:18-19)

ใครคืนดีกับใคร?

เมื่อพิจารณาถึงคำนิยามในพระคัมภีร์ของคำว่า "การคืนดี" เราก็จะพบกับคำถามที่สำคัญว่า "ใครคืนดีกับใคร?"ความหมายคือว่า ไม้กางเขนนั้นทำให้มนุษย์ได้คืนดีกับพระเจ้า (ทำให้มนุษย์เป็นที่พอพระทัยต่อพระเจ้า) หรือทำให้พระเจ้าคืนดีกับมนุษย์ (ทำให้พระเจ้าเป็นที่ชอบใจต่อมนุษย์)?

นี่เป็นคำถามสำคัญ เพราะมีบางคนเชื่อผิดว่า ถึงแม้คนบาปจะเป็นศัตรูกับพระเจ้า แต่พระเจ้าไม่เคยเป็นศัตรูกับมนุษย์เลย อย่างไรก็ดี พระคัมภีร์สอนว่า พระเจ้าเป็นศัตรูกับคนบาปด้วย พระองค์นั้นยุติธรรมและบริสุทธิ์ ดังนั้นแล้วพระองค์จึงโกรธคนบาป

(สดุดี 5:5; 7:11; John 3:36) ห่างไกลจากคนบาป (สดุดี 5:4; อิสยาห์ 59:2) และพร้อมจะพิพากษาคนบาป (สดุดี 7:11-13; 11:5-6) ดังนั้นแล้ว คำตอบของเราสำหรับคำถามที่ว่า "ใครคืนดีกับใคร" นั้นจึงต้องตอบเป็นสองอย่างคือ (1) ไม้กางเขนทำให้พระเจ้าคืนดีกับเรา คือพระคริสต์จ่ายหนี้บาปแทนเรา ทำให้ความยุติธรรมของพระเจ้าถูกเติมเต็ม และทำให้พระพิโรธของพระองค์สงบลง นี่ทำให้ความเป็นศัตรูของพระเจ้าที่มีต่อเรานั้นหายไป และทำให้เป็นไปได้ที่พระองค์ถือว่าเราชอบธรรมผ่านทางความเชื่อในพระบุตรของพระองค์ได้ (2) เราคืนดีกับพระเจ้าผ่านทางไม้กางเขน ด้วยกิจแห่งการสร้างใหม่อย่างรวดเร็วของพระวิญญาณบริสุทธิ์ เราจึงได้กลับใจจากบาปของเรา (ยุติความเป็นศัตรูทั้งในการคิดและการกระทำ) และเชื่อวางใจในพระคริสต์

1. ในโรม 5:10-11 เราพบหนึ่งในพระคัมภีร์ตอนสำคัญที่สุดซึ่งเกี่ยวข้องกับหลักข้อเชื่อแห่งการคืนดี ให้อ่านเนื้อหาตอนนี้จนคุ้นเคยจากนั้นเขียนความคิดเห็นของคุณเกี่ยวกับข้อความต่อไปนี้ โดยพิจารณาว่า ข้อความเหล่านี้สอนเราอย่างไรเกี่ยวกับการคืนดีในพระคัมภีร์?

    a. เพราะว่าถ้าขณะที่เรายังเป็นศัตรูต่อพระเจ้าเรา (ข้อ 10)

    ____

    ____

    ____

    ____

หมายเหตุ คำว่า "ศัตรู" มาจากภาษากรีกว่า *echthrós* (เอคทรอส) ซึ่งหมายถึงบางคนที่เป็นศัตรู เกลียด หรือ มีสถานะที่ขมขื่นใจกับอีกฝ่าย ในพระกิตติคุณ คำนี้ใช้บรรยายถึงมาร (มัทธิว 13:39; ลูกา 10:19) ในโรม 8:7 และ โคโลสี 1:21 คำนี้ถูกใช้บรรยายถึงจิตใจที่เป็น "ศัตรู" ของมนุษย์ที่ตกต่ำ หลายครั้งมีคนกล่าวว่ามนุษย์นั้นเป็นศัตรูของพระเจ้าแต่พระเจ้าไม่เคยเป็นศัตรูกับมนุษย์ แต่วลีนี้จะทำให้เราเข้าใจผิด แม้ความเป็นศัตรูในข้อ 10 จะเป็นคำกลาง ๆ แต่นักศาสนศาสตร์จำนวนมากเน้นไปที่ความเป็นศัตรูอันบริสุทธิ์หรือความขุ่นเคืองอันชอบธรรมของพระเจ้าที่มีต่อมนุษย์คนบาป ชาร์ลส์ ฮอดจ์ (Charles Hodge) เขียนเอาไว้ว่า "ไม่ได้มีเพียงแค่การเป็นปฏิปักษ์อันชั่วร้ายของคนบาปต่อพระเจ้าเท่านั้น แต่ยังมีการเป็นปฏิปักษ์อันบริสุทธิ์ของพระเจ้าต่อคนบาปด้วย"[5] โรเบิร์ต แอล. เรย์มอนด์ (Robert L. Reymond) เขียนว่า "คำว่า 'ศัตรู' ไม่ได้เน้นที่ความเกลียดชังอันชั่วร้ายของเราที่มีต่อพระเจ้า แต่เป็นความเกลียดชังอันบริสุทธิ์ที่พระเจ้ามีต่อเรา"[6] แมทธิว เฮนรี่ (Matthew Henry) เขียนว่า "การเป็นศัตรูนี้ คือการเป็นศัตรูกันทั้งสองฝ่าย พระเจ้าไม่พอใจคนบาป และคนบาปก็ไม่พอใจพระเจ้า"[7]

    b. เราได้กลับคืนดีกับพระองค์ โดยที่พระบุตรของพระองค์สิ้นพระชนม์ (ข้อ 10)

    ____

    ____

    ____

---

5   *Commentary on the Epistle to the Romans*, p.138

6   *A New Systematic Theology of the Christian Faith*, p.646

7   *Matthew Henry Commentary, Vol.6*, p.397

____

____

หมายเหตุ คำว่า "คืนดี" มาจากภาษากรีกว่า *katallássō* (คาทัลลาสโซ) (ดูคำนิยามจากเนื้อหาด้านบนในหัวข้อ "การคืนดี คืออะไร") ความตายของพระคริสต์เป็นรากฐานสำหรับผู้เชื่อในการคืนดีกับพระเจ้า *สำหรับพระเจ้าแล้ว:* ความตายของ พระคริสต์ทำให้ข้อเรียกร้องแห่งความยุติธรรมในธรรมบัญญัติของพระองค์ได้รับการตอบสนอง ทำให้พระพิโรธของพระเจ้า สงบลง และให้พระเจ้าสามารถจะรักษาความยุติธรรมของพระองค์เอาไว้พร้อม ๆ กับถือว่าคนบาปเป็นคนชอบธรรมได้ด้วย *สำหรับมนุษย์แล้ว:* ความตายของพระคริสต์ลบล้างอุปสรรคแห่งบาปที่ขัดขวางเรารวมทั้งโทษของบาปออกไปพร้อมกับ เปิดประตูสู่กิจแห่งความรอดที่พระเจ้าเปลี่ยนแปลงชีวิตในใจของคนบาป ผ่านทางกิจแห่งการสร้างใหม่ของพระวิญญาณ บริสุทธิ์ ความเกลียดชังหรือการเป็นปฏิปักษ์ที่คนบาปมีต่อพระเจ้าก็ถูกเปลี่ยนไปเป็นความรัก และความไม่ชอบใจที่ พวกเขามีต่อธรรมบัญญัติของพระเจ้าก็เปลี่ยนไปเป็นความเคารพและความปรารถนาที่จะเชื่อฟัง

c. ยิ่งกว่านั้นอีกเมื่อกลับคืนดีแล้ว เราก็จะรอดโดยพระชนม์ชีพของพระองค์ (ข้อ 10)

____

____

____

____

____

หมายเหตุ ผู้เชื่อ**ได้**กลับคืนดีแล้ว การคืนดีของผู้เชื่อนั้นเป็นความจริงที่สำเร็จแล้วซึ่งมีรากฐานบนการตายเพียงครั้งเดียว เป็นพอของพระคริสต์ เราไม่ได้กำลังรอการคืนดี แต่การคืนดีนั้นสำเร็จแล้วทันทีเมื่อเราเชื่อ *คำถามคือ* หากเรากลับคืนดี ผ่านทางความตายของพระคริสต์ แล้วเราจะสามารถได้รับความรอดผ่านทางชีวิตของพระองค์อย่างไร? *คำตอบคือ* ความตายของพระคริสต์เป็นรากฐานเดียวของเราในการคืนดีกับพระเจ้า แต่พระคริสต์ผู้เป็นขึ้นจากความตายที่เรียกเรา ให้ชีวิตใหม่กับเรา รักษาเรา ทำให้เราสมบูรณ์แบบและทรงพระชนม์อยู่เป็นนิตย์ เพื่อทูลวิงวอนแทนเราต่อหน้าพระที่นั่ง ของพระเจ้า (ฮีบรู 7:25)

d. ไม่ใช่เพียงเท่านั้น เรายังชื่นชมยินดีในพระเจ้า โดยทางพระเยซูคริสต์องค์พระผู้เป็นเจ้าของเรา ผู้ทรงเป็นเหตุให้เรา กลับคืนดีกับพระเจ้า (ข้อ 11)

____

____

____

____

____

หมายเหตุ คนเหล่านั้นที่ตระหนักว่าแท้จริงแล้ว ตนได้คืนดีผ่านทางพระคริสต์เท่านั้น ก็ถูกผลักดันให้ชื่นชมยินดีและโอ้อวดในพระเจ้าเท่านั้น คำว่า "ชื่นชมยินดี" มาจากภาษากรีกว่า *kaucháomai* (เคาคาโอมัย) ซึ่งหมายถึงการถวายเกียรติหรือกระทั่งโอ้อวดเกี่ยวกับบางสิ่งหรือบางคน ในฟีลิปปี 3:3 อัครทูตเปาโลบรรยายถึงคริสเตียนแท้ว่า เป็นผู้ที่อวด "พระเยซูคริสต์ และไม่ไว้ใจในเนื้อหนัง" ใน 1 โครินธ์ 1:31 เปาโลเขียนว่า "ให้ผู้โอ้อวด อวดองค์พระผู้เป็นเจ้า"

2. ในโคโลสี 1:19-22 เราพบข้อความสำคัญเกี่ยวกับหลักข้อเชื่อเรื่องการคืนดี อ่านเนื้อหาในตอนนั้นจนกว่าคุณจะคุ้นเคย จากนั้นให้เขียนความคิดเห็นของคุณเกี่ยวกับเนื้อหาต่อไปนี้

a. *เพราะว่าพระเจ้าพอพระทัยที่จะให้ความบริบูรณ์ทั้งหมดดำรงอยู่ในพระองค์ (ข้อ 19)*

____

____

____

____

____

____

หมายเหตุ พระคริสต์คือพระเจ้าในกายมนุษย์ ดังนั้นแล้วทั้งบุคคลและกิจของพระองค์จึงไม่มีสิ่งใดบกพร่อง ไม่มีสิ่งใดที่สามารถล้มเหลวไป ไม่มีจุดอ่อนใด ๆ อยู่ในความรอดของเรา การคืนดีของเรานั้นสำเร็จแล้วและเปลี่ยนแปลงไม่ได้

b. *และโดยพระองค์ พระเจ้าทรงให้ทุกสิ่งคืนดีกับพระองค์เอง (ข้อ 20)*

____

____

____

____

____

____

หมายเหตุ พระคริสต์เท่านั้นคือผู้ซึ่งพระเจ้าแต่งตั้งให้เป็นพระผู้นำการคืนดีมา ไม่มีผู้อื่นอีกแล้ว ในข้อที่ 22 นี้ คำว่า "คืนดี" มาจากคำกรีกว่า *apokatallássō* (อะโพคาทัลลาสโซ) (ดูคำนิยามด้านบน ในหัวข้อ "การคืนดีคืออะไร") วลี "ทุกสิ่ง" นั้นถูกบรรยายอย่างสมบูรณ์ในข้อที่ 20 ว่าหมายถึงทุกสิ่งในโลกและในสวรรค์

c. *ไม่ว่าสิ่งนั้นจะอยู่บนแผ่นดินโลกหรืออยู่บนสวรรค์ (ข้อ 20)*

หมายเหตุ เราพบความจริงหลายประการพระคัมภีร์ตอนนี้ ประการแรก บาปได้ส่งผลต่อสิ่งทรงสร้างทั้งปวง (โรม 8:19-21) มีเพียงผ่านทางไม้กางเขนของพระคริสต์เท่านั้น จึงจะสามารถลบบาปได้และทำให้ผลร้ายอันน่ากลัวของบาปเปลี่ยนแปลงไป ประการที่สอง กิจของพระคริสต์นำเอาการคืนดีระหว่างพระเจ้ากับมนุษย์มา แต่รวมถึงการคืนดีระหว่างมนุษย์กับมนุษย์ด้วย ประการสุดท้าย วันหนึ่ง พระคริสต์จะนำสันติสุขมายังจักรวาลทั้งหมดนี้ พระองค์จะขับไล่ทูตสวรรค์ที่ล้มลงและไม่สามารถได้รับการไถ่ได้ เพื่อที่ทูตเหล่านี้จะไม่นำเอาความแตกแยกและความเป็นปฏิปักษ์มาสู่การทรงสร้างของพระเจ้าอีก

d. *ทำให้เกิดสันติภาพโดยพระโลหิตแห่งไม้กางเขนของพระองค์ (ข้อ 20)*

หมายเหตุ การคืนดีและสันติสุขกับพระเจ้านั้นเป็นไปได้ผ่านทางการทนทุกข์และความตายอย่างโหดร้ายของพระคริสต์เท่านั้น "พระกิตติคุณ" อื่น ๆ ที่ปฏิเสธหรือทำให้ความสำคัญของความจริงนี้ลดน้อยลงไปก็ถือว่าเป็นพระกิตติคุณเท็จ ผ่านทางความตายของพระคริสต์เท่านั้นที่หนี้บาปของเราถูกจ่าย ความยุติธรรมของพระเจ้าถูกเติมเต็ม และพระพิโรธของพระองค์ถูกบรรเทา

e.   และเมื่อก่อนนี้พวกท่านถูกตัดขาดจากพระเจ้า และเป็นศัตรูในใจโดยการทำชั่วต่างๆ *(ข้อ 21)*

____

____

____

____

____

____

หมายเหตุ คำที่ใช้บรรยายถึงสถานะของคริสเตียนก่อนนั้นก็ตรงกันข้ามกับคำว่าการคืนดี คำว่า "ตัดขาด" หรือ "แปลกแยก" มาจากภาษากรีกว่า *apallotrióō* (อะพัลโลทริโอโอ) ซึ่งสื่อถึงการที่ผู้หนึ่งปิดตนเองจากสามัคคีธรรมและความสนิทสนมใกล้ชิดต่อกัน คำว่า "เป็นศัตรู" มาจากภาษากรีกว่า *echthrós* (เอคทรอส) ซึ่งสื่อถึงคนที่ไม่ชอบหน้า เกลียดชัง ต่อต้าน และเป็นศัตรู

f.   แต่บัดนี้พระเจ้าโปรดให้คืนดีกับพระองค์เอง โดยความตายของพระกายที่เป็นเนื้อหนังของพระคริสต์ *(ข้อ 22)*

____

____

____

____

____

____

หมายเหตุ ความจริงสองประการถูกนำมาพูดถึง ประการแรก การคืนดีนั้นเป็นไปได้ผ่านทางการทนทุกข์และความตายอันโหดร้ายของพระคริสต์เท่านั้น ประการที่สอง การคืนดีของผู้เชื่อนั้นเป็นความจริงที่เกิดขึ้นและสำเร็จไปแล้ว

g.   เพื่อจะถวายพวกท่านเป็นผู้บริสุทธิ์ ไร้มลทิน และปราศจากตำหนิเฉพาะพระพักตร์ของพระองค์ *(ข้อ 22)*

____

____

____

____

____

____

____

หมายเหตุ ในที่นี้บรรยายถึงหนึ่งในเป้าหมายสำคัญที่สุดของการคืนดีของเราคือ เพื่อจะบริสุทธิ์ ไร้มลทิน และปราศจากตำหนิต่อหน้าพระเจ้า นี่ไม่ได้หมายถึงเพียงสถานะของผู้เชื่อในพระคริสต์ต่อหน้าพระเจ้าเท่านั้น แต่ยังเกี่ยวกับตัวตนแท้และการเปลี่ยนแปลงของผู้เชื่อแต่ละคนด้วย กระบวนการที่พระเจ้าเปลี่ยนแปลงคนเหล่านั้นที่พระองค์ทรงชำระและคืนดีด้วยนั้นเรียกว่า การชำระให้บริสุทธิ์ (sanctification, ภาษาละติน *santus* = บริสุทธิ์ + *facere* = การทำ) กระบวนการนี้เริ่มต้นเมื่อเรากลับใจ และดำเนินต่อไปตลอดชีวิตผู้เชื่อ และสมบูรณ์เมื่อผู้เชื่อได้รับสง่าราศีในสวรรค์

บทที่ 16: พระคริสต์ การคืนดีของเรา

ส่วนที่สอง: พันธกิจแห่งการคืนดี

ในบทที่แล้ว เราได้พิจารณาถึงความหมายของคำว่า "การคืนดี" โดยพิจารณาจากการตีความพระคัมภีร์เกี่ยวกับหลักข้อเชื่อ เรื่องการคืนดี และศึกษาข้อพระคัมภีร์สองข้อที่เกี่ยวข้องกับหัวข้อนี้ ในบทนี้ เราจะพิจารณาพระคัมภีร์อีกตอนที่ให้ความกระจ่าง เกี่ยวกับทั้งหลักข้อเชื่อและความสำคัญในแง่การปฏิบัติของการคืนดีของเราในพระคริสต์ และให้รายละเอียดเกี่ยวกับ**พันธกิจ แห่งการคืนดี**ที่ได้ทรงมอบหมายเอาไว้ให้เรา เมื่อเราได้คืนดีกับพระเจ้า สิ่งนี้ควรส่งผลกระทบอย่างไรต่อการดำเนินชีวิตของเรา อย่างไร? การตอบสนองของเราต่อของประทานแห่งการคืนดีจากพระเจ้าควรเป็นอย่างไร?

1. 2 โครินธ์ 5:17-20 เป็นพระคัมภีร์ตอนสำคัญเกี่ยวกับทั้งหลักข้อเชื่อของการคืนดีและพันธกิจแห่งการคืนดีที่ถูกมอบหมายเอา ไว้ให้กับเหล่าผู้เชื่อ ให้อ่านข้อความตอนนี้จนคุ้นเคย จากนั้นเขียนความคิดเห็นของคุณเกี่ยวกับข้อความต่อไปนี้

   a. *พระเจ้า ผู้ทรงให้เราคืนดีกับพระองค์โดยทางพระเยซูคริสต์ (ข้อ 18)*

   ____

   ____

   ____

   ____

   ____

   ____

หมายเหตุ คำว่า "คืนดี" มาจากภาษากรีกว่า ***katallássō*** (คาทัลลาสโซ) (ดูคำนิยามในบทก่อนหน้าในหัวข้อ "การคืนดี คืออะไร") ในวลีนี้มีหลักความจริงสามประการ ประการแรก การคืนดีของผู้เชื่อนั้นเป็นความจริงที่สำเร็จเสร็จสิ้นแล้ว ประการ ที่สอง การคืนดีนั้นเป็นกิจของพระเจ้าที่พระองค์ได้เริ่มต้นและทำให้สำเร็จ มนุษย์ไม่มีอำนาจที่จะนำการคืนดีมา และประการ สุดท้า การคืนดีนั้นเป็นไปได้ผ่านพระคริสต์และการงานของพระองค์เท่านั้น

   b. *และประทานพันธกิจในเรื่องการคืนดีนี้แก่เรา (ข้อ 18)*

   ____

   ____

   ____

   ____

   ____

หมายเหตุ คนเหล่านั้นที่ได้คืนดีกับพระเจ้าก็ได้รับฉันทะภาระหรือความรับผิดชอบอันยิ่งใหญ่ในการแบ่งปันพระกิตติคุณ
กับผู้อื่น เพื่อที่คนเหล่านั้นก็จะได้กลับคืนดีด้วย พระเจ้าได้เลือกที่จะทำให้มนุษย์กลับคืนดีกับพระองค์เอง ผ่านทางการ
ประกาศข่าวประเสริฐ

c. คือพระเจ้าทรงให้โลกนี้คืนดีกับพระองค์โดยพระคริสต์ ไม่ทรงถือโทษในความผิดของพวกเขา *(ข้อ 19)*

____

____

____

____

____

หมายเหตุ ที่นี่เราได้พบหลักฐานถึงความเป็นพระเจ้าของพระคริสต์อีกครั้งหนึ่ง ในพระคริสต์ พระเจ้าได้เข้ามาในโลก
เพื่อทำให้การคืนดีของเราเกิดขึ้น การคืนดีนั้นเป็นไปได้ก็เพราะพระคริสต์ลบล้างอุปสรรคยิ่งใหญ่ที่กั้นขวางสันติสุขเอาไว้
นั่นคือการละเมิดของเรา พระองค์ทำเช่นนั้นด้วยการตายเพื่อบาปของประชากรของพระองค์ ทำให้ข้อเรียกร้องจากความ
ยุติธรรมของพระเจ้าได้รับการเติมเต็มและทำให้พระพิโรธของพระองค์สงบลง

d. และทรงมอบเรื่องราวการคืนดีนี้ให้เราประกาศ *(ข้อ 19)*

____

____

____

____

____

หมายเหตุ พระกิตติคุณของพระเยซูคริสต์นั้นคือกิจแห่งการคืนดี คำว่า "มอบหมาย" มาจากภาษากรีกว่า *títhēmi*
(ทิเธมี) ซึ่งหมายถึง "การแต่งตั้ง หรือการมอบหน้าที่" ผู้เชื่อได้รับมอบหมายงานที่ยิ่งใหญ่ คือการประกาศข่าวประเสริฐไป
แก่คนในรุ่นของพวกเขา

e. เพราะฉะนั้น เราจึงเป็นทูตของพระคริสต์ โดยที่พระเจ้าทรงขอร้องท่านทั้งหลายผ่านทางเรา *(ข้อ 20)*

____

____

____

หมายเหตุ พระเจ้าใช้มนุษย์ในการทำให้การงานแห่งการคืนดีของพระองค์เป็นที่รู้จักแก่คนอื่น นี่เป็นการทรงเรียกที่สูงส่ง คนเหล่านั้นที่ประกาศข่าวประเสริฐก็เป็นผู้ที่มีเกียรติในการสื่อสารคำขอร้องของพระเจ้าที่มีต่อมนุษย์

f. เราจึงวิงวอนท่านในนามของพระคริสต์ให้คืนดีกับพระเจ้า *(ข้อ 20)*

หมายเหตุ คำว่า "วิงวอน" ในที่นี้มาจากภาษากรีกว่า *déomai* (เดโอมัย) ซึ่งหมายถึง "การวิงวอน การขอร้อง การขอ การอธิษฐาน" ในการวิงวอนให้มนุษย์คืนดีกับพระเจ้านั้น เราก็กำลังเรียกพวกเขาให้ทิ้งความเป็นปฏิปักษ์ที่มีต่อพระเจ้า และรับประโยชน์จากของประทานแห่งการคืนดีของพระเจ้าผ่านทางบุคคลและการงานของพระคริสต์ พระเจ้าจะทรงขยาย กิ่งของต้นมะกอกแห่งสันติสุขไป ภายในเวลาที่จำกัดเท่านั้น ข้อเสนอนี้จะถูกหมดไป เมื่อความตายของคนนั้นมาถึงหรือ ในวินาทีที่พระคริสต์เสด็จกลับมา การวิงวอนให้มนุษย์หันมาหาพระคริสต์นั้นเป็นสิ่งสำคัญมาก ด้วยเหตุนี้ อัครทูตเปาโล จึงประกาศว่า "บัดนี้เป็นเวลาแห่งความโปรดปราน นี่แน่ะ บัดนี้เป็นวันแห่งความรอด" (2 โครินธ์ 6:2) อีกครั้งหนึ่งผู้เขียน พระธรรมฮีบรูก็ประกาศว่า "วันนี้ถ้าท่านทั้งหลายได้ยินพระสุรเสียงของพระองค์ อย่าให้จิตใจของท่านดื้อรั้น" (3:15; 4:7)

บทที่ 17: พระคริสต์ เครื่องบูชา

คำว่า "การถวายเครื่องบูชา" มาจากภาษาละตินว่า *sacerfacere* (ซาเคร์ฟาเซเร) [*sacer* = บริสุทธิ์หรือศักดิ์สิทธิ์ + *facere* = การทำให้เป็น] ในภาษาฮีบรูและกรีก รากของคำนี้มาจากคำว่า *zebah* (เศบาห์) และ *thusia* (ธูเซีย) ตามลำดับ ทั้งสองคำหมายถึงบางสิ่งที่ถูกฆ่าในฐานะของถวายเพื่อแทนที่อีกสิ่งหนึ่ง ความยุติธรรมของพระเจ้าเรียกร้องความตายของคนบาป เครื่องบูชาถูกฆ่าและถวายให้แทนที่ของคนบาปเพื่อตอบสนองความยุติธรรมของพระเจ้าและทำให้พระพิโรธของพระเจ้าสงบลง

ในพันธสัญญาเดิม ทุกครั้งที่มีการละเมิดธรรมบัญญัติก็ต้องมีการถวายเครื่องบูชาเพื่อทดแทน สัตว์ที่ไม่มีตำหนิจะถูกประหารและถวายให้กับพระเจ้าแทนที่ผู้ซึ่งละเมิดพระบัญญัติของพระองค์ ต้องระลึกไว้ว่า "เลือดวัวผู้และเลือดแพะไม่มีทางชำระบาปให้หมดสิ้นไปได้เลย" (ฮีบรู 10:4) เครื่องบูชาเช่นนี้ทำหน้าที่เป็นเพียงภาพสัญลักษณ์ถึงสิ่งต่อไปนี้ (1) ความรุนแรงของบาปและโทษบาป "ค่าจ้างของบาปคือความตาย" (โรม 6:23); (2) ความต้องการที่จะต้องมีเครื่องบูชามาแทนที่ เพื่อทำให้ความยุติธรรมของพระเจ้าได้รับการตอบสนอง; และ (3) ความต้องการที่จะต้องมีเครื่องบูชาสุดท้ายที่ยิ่งใหญ่กว่าซึ่งเป็นการถวายองค์ผู้ซึ่งทรงค่าของพระองค์ไม่มีสิ้นสุด นั่นคือพระบุตรของพระเจ้า

1. อ่านฮีบรู 10:1-4; ข้อความในตอนนี้สอนเราเกี่ยวกับความไม่เพียงพอของสัตวบูชาในการลบบาปว่าอย่างไร

    a. ตามที่ปรากฏในข้อ 1a ทำไมสัตวบูชาซึ่งเป็นสิ่งที่ถูกเรียกร้องในพันธสัญญาเดิม จึงไม่สามารถลบบาปจากประชากรของพระเจ้าได้?

    (1) ธรรมบัญญัติเป็นเพียง _________________ของสิ่งประเสริฐทั้งหลายที่จะมาในภายหลัง ไม่ใช่ _________________

    หมายเหตุ คำว่า "เงา" มาจากภาษากรีกว่า *skia* (สเกีย) ซึ่งอาจหมายถึง เงา หรือ โครงร่าง คำว่า "ตัวจริง" มาจากภาษากรีกว่า *eikon* (เอโคน) ซึ่งหมายถึงลักษณะหรือภาพ เครื่องบูชาในพันธสัญญาเดิมนั้นเป็นเพียงเงาหรือโครงร่างคร่าว ๆ ของภาพที่แท้จริงนั่นคือ การเป็นเครื่องบูชาของพระคริสต์

    b. ตามที่ปรากฏในข้อ 1b-2 เราทราบได้อย่างไรว่า สัตวบูชาในพันธสัญญาเดิมไม่สามารถลบบาปและชำระประชากรของพระเจ้าได้?

    (1) พวกเขาถวายเหมือนเดิมทุกปี_______(ข้อ 1b)

    (2) ถ้าทำได้ พวกเขาคง______การถวายเครื่องบูชาแล้วไม่ใช่หรือ? (ข้อ 2)

    หมายเหตุ ตรรกะเรื่องนี้เข้าใจได้ไม่ยาก หากสัตวบูชาสามารถชำระประชากรของพระเจ้าได้ พวกเขาก็จะไม่ต้องถวาย "เหมือนเดิมทุกปีเสมอมา" การถวายครั้งเดียวก็ควรจะเพียงพอแล้ว ในระหว่างที่เครื่องบูชาเหล่านี้ถูกถวายทุก ๆ ปี สิ่งนี้ก็ย้ำเตือนกับประชากรถึงความบาปและความผิดของพวกเขาที่ยังคงอยู่

c. จากที่ปรากฏในข้อ 4 สัตวบูชานั้นไม่มีความสามารถเลยสักนิดในการลบบาปของประชากรของพระเจ้า และในการชำระ
พวกเขาจากความด่างพร้อย โปรดอธิบายว่าจากการสังเกตุในข้อพระคัมภีร์ก่อนหน้านี้ ให้คุณอธิบายด้วยถ้อยคำของ
คุณเองว่า ทำไมถึงเป็นเช่นนี้

____

____

____

____

____

หมายเหตุ มนุษย์ได้ทำบาปต่อพระเจ้า ดังนั้น มนุษย์จึงต้องตาย สัตวบูชาไม่สามารถตอบสนองข้อเรียกร้องจาก
ความยุติธรรมของพระเจ้าที่มีต่อมนุษย์ได้ เครื่องบูชาเดียวที่สามารถตอบสนองสิ่งนี้ได้จะต้องเป็นมนุษย์ที่สมบูรณ์แบบและ
เปี่ยมคุณค่าที่ไม่มีสิ้นสุด นั่นคือพระเยซูคริสต์ มนุษย์ผู้เป็นพระเจ้า!

2. ฮีบรู 10:5-10 เป็นหนึ่งในข้อพระคัมภีร์สำคัญที่อธิบายว่า พระคริสต์ในฐานะเครื่องบูชานั้นสูงส่งกว่าเพียงใด อ่านเนื้อหาจาก
พระคัมภีร์ตอนนี้ และตอบคำถามต่อไปนี้

a. จากในข้อ 5-6 พระคริสต์ได้ประกาศว่าอย่างไรเกี่ยวกับสัตวบูชาทั้งหลาย?

____

____

____

____

____

หมายเหตุ พระคริสต์ไม่ได้ปฏิเสธว่าพระเจ้าเป็นผู้สั่งให้มีการถวายสัตวบูชาภายใต้ธรรมบัญญัติของโมเสส พระองค์
เพียงแค่ประกาศว่า สิ่งนี้ไม่มีอำนาจที่ลบบาปไปจากมนุษย์ได้ เป้าหมายของสัตวบูชาคือเพื่อชี้ไปยังพระคริสต์

b. ตามที่ปรากฏในข้อ 5-7 พระคริสต์ประกาศว่าสิ่งใดที่จะมาทดแทนบรรดาสัตวบูชาที่ไร้ผล?

(1) พระองค์ทรง _____________________ สำหรับข้าพระองค์ (ข้อ 5) ผู้เขียนพระธรรมฮีบรู อ้างอิงสดุดี 40:6 ฉบับ
เซปตัวจินท์ (พันธสัญญาเดิมฉบับแปลกรีก) ซึ่งสื่อถึงการที่พระคริสต์มาบังเกิดและอุทิศทุ่มเททำตามพระประสงค์ของ
ของพระเจ้า

(2) ข้าพระองค์มาแล้วเพื่อจะ _____________________ ของพระองค์ (ข้อ 7) นี่ไม่ได้หมายถึงเพียงความปรารถนา
ที่พระคริสต์จะทำตามพระประสงค์ของพระเจ้าเท่านั้น แต่ยังหมายถึงการที่พระองค์ทำสิ่งนี้อย่างสมบูรณ์แบบด้วย

c. จากข้อที่ 10 น้ำพระทัย (พระประสงค์) ของพระเจ้าคืออะไร และพระประสงค์นี้ทำให้เกิดสิ่งใด?

____

____

____

____

____

____

หมายเหตุ พระประสงค์ของพระเจ้าคือให้พระคริสต์ถวายพระองค์เองเพียงครั้งเดียวในฐานะผู้รับบาปของปวงประชากรของพระองค์ การเป็นเครื่องบูชาที่สมบูรณ์แบบของพระองค์นี้ชำระประชากรของพระองค์ หรือทำให้พวกเขาบริสุทธิ์ต่อหน้าพระเจ้า (1 เธสะโลนิกา 3:13)

d. ตามที่ปรากฏในข้อ 9 เมื่อพระคริสต์สิ้นพระชนม์เพื่อบาปแห่งเหล่าประชากรของพระองค์ พระเจ้าเปลี่ยนแปลงวิถีที่ทรงกระทำกับประชากรของพระองค์อย่างไร?

(1) พระองค์ท่านทรงยกเลิก _____________________ นั้นเสียเพื่อจะทรงตั้ง _____________________

หมายเหตุ การมาบังเกิดและกิจแห่งการไถ่ของพระคริสต์ได้ทำให้ระบบการถวายเครื่องเผาบูชาในพันธสัญญาเดิมสิ้นสุดลง รวมทั้งระบอบปุโรหิตและพิธีกรรมตามระบบนี้ พระองค์คือ *ความสำเร็จ* แห่งพระสัญญาทั้งสิ้นในพันธสัญญาเดิม และเป็น *รากฐาน* แห่งพันธสัญญาใหม่ ผ่านทางพระองค์นั้น ผู้เชื่อก็ถูกนำเข้าใกล้พระเจ้า

3. พระธรรมฮีบรู 9:11-14 เป็นอีกตอนหนึ่งที่แสดงให้เห็นว่า พระคริสต์ในฐานะเครื่องบูชาทรงสูงส่งกว่าเพียงใด ข้อพระคัมภีร์ด้านล่างต่อไปนี้ สำแดงให้เห็นว่าพระคริสต์ทรงเป็นปุโรหิตและเครื่องบูชาที่สูงส่งกว่าอย่างไร?

a. *ข้อ 11*

____

____

____

____

____

____

หมายเหตุ ปุโรหิตในพันธสัญญาเดิมนั้นเข้าไปในวิหารฝ่ายโลกพร้อมเลือดสัตว์ ส่วนพระคริสต์ถวายพระองค์เองเป็นเครื่องบูชาบนไม้กางเขน และเข้าไปสู่ที่ประทับของพระเจ้าโดยตรง

b. *ข้อ 12*

____

____

____

____

____

____

____

หมายเหตุ เมื่อพระคริสต์ได้หลั่งเลือดบนไม้กางเขน พระองค์ก็ปรากฏต่อหน้าพระเจ้าบนสวรรค์ในฐานะตัวแทนของ
ประชากรของพระองค์ พระคัมภีร์ข้อนี้ไม่ได้สอนว่า พระคริสต์ถวายเลือดของพระองค์ให้กับพระเจ้าบนสวรรค์

c. *ข้อ 13-14*

____

____

____

____

____

____

____

____

หมายเหตุ หากเลือดของสัตว์ที่ถวายโดยปุโรหิตผู้มีบาปในพระวิหารบนโลก ยังสามารถเป็นศาสนพิธีหรือมอบการชำระ
ทางภายนอกสำหรับสิ่งมลทินได้ โลหิตของพระคริสต์จะทำได้มากกว่านั้นเท่าใด! คุณงามความดีของเราไม่อาจสงบจิตสำนึก
ของเราที่คอยเตือนและประกาศว่า เราเป็นคนบาป และความพยายามเป็นคนชอบธรรมของเราก็เป็นสิ่งไร้ประโยชน์
การเป็นเครื่องบูชาครั้งเดียวเป็นพอของพระคริสต์นั้นสามารถลบบาปทุกประการ ชำระจิตสำนึกของความรู้สึกผิดทั้งสิ้น
และปลดปล่อยเราให้เราสามารถรับใช้พระเจ้าด้วยสันติสุขและความชื่นชมยินดีได้

4. หนึ่งในความจริงสำคัญที่สุดเกี่ยวกับการเป็นเครื่องบูชาของพระคริสต์คือ พระองค์ถูกถวายเพียงครั้งเดียวเป็นพอสำหรับบาป
   ทั้งหมดของประชากรของพระเจ้า ในพระธรรมฮีบรู ความจริงนี้เป็นแนวคิดที่ปรากฏซ้ำ ๆ ให้เขียนความคิดเห็นของคุณ
   เกี่ยวกับข้อพระคัมภีร์ต่อไปนี้

   a. ฮีบรู 9:25-26

   ____

   ____

   ____

   ____

   ____

   ____

   ____

หมายเหตุ เหตุที่พระคริสต์เป็นเครื่องบูชาที่ยิ่งใหญ่กว่ามาเมื่อเทียบกับบรรดาเครื่องบูชาอยู่ในพันธสัญญาเดิมก็คือ
การถวายตนเป็นเครื่องบูชาเพียงครั้งเดียวของพระองค์ได้ทำให้ความบาปของประชากรของพระองค์จบสิ้นไป

   b. ฮีบรู 9:27-28

   ____

   ____

   ____

   ____

   ____

   ____

หมายเหตุ พระคริสต์เป็นเครื่องบูชาลบบาปที่สมบูรณ์ จนทำให้เมื่อพระองค์กลับมาหาประชากรของพระองค์ พระองค์
จะนำมาความรอดมาให้พวกเขา โดยไม่กล่าวถึงบาปของพวกเขาอีกเลย

   c. ฮีบรู 10:12

   ____

   ____

____

____

____

____

____

____

หมายเหตุ เกิดการเปรียบเทียบระหว่างปุโรหิตที่ "ปฏิบัติกิจ (ยืน) อยู่ทุกวัน" (ข้อ 11) และพระคริสต์ผู้ "ประทับ (นั่ง) ลง" การที่พระคริสต์ประทับลงที่เบื้องขวาของพระบิดาเป็นหลักฐานว่าการงานของพระองค์นั้นสำเร็จแล้ว

d. *ฮีบรู 10:14*

____

____

____

____

____

____

หมายเหตุ การจะมีความสัมพันธ์ที่ถูกต้องกับพระเจ้านั้น มนุษย์จำเป็นต้องสมบูรณ์แบบ แยกออกจากบาปอย่างสิ้นเชิง และถูกแยกออกไว้เพื่อพระเจ้า สิ่งที่เป็นไปไม่ได้สำหรับคนบาปนั้นถูกทำให้เป็นได้ในพระคริสต์ คนทั้งหลายที่เชื่อใน พระคริสต์และในการถวายบูชาของพระองค์ล้วนได้รับฐานะอันสมบูรณ์ต่อหน้าพระเจ้า เป็นฐานะที่เปลี่ยนแปลงไม่ได้และ เป็นนิรันดร์ พระเจ้าจะไม่จดจำบาปและการอธรรมของพวกเขาอีกต่อไป (ข้อ 17)

บทที่ 18: พระคริสต์ พระเมษโปดก

แนวคิดที่มีความเกี่ยวข้องอย่างมากกับเรื่องเครื่องบูชานั้นคือการที่พระคัมภีร์เรียกพระคริสต์ว่าเป็น "พระเมษโปดก (ลูกแกะ) ของพระเจ้า" ลูกแกะมีบทบาทสำคัญอย่างมากในประวัติศาสตร์และในการนมัสการของชาวอิสราเอล ในระบบถวายเครื่องบูชาของพันธสัญญาเดิมนั้น ลูกแกะที่ไม่มีตำหนิจะถูกถวายทุกเช้าและเย็นเพื่อเป็นเครื่องบูชา (อพยพ 29:38-39) ส่วนในวันสะบาโต จำนวนของถวายจะเพิ่มเป็นสองเท่า (กันดารวิถี 28:9-10) และลูกแกะยังถูกฆ่าในวันปัสกา ซึ่งเป็นวันเทศกาลเฉลิมฉลองเพื่อระลึกถึงการที่พระเจ้าช่วยกู้ชาวอิสราเอลออกจากความโหดร้ายและการเป็นทาสในอียิปต์

แม้ลูกแกะจะเป็นภาพสัญลักษณ์ถึงความอ่อนโยนและความถ่อมใจของพระคริสต์ แต่เรื่องนี้ไม่ใช่ความสำคัญหลักของประเด็น เมื่อเรามองผ่านเบื้องหลังทางประวัติศาสตร์แล้ว พระคริสต์ในฐานะลูกแกะนั้นชี้ไปยังการที่พระองค์เป็นเครื่องบูชาลบบาปให้กับประชากรของพระองค์

พระคริสต์เป็นลูกแกะถวายบูชา

ลูกแกะมีบทบาทสำคัญในระบบการถวายเครื่องบูชาของพันธสัญญาเดิม อย่างไรก็ดี เครื่องบูชาเหล่านั้นเป็นเพียงแค่เงาที่ชี้ไปยังองค์ผู้เป็นลูกแกะ พระเมษโปดกผู้จะมาและรับบาปของโลกไป นั่นคือพระเยซูคริสต์ชาวนาซาเร็ธ

1. ยอห์นผู้ให้บัพติศมากล่าวถึงพระเยซูคริสต์ว่าอย่างไรในยอห์น 1:29 และ 1:36 สิ่งนี้บอกความจริงอะไร โปรดเขียนความคิดเห็นของคุณ

____

____

____

____

____

____

หมายเหตุ ยอห์นผู้ให้บัพติศมาเป็นสมาชิกในตระกูลปุโรหิต เขาจึงคุ้นเคยดีกับแนวคิดเรื่องลูกแกะบูชาและแกะปัสกา การที่ยอห์นเรียกฉายาพระเมษโปดกถึงสองครั้งนั้น เป็นเรื่องสำคัญมาก (1:28, 36) ยอห์นผู้ให้บัพติศมาเห็นว่า พระเยซูไม่ใช่ผู้ปลดปล่อยทางการเมืองหรือเพียงแค่ตัวอย่างในการดำเนินชีวิต แต่เป็นลูกแกะสำหรับถวายบูชาที่พระเจ้าได้แต่งตั้งเพื่อรับบาปของโลกไป วลี "รับ...ไป" มาจากภาษากรีกว่า *aírō* (ไอโร) ซึ่งเกี่ยวข้องกับการยกขึ้น เมื่อกล่าวถึงพระคริสต์ก็หมายถึงการที่พระองค์รับบาปของเราและแบกบาปเหล่านั้นออกไป คำกริยานี้ปรากฏในรูปปัจจุบันกาล ซึ่งสื่อถึงการกระทำที่ต่อเนื่อง อำนาจและผลจากความตายของพระคริสต์นั้นส่งผลจนถึงวันสุดท้าย คำว่า "บาป" เป็นคำเอกพจน์หมายถึงบาปทั้งหมด ทุกประเภท ทุกรูปแบบ

2. อิสยาห์ 53:6-7 บรรยายถึงประชากรของพระเจ้าและการงานของพระเมสสิยาห์ที่ทำเพื่อพวกเขา คำบรรยายของอิสยาห์
    สอดคล้องกับของยอห์นผู้ให้บัพติศมาใน ยอห์น 1:29 อย่างไร

____

____

____

____

____

____

หมายเหตุ คำว่า "หลงทาง" มาจากภาษาฮีบรูว่า *ta`ah* (ทาอาห์) ซึ่งหมายถึง "การผิดพลาด การเดินหลงไป การตระเวน
ไปรอบ ๆ หรือการเซ" บางครั้งใช้เพื่อบรรยายคนที่เมา มนุษย์ทุกคนหลงทางไปจากพระเจ้า เหมือนกับที่คนเมาเดินเซไปใน
ความเมามายของตน วลี "ต่างคนต่างหันไปตามทางของตนเอง" พิสูจน์ว่ามนุษย์ทุกคนล้วนทำตามสิ่งที่ตัวเองเห็นชอบ แต่
ทางเหล่านี้ล้วนนำไปสู่ความตาย (สุภาษิต 14:12) เพื่อช่วยเราให้รอด พระคริสต์จึงจำเป็นจะต้องแบกรับความผิดของเรา
และถูกนำไปประหารในฐานะตัวแทนของเรา เราจึงได้เห็นว่า ยอห์นผู้ให้บัพติศมาไม่ใช่ผู้เผยพระวจนะคนแรกที่กล่าวถึง
พระเมสสิยาห์ในฐานะพระเมษโปดกที่จะรับบาปของประชากรของพระองค์ไป

3. ใน 1 เปโตร 1:18-20 เราพบหนึ่งในข้อพระคัมภีร์สุดสวยงามเกี่ยวกับบุคคลและการงานของพระคริสต์ ในตอนนี้ เปโตรกล่าวถึง
    พระเยซูคริสต์และกิจแห่งการไถ่ของพระองค์เพื่อประชากรของพระองค์ว่าอย่างไร? อ่านข้อความนี้หลาย ๆ รอบจนคุ้นเคย
    จากนั้นเขียนความคิดเห็นของคุณเกี่ยวกับข้อพระคัมภีร์ต่อไปนี้

    a. *พวกท่านรู้ว่าพวกท่านได้รับการไถ่ออกจากการดำเนินชีวิตที่ไร้สาระ ซึ่งตกทอดมาจากบรรพบุรุษของพวกท่าน ไม่ใช่*
        ไถ่ด้วยสิ่งที่เสื่อมสลายได้เช่นเงินหรือทอง (ข้อ 18)

____

____

____

____

____

หมายเหตุ คำว่า "ได้รับการไถ่" มาจากภาษากรีกว่า *lutróō* (ลูโทรโอ) ซึ่งหมายถึง "การซื้อบางคนหรือบางสิ่งคืนมาจาก
การเป็นทาสหรือจากการถูกยึดไป" ในบริบทนี้ ผู้เชื่อถูกซื้อคืน หรือไถ่คืนมาจากเส้นทางชีวิตอันไร้ค่าที่พวกเขารับสืบทอด
มาจากบรรพบุรุษ เรื่องนี้สามารถใช้ได้กับทั้งชาวต่างชาติและชาวยิว ประเพณี ศาสนพิธี หรือหลักศีลธรรมของยิวและ
คนต่างชาติล้วนแล้วแต่ไร้อำนาจในการช่วยให้รอด

b. แต่ด้วยพระโลหิตล้ำค่าของพระคริสต์ ดังเลือดลูกแกะที่ไร้ตำหนิและไร้จุดด่างพร้อย *(ข้อ 19)*

____

____

____

____

____

หมายเหตุ ตามที่ปรากฏในเลวีนิติ 22:20-24 เครื่องบูชาต้องเป็นลูกแกะไม่มีตำหนิ ตามที่เปโตรเขียน พระคริสต์คือลูกแกะนั้น พระคัมภีร์ประกาศว่า "เพราะค่าไถ่ชีวิตของเขา (มนุษย์) นั้นแพง และไม่เคยพอเลย" (สดุดี 49:8) ค่าไถ่ที่มนุษย์จ่ายไม่มีทางเพียงพอที่จะไถ่จิตวิญญาณของพวกเขา มีเพียงพระโลหิตของพระคริสต์ที่หลั่งออกบนไม้กางเขนเท่านั้นที่จะเพียงพอ เพราะพระองค์ทรงคุณค่าอย่างไร้ขีดจำกัด

พระคริสต์เป็นลูกแกะปัสกา

ลูกแกะจะถูกฆ่าในเทศกาลปัสกา ซึ่งเป็นเทศกาลทางศาสนาระลึกถึงการที่พระเจ้าช่วยชาวอิสราเอลออกจากการเป็นทาสในอียิปต์ ในคืนที่พระเจ้าจะพิพากษาชาวอียิปต์ ครอบครัวชาวอิสราเอลแต่ละครอบครัวถูกสั่งให้ฆ่าลูกแกะและทาเลือดของแกะนั้นไว้ที่วงกบประตูบ้านของพวกเขา เมื่อทูตแห่งความตายผ่านไปในอียิปต์เพื่อพิพากษา ทูตนั้นก็จะผ่านประชากรของพระเจ้าไปเมื่อเห็นเลือดของแกะที่ถูกฆ่านั้น เป็นเรื่องยากมากที่เราจะไม่มองลูกแกะปัสกาว่าชี้ไปยังพระคริสต์ มนุษย์ได้ละเมิดพระบัญญัติของพระเจ้าและตกอยู่ใต้คำพิพากษาแห่งความตาย พระคริสต์เข้ามายืนแทนที่ประชากรของพระองค์ที่ต้องถูกพิพากษาและตายแทนพวกเขา เลือดของพระองค์ได้ไถ่ประชากรของพระองค์จากความตายเช่นเดียวกับแกะปัสกาในพันธสัญญาเดิม

1. ในอพยพ 12:1-21 เราพบเรื่องราวในพระคัมภีร์เกี่ยวกับการช่วยกู้อิสราเอลออกจากอียิปต์ผ่านทางความตายของแกะปัสกา ให้คุณอ่านเนื้อหาในตอนนี้จนคุ้นเคย และตอบคำถามต่อไปนี้

a. *แกะปัสกาถูกบรรยายอย่างไรในอพยพ 12:5? คำอธิบายนี้ปรับใช้กับพระคริสต์ในฐานะพระเมษโปดกของพระเจ้าได้อย่างไร?*

(1) ลูกแกะของเจ้าต้อง _______________________________________

หมายเหตุ วลีนี้มาจากภาษาฮีบรูว่า *tamiym* (ทาไมยิม) ซึ่งหมายถึงสิ่งที่ครบถ้วน สุขภาพดี ไม่พิการ หรือไร้เดียงสาด้วยผลของบาป มนุษย์ก็ไม่สมบูรณ์ พิกลพิการ และมีความผิด การที่ลูกแกะต้องไม่มีตำหนิทางภายนอกนั้นเป็นสัญลักษณ์ถึงความไร้บาปของพระคริสต์ผู้จะมอบถวายพระองค์เองเป็นเครื่องบูชาไถ่บาปแทนประชากรของพระองค์

b. *จากอพยพ 12:21 สิ่งที่ต้องทำกับแกะปัสกาคืออะไร? และความจริงนี้ประยุกต์ใช้กับพระคริสต์ในฐานะพระเมษโปดกของพระเจ้าอย่างไร*

____

____

____

____

____

หมายเหตุ คำว่า "ฆ่า" มาจากภาษาฮีบรูว่า *shachat* (ชาคัท) ซึ่งหมายถึงการฆ่า (ภาษาอังกฤษใช้ slaughter ซึ่งสื่อถึงการเชือดสัตว์) การฆ่าแกะปัสกาเป็นภาพถึงความตายของพระคริสต์ซึ่งเป็นการไถ่ประชากรของพระองค์ ในวิวรณ์ 5:9 สิ่งมีชีวิตบนสวรรค์นมัสการพระคริสต์ด้วยการร้องพร้อมกันว่า "พระองค์ทรงเป็นผู้ที่สมควรจะรับม้วนหนังสือ และทรงแกะตราหนังสือนั้นออก เพราะพระองค์ถูกปลงพระชนม์และทรงไถ่คนด้วยพระโลหิตเพื่อถวายพระเจ้า คือคนจากทุกเผ่า ทุกภาษา ทุกชนชาติและทุกประชาชาติ"

c. จากข้อ 22 ต้องทำอะไรกับเลือดของแกะปัสกา? คำสั่งที่มีต่อชาวอิสราเอลแต่ละคนหลังจากเลือดถูกทาลงไปแล้วคืออะไร? ความจริงเดียวกันนี้เกี่ยวข้องกับพระคริสต์ในฐานะพระเมษโปดกของพระเจ้าและการตอบสนองของคริสเตียนต่อพระองค์อย่างไร

____

____

____

____

____

หมายเหตุ ประการแรก เราจำเป็นต้องเข้าใจว่า ชาวอิสราเอลเชื่อในพระเจ้าและวางใจในวิถีแห่งการช่วยกู้ที่พระองค์กำหนดไว้ พวกเขาได้รับความรอดจากการพิพากษาที่จะมาถึง โดยผ่านทางเลือดของแกะปัสกา เช่นเดียวกันเราก็ต้องเชื่อคำพยานของพระเจ้าเกี่ยวกับพระบุตรของพระองค์ (1 ยอห์น 5:9-12) นั่นคือการเชื่อว่าที่พระคริสต์สละชีวิตเพื่อลบบาปของเราเป็นทางเดียวสู่ความรอดและการคืนดีกับพระเจ้า ประการที่สองคืออิสราเอลจำต้องอยู่ในบ้านของพวกเขา เพื่ออยู่ภายใต้การปกป้องของโลหิตนั้น หากพวกเขาอยู่นอกบ้าน พวกเขาก็จะต้องตายอย่างแน่นอน เช่นเดียวกัน ผู้เชื่อไม่อาจรอดเมื่ออยู่นอกเหนือจากพระคริสต์และการงานแห่งการไถ่บนกางเขนของพระองค์ มีเพียง "ในพระคริสต์" เท่านั้นที่พระพรทั้งหมดแห่งการคืนดีกับพระเจ้าจะมาถึงมนุษย์ได้ สังเกตดูว่าลี "ในพระคริสต์" ปรากฏกี่ครั้ง (หรือวี "ในพระองค์" หรือ "ในผู้ที่ทรงรัก") ในเอเฟซัส 1:3-13 ซึ่งเปาโลบรรยายถึงพระพรแห่งความรอด (ข้อ 3, 4, 6, 7, 9, 10, 12, 13 [สองครั้ง])

d. ตามในข้อ 23 ความสำคัญของเลือดของแกะปัสกาคืออะไร และความจริงนี้เกี่ยวกับการเป็นเครื่องบูชาของพระคริสต์และการพิพากษาของพระเจ้าอย่างไร?

____

____

____

หมายเหตุ เลือดเป็นความแตกต่างเดียวระหว่างชาวอียิปต์ที่ถูกทำลายด้วยพระพิโรธของพระเจ้ากับชาวอิสราเอลที่ได้รับการช่วยจากการพิพากษาของพระองค์ ในทำนองเดียวกัน สิ่งที่ช่วยผู้เชื่อจากการพิพากษาของพระเจ้าไม่ใช่การงานหรือบุคลิกของเขา แต่เป็นพระคริสต์และพระโลหิตที่พระองค์หลั่งแทนผู้เชื่อบนไม้กางเขน

2. 1 โครินธ์ 5:7 สื่อถึงพระคริสต์ไว้อย่างสำคัญอย่างมาก พระธรรมตอนนี้สอนเราอย่างไรเกี่ยวกับพระองค์?

   a. *พระคริสต์ผู้ทรง* _________________ *ถูก* _________________ *แล้ว*

หมายเหตุ ในตอนนี้ พระคัมภีร์สื่อชัดเจนว่า แกะปัสกานั้นเป็นสัญลักษณ์หรือเงาถึงพระเยซูคริสต์และการไถ่ของพระองค์บนไม้กางเขน คำว่า "ถวายบูชา" มาจากภาษากรีกว่า *thúō* (ธูโอ) ซึ่งหมายถึง "การถวายบูชา, การฆ่า, หรือการเชือด" ทั้งสำหรับคริสเตียนทุกคนแบบปัจเจกบุคคลและสำหรับคริสตจักรโดยรวม พระคริสต์เป็นปัสกา "ของเรา" ผู้ซึ่งพระโลหิตของพระองค์ชำระเราและช่วยเราจากพระพิโรธที่กำลังจะมาถึง (โรม 5:9) เป็นเรื่องสำคัญที่จะต้องระลึกว่า การเสียสละด้วยความตายของพระคริสต์ในฐานะปัสกาของเรา ก็เป็น "แรงจูงใจของเรา" ในการดำรงชีวิตที่บริสุทธิ์ไม่เปรอะไปด้วยบาป ชาวอิสราเอลถูกสั่งให้รับประทานเพียงขนมปังไร้เชื้อและทิ้งขนมปังทั้งหมดที่มีเชื้อ (สัญลักษณ์ถึงบาป) ที่อยู่ในบ้านของพวกเขาทั้งหมดในช่วงปัสกา (อพยพ 12:15) ในทำนองเดียวกัน คริสเตียนก็ต้องพยายามนำบาปออกไปจากชีวิตของเขา เพื่อเป็นการตอบสนองที่ถูกต้องต่อพระคริสต์ ผู้เป็นเครื่องบูชาปัสกาของเรา

บทที่ 19: พระคริสต์ แพะรับบาป

วันลบบาป

วันลบบาปเป็นวันบริสุทธิ์ที่สุดในปฏิทินฮีบรู เนื่องจากวันนั้นถูกกำหนดให้เป็นวันลบบาปของประชากรประจำปี เป็นวันเดียว
ของปีที่มหาปุโรหิตจะได้เดินผ่านม่านในพระวิหารเข้าไปยังอภิสุทธิสถาน ที่ซึ่งพระสิริของพระเจ้าประทับอยู่ ในวันนั้นเครื่องเผาบูชา
หลายรูปแบบจะถูกถวาย แต่พิธีหนึ่งที่โดดเด่นเนื่องจากเป็นภาพสะท้อนถึงการงานแห่งการไถ่ของพระคริสต์ นั่นคือ การเลือกแพะ
สองตัว ตัวหนึ่งนั้นจะต้องตายบนแท่นบูชาเพื่อเป็นเครื่องบูชาหรือเป็นค่าไถ่บาป ส่วนอีกตัวหนึ่งจะถูกส่งออกไปยังถิ่นทุรกันดาร
พร้อมกับแบกรับบาปของประชากรของพระเจ้าไปด้วย

เป็นเรื่องไม่ยากเลยที่จะเห็นว่าแพะทั้งสองตัว ทั้งตัวที่ถูกบูชาและตัวที่ถูกปล่อยออกไปเป็นเงาถึงพระคริสต์ เครื่องบูชาอย่างเดียว
ไม่สามารถจะวาดให้เห็นภาพการงานแห่งการไถ่ที่มีเป้าหมายสองระดับของพระคริสต์ได้จนครบ ดังนั้นแล้ว แพะตัวแรกที่ถูกเชือด
บนแท่นเป็นภาพถึงพระคริสต์ผู้เป็นเครื่องบูชาซึ่งตายเพื่อจ่ายหนี้บาปให้แก่ประชากรของพระองค์ ส่วนแพะตัวที่สองซึ่งถูกส่ง
ออกไปในถิ่นทุรกันดารเพื่อรับบาปของประชากรนั้น เป็นภาพถึงพระคริสต์ผู้แบกบาปจากการละเมิดของประชากรของพระองค์ไป

1. ในเลวีนิติ 16:8 อาโรนถูกสั่งให้จับฉลากระหว่างแพะสองตัว อ่านเนื้อหาในตอนนี้จนคุ้นเคย จากนั้นตอบคำถามต่อไปนี้

    a. *อะไรคือความสำคัญในการจับฉลากของอาโรน?*

    ____

    ____

    ____

    ____

หมายเหตุ สุภาษิต 16:33 ประกาศว่า "ฉลากนั้นถูกทอดลงที่ตัก แต่ผลที่ออกทุกอย่างมาจากพระยาห์เวห์" การจับฉลาก
นั้นสื่อว่าพระเจ้าทรงเป็นผู้เลือกว่าจะตัดสินใจอย่างใด ด้วยวิถีที่ล้ำลึกเกินเข้าใจ พระเจ้าได้ทรงเลือกพระเยซูคริสต์ได้ก่อน
จะวางรากฐานของโลก (1 เปโตร 1:20) พระเยซูทรงเป็นเครื่องมือหนึ่งเดียวที่พระเจ้าได้เลือกสรรไว้เพื่อการไถ่ ทุกสิ่ง
ที่เกี่ยวกับความตายของพระคริสต์บนไม้กางเขนนั้นเป็นไปตามแผนการของพระเจ้า อัครทูตเปโตรประกาศแก่ชาวยิว
ในเยรูซาเล็มว่า "พระเยซูองค์นี้ทรงถูกมอบไว้ตามที่พระเจ้าทรงดำริแน่นอนและทรงทราบล่วงหน้า และท่านทั้งหลาย
ได้ประหารพระองค์ด้วยการตรึงพระองค์บนกางเขนโดยอาศัยน้ำมือของคนอธรรม" (กิจการ 2:23)

    b. *แพะทั้งสองตัวถูกบรรยายไว้ว่าอย่างไร?*

    (1) แพะตัวหนึ่งมีไว้เพื่อ ________________________

    (2) แพะอีกตัวหนึ่งมีไว้เพื่อ ________________________

หมายเหตุ เครื่องเผาบูชาเพียงหนึ่งเดียวไม่สามารถวาดภาพให้เห็นการไถ่สองแง่มุมของพระคริสต์ได้ แพะตัวที่เตรียมไว้สำหรับ "องค์พระผู้เป็นเจ้า" นั้นจะถูกเชือดเพื่อสื่อถึงการตายของพระคริสต์เพื่อไถ่บาปให้กับประชากรของพระองค์ ส่วนแพะอีกตัวหนึ่งที่มักจะถูกเรียกว่า "แพะรับบาป" ก็จะถูกส่งไปในถิ่นทุรกันดารเพื่อสื่อถึงการที่พระคริสต์แบกบาปของประชากรของพระองค์ไป คำว่า *aza- zel* (อาซาเซล) ถูกตีความในหลายรูปแบบตลอดประวัติศาสตร์ นักวิชาการบางคนเชื่อว่าคำนี้มาจากคำภาษาฮีบรูสองคำคือ [*ez* = แพะ + *azal* การปิด] และเข้าใจว่าเป็น "แพะตัวที่จากไป" นักวิชาการคนอื่นเชื่อว่ามาจากภาษาอาหรับว่า 'azala (อะซาลา) ซึ่งหมายถึง "การไล่ หรือการปลดออก" แต่ก็มีบางคนคิดว่านี่เป็นชื่อเฉพาะของมาร ในมุมมองสุดท้ายนี้ แพะตัวหนึ่งจะถูกถวายให้พระเจ้าแต่อีกตัวนั้นถูกถวายให้กับมาร ซึ่งขัดแย้งกับสิ่งที่พระคัมภีร์สอนว่าด้วยเรื่องการชำระบาป เราไม่ต้องเอาใจมาร แต่ต้องทำให้พระเจ้าพอพระทัยต่างหาก แม้ว่าจะมีความคลุมเครืออยู่มากเกี่ยวกับความหมายที่แท้จริงของคำนี้ แต่ความเข้าใจที่ดูเป็นเหตุเป็นผลที่สุดคือการแปลว่า แพะรับบาป นี่คือแพะที่ถูกกำหนดให้ถูกไล่ออกไปจากค่ายเพื่อเป็นสัญลักษณ์ของการแบกบาปของประชากรออกไปยังถิ่นทุรกันดาร

แพะสำหรับองค์พระผู้เป็นเจ้า

พระเจ้านั้นชอบธรรม ดังนั้นแล้ว พระองค์จึงไม่สามารถมองข้ามและเมินเฉยบาปของเราไปได้ โดยไม่กล่าวถึงข้อเรียกร้องแห่งความยุติธรรมของพระองค์ได้ ค่าจ้างของบาปคือความตาย แพะตัวแรกซึ่งหมายถึงแพะสำหรับ "องค์พระผู้เป็นเจ้า" นั้นถูกเชือดบนแท่นบูชา เพื่อเป็นแบบให้เห็นถึงการสละพระชนม์ของพระคริสต์ที่ตาย เพื่อจ่ายค่าจ้างของบาปให้กับประชากรของพระองค์

1. จากเลวีนิติ 16:9 เป้าหมายของแพะสำหรับองค์พระผู้เป็นเจ้าคืออะไร?

    a. *แพะตัวที่ฉลากตกเป็นของพระยาห์เวห์นั้น อาโรนจะ_____เป็น___________*

    หมายเหตุ วลีนี้มาจากคำฮีบรูคำเดียวคือ *chattah* (ฉัททาห์) ซึ่งอาจหมายถึงบาปหรือหมายถึงเครื่องบูชาเพื่อบาป ในบริบทนี้ หมายถึงเครื่องบูชาที่ถวายให้พระเจ้าเพื่อลบความผิดและผลของบาป นี่เป็นภาพเล็งชัดเจนถึงเครื่องบูชาแท้คือพระคริสต์ผู้ลบบาปของโลก

2. ตามที่ปรากฏในเลวีนิติ 16:15-16 พระเจ้าสั่งมหาปุโรหิตเกี่ยวกับแกะตัวที่ตกเป็นขององค์พระผู้เป็นเจ้าอย่างไร และสิ่งนี้เป็นภาพเล็งถึงพระคริสต์และกิจห่งการลบบาปของพระองค์อย่างไร

    a. *เขาจะต้อง _______________________ ตัวนั้น (ข้อ 15)*

    ____

    ____

    ____

    ____

    ____

    ____

หมายเหตุ นี่จากคำภาษาฮีบรูว่า *shachat* (ชาคัท) หมายถึง "การเชือด หรือ การตี" โดยปกติมักใช้คำนี้กับสัตวบูชา ในอิสยาห์ 53:7 พระเมสสิยาห์จะเป็นเหมือนแกะที่ถูกนำไปฆ่า [ฮีบรูว่า *tevach* เทวัค] ในพันธสัญญาใหม่ พระเยซูเป็น ลูกแกะที่ถูกประหาร (วิวรณ์ 5:6, 9, 12; 13:8)

b. เขาจะนำเลือดแพะไป _________________ ในม่าน (ข้อ 15)

____

____

____

____

____

____

____

____

หมายเหตุ มหาปุโรหิตจะเข้าไปในอภิสุทธิสถาน ที่ซึ่งพระสิริแห่งการประทับอยู่ของพระเจ้าสถิตอยู่ เพื่อถวายเลือดเป็น เครื่องบูชาลบบาปประชากรของพวกเขา ผู้เขียนพระธรรมฮีบรูบอกเราว่า การที่พระคริสต์ได้สละเลือดของพระองค์เพื่อ บาปของเรา พระองค์ก็ได้เข้าไปอยู่ต่อหน้าพระเจ้าบนสวรรค์ (ฮีบรู 9:11-12) เมื่อพระคริสต์สิ้นพระชนม์ ม่านในพระวิหาร ก็ฉีกเป็นสอง แสดงให้เห็นว่าหนทางแห่งการอภัยบาปที่สมบูรณ์และสามัคคีธรรมอันเต็มขนาดกับพระเจ้าของประชากร ของพระองค์นั้นเปิดขึ้นแล้ว (มัทธิว 27:51)

c. เขาจะเอาเลือดแพะไปคือประพรมบน _____________________ และ _____________________ (ข้อ 15)

____

____

____

____

____

____

____

____

หมายเหตุ วลี "พระที่นั่งกรุณา" แปลมาจากคำฮีบรูว่า kapporet (คัพโปเรท) ซึ่งอาจแปลได้อีกว่า "ที่แห่งการลบบาป" พระที่นั่งนี้เป็นแผ่นทองคำที่เอาไว้ปิดหีบพันธสัญญามีความกว้างและยาวประมาณ 45 และ 27 นิ้ว ด้านบนของพระที่นั่งกรุณานั้นจะแกะสลักรูปสิ่งมีชีวิตบนสวรรค์สองรูปที่เรียกว่าเครูบเอาไว้ เครูปทั้งสองจะหันหน้าเข้าหากัน กางปีกออกแตะกันและกันและปกคลุมพระที่นั่งกรุณาไว้ หีบนี้วางอยู่ในอภิสุทธิฐาน อันเป็นตัวแทนบนโลกถึงพระบัลลังก์ของพระเจ้า (ดูอิสยาห์ 6:1-3) พระเจ้าได้สัญญาว่าจะมาพบกับประชากรของพระองค์เหนือพระที่นั่งกรุณานี้เอง (กันดารวิถี 7:89) และที่นั่น โลหิตแห่งการมอบถวายจะถูกพรมลงไปและการลบบาปก็จะเกิดขึ้น พระเมตตาถูกสำแดง ในพระคัมภีร์ฉบับเซปตัวจินท์ (พันธสัญญาเดิมฉบับแปลเป็นภาษากรีก) คำว่า kapporet (คัพโปเรท) ถูกแปลเป็นคำกรีกว่า hilaterion (ฮิลาเทริออน) ซึ่งหมายถึงสถานที่แห่งการประนีประนอม คำว่า hilasterion (ฮิลาเทริออน) ถูกใช้กับพระเยซูในโรม 3:25 "พระเจ้าได้ทรงตั้งพระเยซูไว้ให้เป็น**เครื่องบูชาไถ่บาป**โดยพระโลหิตของพระองค์" ความตายของพระคริสต์เป็นเครื่องบูชาไถ่บาป เพราะการตายนี้ทำให้ข้อเรียกร้องความยุติธรรมของพระเจ้าได้รับการตอบสนอง และทำให้เปิดความเป็นไปได้ที่พระเจ้าจะสำแดงพระเมตตากับคนบาปโดยไม่ประนีประนอมกับความยุติธรรมของพระองค์เอง เลือดของแพะที่ถูกพรมบนพระที่นั่งกรุณาในวิหารฝ่ายโลกนั้น เป็นเงาให้เห็นถึงพระโลหิตของพระคริสต์ที่หลั่งออก เพื่อนำการคืนดีมายังประชากรและมอบทางสู่การทรงสถิตของพระเจ้าบนสวรรค์ให้กับพวกเขา

d. โดยวิธีนี้แหละ เขาจะ___________(ข้อ 16)

____

____

____

____

____

หมายเหตุ คำว่า "ลบมลทิน" มาจากภาษาฮีบรูว่า *kipper* (คิปเปอร์) หรือ *kippur* (คิปปูร์) ซึ่งเป็นรูปกิริยาของ *kafar* (คัฟฟาร์) สื่อถึงการชำระหรือการลบล้างหรือการคืนดี เนื่องจาก "เลือดวัวผู้และเลือดแพะไม่มีทางชำระบาปให้หมดสิ้นไปได้เลย" (ฮีบรู 10:4) จึงเห็นได้ชัดว่าเครื่องบูชานี้ซึ่งถูกถวายซ้ำเป็นประจำทุกปี เป็นเพียงเงาถึงการถวายบูชาครั้งเดียวเป็นพอของพระคริสต์

แพะรับบาป

เราได้พิจารณาถึง "แพะสำหรับองค์พระผู้เป็นเจ้า" ซึ่งสื่อถึงพระคริสต์ในฐานะค่าไถ่ที่ถวายบูชาเพื่อหนี้บาปของเหล่าประชากร แต่แพะเพียงตัวเดียวก็ยังไม่พอที่จะแสดงให้เห็นถึงลักษณะสองประการของกิจที่พระคริสต์จะทำในอนาคต ในเวลานี้เราจะพิจารณาถึง "แพะรับบาป" (หรือ "แพะสำหรับอาซาเซล") ซึ่งถูกส่งไปในถิ่นทุรกันดารเพื่อเป็นภาพให้เห็นถึงการที่พระคริสต์เป็นผู้รับบาปแทนประชากรของพระองค์

1. จากเลวีนิติ 16:21-22 พระเจ้าสั่งมหาปุโรหิตอย่างไรเกี่ยวกับแพะรับบาป และสิ่งนี้เป็นตัวแทนให้เห็นถึงการงานแห่งการไถ่ของพระคริสต์อย่างไร

   a. *อาโรนจะเอามือทั้งสองวางบนหัวแพะที่มีชีวิตนั้น สารภาพบาปต่าง ๆ ของคนอิสราเอล การล่วงละเมิดของพวกเขาทั้งหมด และให้บาปทั้งสิ้นของพวกเขาตกลงบนหัวแพะนั้น... (ข้อ 21)*

   ____

   ____

   ____

   ____

   > **หมายเหตุ** นี่เป็นภาพสวยงามทรงพลัง แสดงถึงหลักข้อเชื่อเรื่อง *การรับบาป* (imputation ภาษาละติน in = ใน + putare = ระลึก, คำนวน) พระเจ้าได้แก้บาปของประชากรของพระองค์ โดยนำบาปนั้นไปวางบนเหยื่อ ที่เป็นผู้บริสุทธิ์ซึ่งจะต้องทนทุกข์กับผลของบาปแทนประชากรนั้น ความจริงที่ว่ามหาปุโรหิตวางมือ*ทั้งสอง*ข้างลงบนหัวแกะเพื่อสารภาพการละเมิด*ทั้งสิ้น*ของอิสราเอลนั้นแสดงให้เห็นถึงการโอนย้ายความผิด*ทั้งหมด*จากประชากรไปยังเครื่องบูชา อิสยาห์เผยพระวจนะว่า องค์พระผู้เป็นเจ้าจะทำให้การละเมิดทั้งสิ้นของ*พวกเราทุกคน*ตกลงบนพระเมสสิยาห์ (อิสยาห์ 53:6) พันธสัญญาใหม่ทำให้เห็นอย่างชัดเจนว่า บาปของเรานั้นถูกวางลงบนพระคริสต์ และความชอบธรรมของพระองค์ก็ถูกวางลงบนเรา (2 โครินธ์ 5:21)

   b. *แพะนั้นจะบรรทุกความผิดทั้งหมดไปยังที่เปลี่ยว แล้วเขาก็ปล่อยให้มันเข้าถิ่นทุรกันดารไป (ข้อ 22)*

   ____

   ____

   ____

   ____

   > **หมายเหตุ** แพะที่รับบาปของประชากรของพระเจ้าไปนั้น ถูกไล่ออกไปพ้นจากการสถิตอยู่ของพระเจ้าและต้องอาศัยอยู่ในถิ่นทุรกันดารอย่างโดดเดี่ยว พระคริสต์ก็รับบาปของประชากรของพระองค์และถูกพระเจ้าทอดทิ้งแทนเหล่าประชากร นี่คือเหตุผลที่พระองค์ร้องออกมาบนไม้กางเขนว่า "พระเจ้าของข้าพระองค์ พระเจ้าของข้าพระองค์ เหตุใดจึงทอดทิ้งข้าพระองค์เสีย?" (มัทธิว 27:46) เช่นเดียวกับที่แพะรับบาปต้องร่อนเร่ไปในถิ่นทุรกันดารและร่างของสัตว์บูชาที่ถูกเผานอกประตูค่าย พระคริสต์ก็ทนทุกข์ที่นอกประตูเมืองและถูกทิ้งเอาไว้ให้ตาย ถูกตัดออกจากพระเจ้าและประชากรของพระองค์ (ฮีบรู 13:11-12)

บทที่ 20: พระคริสต์ถูกฝัง

ในบทนี้ เราจะพิจารณาหนึ่งในเรื่องสำคัญอย่างมากเกี่ยวกับพระกิตติคุณแต่มักจะถูกมองข้ามไป เรื่องที่เป็นเหมือนการเตรียม
เวทีให้การเป็นขึ้นของพระคริสต์ นั่นคือการถูกฝังไว้ของพระองค์

การถูกฝังของพระคริสต์

ใน 1 โครินธ์ 15:3-4 พระคัมภีร์ประกาศว่า "พระคริสต์วายพระชนม์เพราะบาปของเรา ตามที่เขียนไว้ในพระคัมภีร์ และทรง
ถูกฝังไว้ แล้ววันที่สามพระองค์ทรงถูกทำให้เป็นขึ้นมา ตามที่เขียนไว้ในพระคัมภีร์" สิ่งที่ซ่อนอยู่ระหว่างเสาหลักอันยิ่งใหญ่
สองประการของคริสต์ศาสนา "ความตายของพระคริสต์" และ "การเป็นขึ้นจากตายของพระองค์" ก็คือการฝังพระศพของพระคริสต์
การกล่าวถึงเรื่องนี้ไม่ได้มีเป้าหมายเพียงแค่การผูกทั้งสองเหตุการณ์ใหญ่เข้าด้วยกันเท่านั้น แต่เป็นการยืนยันถึงว่าทั้งสองเหตุการณ์
เป็นเรื่องจริง การถูกฝังของพระคริสต์เป็นเครื่องยืนยันว่าพระองค์สิ้นพระชนม์จริง และกลายเป็นสิ่งยืนยันว่า พระองค์ก็เป็นขึ้นมา
จากความตายจริง ๆ ด้วย! ด้วยเหตุนี้ คริสตจักรยุคแรกถึงให้ความสำคัญกับการยืนยันถึงว่าการถูกฝังศพของพระคริสต์

1. ในอิสยาห์ 53:9 เราพบคำพยากรณ์ซึ่งเป็นเครื่องยืนยันว่า มนุษย์ชื่อเยซูนั้นเป็นพระคริสต์ แม้แต่รายละเอียดเล็ก ๆ น้อย ๆ ใน
   ชีวิตรวมทั้งในการตายของพระองค์ก็สอดคล้องกับที่ปรากฏในพระคัมภีร์ คำพยากรณ์นี้ประกาศกับเราถึงพระเมสสิยาห์ผู้จะ
   เสด็จมาว่าอย่างไร? ตามที่ปรากฏในมัทธิว 27:57-60 นั้น คำพยากรณ์นี้สำเร็จในพระเยซูอย่างไร?

____

____

____

____

หมายเหตุ คำว่า "จัด" อาจหมายถึงการ "แต่งตั้ง" หรือ "เตรียมไว้" โดยปกติแล้วร่างของอาชญากรที่โดนตรึงจะถูกโยนลงไปคู
เพื่อให้สุนัขและแร้งมากิน แต่พระเจ้าได้จัดเตรียมให้พระบุตรของพระองค์ได้รับการฝังอย่างมีเกียรติ ในยอห์น 19:39 เราได้
เรียนรู้แล้วว่ากำยาน 100 ปอนด์และเครื่องหอมถูกใช้ในการฝังศพของพระคริสต์ นี่เป็นปริมาณที่สูงผิดปกติและมีราคาสูงมาก

2. ผู้เขียนพระกิตติคุณทั้งสี่เล่มนั้นระมัดระวังมากในการบรรยายเรื่องการฝังพระศพพระเยซู (มัทธิว 27:57-66; มาระโก 15:42-47;
   ลูกา 23:50-56; ยอห์น 19:38-42) อ่านเรื่องราวในตอนเหล่านี้ และระบุถึงหลักฐานที่สนับสนุนความจริงเรื่องการตายและการ
   ฝังศพของพระเยซู

   a. *พระองค์ถูกฝังโดยชายชื่อ*___________________ *จากเมือง*_____________________ *(มาระโก 15:42-*
      43) ชายที่รับผิดชอบในการฝังพระคริสต์และเป็นเจ้าของหลุมศพที่ร่างของพระคริสต์ถูกนำไปฝังนั้น เป็นคนสำคัญของสภา
      แซนเฮดริน (สภาสูงของยิว) นี่คือสภาที่ตัดสินประหารพระคริสต์ ลูกาชี้ให้เห็นว่าพระองค์เป็นผู้ที่ "ดีและชอบธรรม" และ
      โยเซฟคนนี้ก็ไม่เห็นด้วยกับการตายของพระคริสต์ (ลูกา 23:50-51) คำพยานของเขามีน้ำหนักมาก สำหรับเขาแล้ว เขาไม่
      ได้ประโยชน์อะไรในโลกนี้ แต่ต้องสูญเสียทุกสิ่งเพื่อมอบการฝังศพที่สมควรแก่พระคริสต์ให้พระองค์ ความเสี่ยงที่โยเซฟทำ
      นั้นเกิดมาจากความรักในพระคริสต์

b. *มีชายคนหนึ่งที่ไปกับโยเซฟเพื่อช่วยเขาในการเตรียมพิธีฝังศพให้กับพระเยซู ชื่อว่า _____________ (ยอห์น 19:39)* ชายคนนี้เป็นฟาริสีและเป็นผู้ปกครองชาวยิว (ยอห์น 3:1) ฟาริสีนั้นสมคบคิดกับสภาแซนเฮดรินเพื่อจะจับพระเยซูไปตรึง นิโคเดมัสน่าจะถูกฟาริสีคนอื่น ๆ จำนวนมากตัดขาดจากกลุ่มเพราะเขายกย่องพระเยซู คำพยานของเขาเกี่ยวกับ ความตายของพระคริสต์และการมีส่วนร่วมในการฝังพระองค์เป็นเครื่องพิสูจน์อันน่าเชื่อถือซึ่งสนับสนุนความจริงใน เหตุการณ์นี้

c. *_____________ อนุญาตให้โยเซฟมาอัญเชิญพระศพของพระเยซูเพื่อนำไปฝัง (ยอห์น 19:38)* ความตายของ พระเยซูนั้นถูกยืนยันด้วยความจริงที่ว่า ปิลาตอนุญาตให้โยเซฟมานำศพไป หลังจากที่ทำการสืบสวนจนแน่ใจว่าพระเยซู ตายจริง ๆ แล้ว (มาระโก 15:44-45)

d. *ลักษณะที่พระศพของพระเยซูถูกจัดเตรียมเพื่อการฝังนั้นก็เป็นอีกหนึ่งเครื่องยืนยันว่าพระองค์ตายจริง ๆ สรุปเรื่องนี้ จากยอห์น 19:38-40 เรื่องนี้ทำให้เห็นอย่างไรว่า พระคริสต์สิ้นพระชนม์จริง ๆ ไม่ได้เพียงแค่สลบไปเท่านั้น?*

____

____

____

____

หมายเหตุ หากพระคริสต์ไม่ได้สิ้นพระชนม์จริง ๆ โยเซฟกับนิโคเดมัสจะรู้หรือไม่? ทุกคนที่ได้พบกับพระศพของพระคริสต์ ก็เชื่อว่า พระองค์สิ้นพระชนม์แล้ว อาทิ ทหารโรม (มาระโก 15:44-45; ยอห์น 19:32-34) โยเซฟ (ลูกา 23:50-53) นิโคเดมัส (ยอห์น 19:39) และเหล่าสตรีที่ได้อยู่ทั้งในเหตุการณ์การตรึงและการฝัง (ลูกา 23:55-56)

หลังจากสิ้นพระชนม์แล้วพระคริสต์ไปที่ไหน?

คนมักเข้าใจผิดเรื่องสถานที่ซึ่งพระคริสต์สถิตไปในช่วงสามวันระหว่างการสิ้นพระชนม์และการเป็นขึ้นจากตายของพระองค์ อย่างไรก็ดี หากเราพิจารณาถึงสิ่งที่พระคัมภีร์เปิดเผยผ่านทางผู้เขียนพระคัมภีร์ทั้งหมดก็จะพบว่า ในช่วงเวลาระหว่างการ สิ้นพระชนม์และการเป็นขึ้นของพระองค์นั้น จิตวิญญาณของพระคริสต์ไม่ได้อยู่ในหลุมฝังศพ หรือกระทั่งเดินทางลงไปยังนรก จากคำกล่าวของพระคริสต์เองที่พูดกับโจรที่กลับใจบนกางเขนนั้นพระองค์ตรัสว่าพระองค์ไป "แดนบรมสุขเกษม" สถานที่อันทรง สง่าราศีอันเป็นที่สถิตของพระบิดา (ลูกา 23:43) ในเนื้อหาหลังจากนี้เราจะพิจารณาถึงข้อความสำคัญที่สุดเกี่ยวกับเรื่องนี้

สดุดี 16:10

"เพราะพระองค์มิได้ทรงมอบข้าพระองค์ไว้กับแดนคนตาย หรือให้ผู้จงรักภักดีของพระองค์ต้องเห็นหลุมมรณะนั้น"

คำว่า "แดนคนตาย" แปลมาจากภาษาฮีบรูว่าเชอโอ (Sheol) ซึ่งอาจหมายถึง "โลกใต้ดิน" "สุสาน" "หลุม" หรือ "นรก" ในบริบท ของพระธรรมสดุดี คำนี้เพียงประกาศว่าพระเจ้าจะไม่ปล่อยให้ร่างกายของพระเมสสิยาห์พบกับความเน่าเปื่อย แต่จะให้พระองค์ เป็นขึ้นมาจากความตาย นี่เป็นการตีความของเปโตร (กิจการ 2:27-31) และ เปาโล (กิจการ 13:34-35)

ในกิจการ 2:27 เปโตรอ้างอิงข้อความนี้เพื่อปกป้องเรื่องการเป็นขึ้นจากตายของพระคริสต์ "เพราะพระองค์จะไม่ทรงละข้าพระองค์ ไว้ในแดนคนตาย" คำว่าแดนคนตายคำนี้เป็นภาษากรีกว่าเฮเดส (Hades) ซึ่งแปลมาจากคำฮีบรูเชอโอ (Sheol) และสื่อถึงสิ่งเดียวกัน ความหมายง่าย ๆ ของข้อความตอนนี้ก็คือว่าพระบิดาจะไม่ปล่อยให้ร่างกายของพระเยซูเน่าเปื่อยอยู่ในความตาย แต่จะทำให้ พระองค์เป็นขึ้นจากความตาย ชาร์ลส์ ฮอดจ์ (Charles Hodge) เขียนเอาไว้ว่า "ดังนั้น จากภาษาของพระคัมภีร์ การลงไปยังแดน

ผู้ตายไม่ได้มีความหมายอะไรมากไปกว่าแค่การลงไปยังหลุมฝังศพ เป็นการเปลี่ยนผ่านจากสถานที่ซึ่งมองเห็นได้ไปยังที่ซึ่ง
มองเห็นไม่ได้เช่นเดียวกันกับที่เกิดขึ้นกับมนุษย์ทุกคน"[8]

โรม 10:7

"หรือ ใครจะลงไปยังที่ลึก?" (คือจะเชิญพระคริสต์ขึ้นมาจากความตาย)

จากการตีความของเปาโล ("ขึ้นมาจากความตาย" ดูเหมือนว่าการตีความดีที่สุดของคำว่า "ที่ลึก" นั้นคือแดนผู้ตายซึ่งไม่ควรจะ
แปลว่านรก แมทธิว เฮนรี่(Matthew Henry) เขียนเอาไว้ว่า "นี่แสดงให้เห็นชัดเจนว่าการที่พระคริสต์ลงไปยังที่ลึก คือลงไปยัง
abussos (อะบูสซอส) นั้น มีความหมายเพียงแค่บอกว่าพระองค์เข้าสู่สภาวะแบบคนตายเท่านั้น"[9]

เอเฟซัส 4:9

*"การที่กล่าวว่า "พระองค์เสด็จขึ้นไป" นั้น จะมีความหมายว่าอะไร ถ้าไม่ใช่ว่าพระองค์ได้เสด็จลงไปสู่เบื้องต่ำของแผ่นดินโลก
แล้วด้วย?"*

จากบริบทนี้เราจะเห็นว่าเปาโลนั้นเขียนเกี่ยวกับการมาบังเกิดของพระคริสต์โดยไม่ได้เขียนว่าพระคริสต์ลงไปยังนรก พระคริสต์
ผู้ได้ขึ้นไปยังสวรรค์นั้นคือพระองค์ที่ลงมายังโลกนี้ (การมาบังเกิด) ในอิสยาห์ 44:23 เขียนไว้ว่า "โอ ฟ้าสวรรค์เอ๋ย จงร้องเพลง
เพราะพระยาห์เวห์ทรงทำการนี้ ห้วงลึกของแผ่นดินโลกเอ๋ย จงโห่ร้อง ภูเขาเอ๋ย จงร้องเป็นเพลงออกมา ป่าไม้และต้นไม้ทุกต้น
ในนั้นด้วย เพราะว่าพระยาห์เวห์ทรงไถ่ยาโคบ และจะทรงได้รับเกียรติในอิสราเอล" เป็นอีกครั้งที่เราพบวลี "ห้วงลึกของแผ่นดินโลก
เอ๋ย" ที่ใช้เพื่อเขียนเปรียบเทียบกับสวรรค์

1 เปโตร 3:18-20

*"เพราะพระคริสต์ทรงทนทุกข์ครั้งเดียวเป็นพอเพราะบาป คือพระองค์ผู้ชอบธรรมเพื่อผู้ไม่ชอบธรรม เพื่อจะนำพวกท่านไปถึง
พระเจ้า ฝ่ายกายพระองค์จึงสิ้นพระชนม์ แต่ฝ่ายจิตวิญญาณทรงคืนพระชนม์ และโดยทางวิญญาณ พระองค์ได้เสด็จไปบอก
พวกวิญญาณที่ติดคุกอยู่ ซึ่งในสมัยก่อนไม่เชื่อฟังพระเจ้า คราวเมื่อพระเจ้าทรงอดทนรอคอยให้กลับใจในสมัยโนอาห์ ขณะที่ท่าน
กำลังต่อเรือใหญ่ ในเรือนั้นมีน้อยคน คือแปดชีวิตรอดผ่านน้ำ"*

บางคนตีความพระคัมภีร์ตอนนี้ว่า พระคริสต์ลงไปยังนรกขณะสิ้นพระชนม์ เพื่อจะประกาศชัยชนะแก่คนที่อยู่ในนั้น แต่การ
ตีความที่สอดคล้องกับคำสอนในพระธรรมตอนอื่น ๆ คือ พระวิญญาณบริสุทธิ์ผู้ที่ให้พระคริสต์เป็นขึ้นมาจากความตายคือเครื่องมือ
ที่พระคริสต์ใช้เพื่อตรัสกับคนในยุคของโนอาห์ พระองค์ตรัสกับพวกเขาผ่านทางพระวิญญาณบริสุทธิ์ โดยการเทศนาของโนอาห์
พวกเขาไม่เชื่อในถ้อยคำของพระคริสต์ที่โนอาห์เป็นผู้เทศนา ดังนั้นแล้วพวกเขาจึงตายในบาปและถูกจองจำ (ในนรก) จนถึงตอนนี้

1 เปโตร 4:6

*"ด้วยเหตุนี้เอง ข่าวประเสริฐจึงได้ประกาศแม้แก่คนตาย เพื่อพวกเขาจะมีชีวิตทางจิตวิญญาณตามอย่างพระเจ้า แม้ว่าพวกเขา
ถูกพิพากษาเหมือนอย่างมนุษย์ปุถุชน"*

ไม่มีเหตุผลที่จะตีความว่าเนื้อหาในตอนนี้ชี้ว่าพระคริสต์ลงไปในนรกเพื่อประกาศพระกิตติคุณกับคนที่อยู่ในนั้น พระคัมภีร์กล่าว
ชัดเจนว่า "...มีข้อกำหนดสำหรับมนุษย์ไว้แล้วว่าจะตายครั้งเดียว และหลังจากนั้นก็จะมีการพิพากษา" (ฮีบรู 9:27) ข้อความในตอนนี้
จึงควรจะตีความง่าย ๆ ว่าเป็นการสื่อถึงพระกิตติคุณที่ถูกประกาศไปยังคนกลุ่มใดกลุ่มหนึ่งซึ่งในวันเวลาที่เปโตรเขียนจดหมายฝาก
นี้พวกเขาได้เสียชีวิตไปแล้ว

---

8   *Systematic Theology,* Vol.2, p.617

9   *Matthew Henry Commentary,* Vol.6, p.439

ลูกา 23:43

"พระเยซูทรงตอบเขาว่า 'เราบอกความจริงกับท่านว่า วันนี้ท่านจะอยู่กับเราในเมืองบรมสุขเกษม'"

หากพระคริสต์ไม่ได้ไปยังนรกแล้วพระองค์ไปที่ไหน? เพื่อจะตอบคำถามนี้ก็เป็นการดีที่เราจะฟังจากถ้อยคำของพระคริสต์เอง พระเยซูบอกกับโจรที่กำลังจะตายว่า "เราบอกความจริงกับท่านว่า วันนี้ท่านจะอยู่กับเราในเมืองบรมสุขเกษม" ในความตายของพระคริสต์นั้น พระวิญญาณของพระองค์ตรงไปยังที่ประทับของพระเจ้าทันที ในตอนที่พระองค์เป็นขึ้น ร่างกายและวิญญาณของพระองค์ก็กลับมารวมกันเป็นหนึ่งอีกครั้ง คำว่า "เมืองบรมสุขเกษม" นั้นถูกใช้อีกเพียงแค่สองครั้งในพันธสัญญาใหม่ และทั้งสองครั้งก็สื่อชัดเจนว่าหมายถึงสวรรค์ (2 โครินธ์ 12:4; วิวรณ์ 2:7)

ลูกา 23:46

"พระเยซูทรงร้องเสียงดังตรัสว่า "ข้าแต่พระบิดา ข้าพระองค์ขอฝากจิตวิญญาณของข้าพระองค์ไว้ในพระหัตถ์ของพระองค์" ตรัสอย่างนั้นแล้วก็สิ้นพระชนม์

คำประกาศสั้น ๆ แต่ทรงพลังนี้ทำให้เราพบกับหลักฐานเพิ่มขึ้นซึ่งชี้ว่าในเวลาที่พระคริสต์สิ้นพระชนม์นั้นพระองค์เสด็จไปยังพระบิดา เป็นการประกาศด้วยความมั่นใจอย่างแรงกล้า ไม่ต่างจากตอนที่พระองค์บอกว่า "วันนี้ท่านจะอยู่กับเราในเมืองบรมสุขเกษม" Matthew Henry เขียนเอาไว้ว่า "[พระคริสต์] ฝากมอบวิญญาณของพระองค์ไว้ในพระหัตถ์ของพระบิดาเพื่อที่จะได้รับเข้าไปยังแผ่นดินบรมสุขเกษมและเสด็จกลับมาในวันที่สาม"[10]

ยอห์น 20:17

พระเยซูตรัสกับนาง [มารีย์] ว่า "อย่าหน่วงเหนี่ยวเราไว้ เพราะเรายังไม่ได้ขึ้นไปหาพระบิดาของเรา แต่จงไปหาพวกพี่น้องของเรา และบอกเขาว่าเรากำลังจะขึ้นไปหาพระบิดาของเราและพระบิดาของพวกท่าน ไปหาพระเจ้าของเราและพระเจ้าของพวกท่าน"

บางครั้งเป็นที่ถกเถียงกันว่าพระคริสต์นั้นไม่สามารถไปยังสวรรค์ในช่วงที่พระองค์สิ้นพระชนม์สามวันอยู่ในอุโมงค์ได้เพราะถ้อยคำที่พระองค์ตรัสกับมารีย์มักดาลาในตอนนี้ อย่างไรก็ดีเมื่อเราพิจารณาอย่างถี่ถ้วนแล้วก็จะเห็นได้ชัดเจนว่าไม่มีความขัดแย้งระหว่างคำกล่าวของพระเยซูที่ตรัสกับโจร (ลูกา 23:43) และที่ตรัสกับมารีย์มักดาลา (ยอห์น 20:17) หลังจากผ่านไป 3 วันพระคริสต์ก็กลับมายังกายของพระองค์และถูกชุบขึ้นมาจากความตาย มารีย์เข้าใจแผนการของพระเจ้าและตระหนักว่าพระคริสต์จะต้องถูกยกขึ้นไปอีกครั้ง (ฝ่ายกาย) ไปยังเบื้องพระหัตถ์ขวาของพระบิดาในฐานะผู้วิงวอนแทนประชากรของพระองค์ เธอคาดหวังว่าพระองค์จะอยู่ต่อบนโลกนี้เพื่อปกครองในฐานะพระเมสสิยาห์ พระคริสต์ไม่ได้ปฏิเสธว่า **วิญญาณ** ของพระองค์ได้ขึ้นไปหาพระบิดาหลังจากการตายบนกางเขน แต่กำลังบอกว่า **ร่างกาย** ของพระองค์ยังไม่ได้ขึ้นไป แม้ว่ามารีย์จะยังไม่เข้าใจแต่การเสด็จขึ้นไปในร่างกายของพระองค์นั้นเป็นเรื่องจำเป็นสำหรับการงานแห่งการไถ่

---

10 *Matthew Henry Commentary*, Vol.5, p.830

บทที่ 21: พระคริสต์ได้เป็นขึ้นจากตายแล้ว

วลีที่มักจะถูกใช้เพื่อสรุปความครบถ้วนของพระกิตติคุณคือวลีที่ว่า "พระคริสต์ตายเพื่อบาปของเรา" นี่เป็นความเข้าใจที่ผิดอย่างมาก! จาก 1 โครินธ์ 15:1-5 พระกิตติคุณของพระเยซูคริสต์นั้นไม่ได้มีเพียงแค่การที่พระองค์สิ้นพระชนม์เพื่อรับบาปให้กับประชากรของพระเจ้าเท่านั้น แต่ยังรวมถึงการที่พระองค์เป็นขึ้นมาจากความตายในวันที่สามด้วย การเป็นขึ้นจากตายของพระคริสต์มาควบคู่กับการตายของพระองค์ เป็นหนึ่งในสองเขาหลักของคริสต์ศาสนา หากปราศจากการเป็นขึ้นความตายของพระคริสต์ การตายของพระคริสต์ก็ไม่ใช่ข่าวประเสริฐอีกต่อไป

คำประกาศถึงความหวังสุดยิ่งใหญ่เท่าที่เคยออกจากปากของมนุษย์หรือทูตสวรรค์คือวลีที่ว่า "พระคริสต์ทรงเป็นขึ้นจากตายแล้ว!" การเป็นขึ้นจากตายของพระองค์นั้นเป็นบทพิสูจน์ยิ่งใหญ่ถึงความเป็นพระเจ้าของพระองค์ เป็นการยืนยันว่าพระองค์เป็นฝ่ายถูก และเป็นการรับรองว่า พระเจ้าได้ยอมรับความตายของพระองค์ในฐานะการจ่ายชำระความบาปให้ประชากรของพระองค์ มีไม่กี่หลักข้อเชื่อที่ทั้งมีความสำคัญกว่าและถูกโจมตีจากโลกที่ไม่เชื่อมากเท่ากับการเป็นขึ้นของพระคริสต์ ความน่าเชื่อถือของคริสต์ศาสนาและความรอดของผู้ที่เชื่อนั้นแขวนอยู่บนหลักข้อเชื่อนี้

เหตุการณ์ทางประวัติศาสตร์

พจนานุกรมของเว็บสเตอร์กำหนดคำว่า "ความเป็นประวัติศาสตร์ (historicity)" ว่าเป็น "คุณภาพของการเป็นประวัติศาสตร์ซึ่งหมายถึงการแตกต่างจากนิทานหรือตำนาน" เรื่องราวการเสด็จมาของพระบุตรของพระเจ้าที่บันทึกไว้ในพระกิตติคุณทั้งสี่ (มัทธิว มาระโก ลูกา และยอห์น) แตกต่างอย่างมากจากตำนาน เนื่องจากนี่คือเหตุการณ์ที่เกิดขึ้นจริงในบริบทของประวัติศาสตร์มนุษยชาติ พระบุตรของพระเจ้าเข้ามาในโลกของเราจริง ๆ ในเวลาที่กำหนดและในสถานที่อันเฉพาะเจาะจง พระองค์ทรงเป็นบุคคลในประวัติศาสตร์จริง และเรื่องราวชีวิตของพระองค์ได้รับการบันทึกเป็นลายลักษณ์อักษรโดยผู้ที่รู้จักพระองค์และเป็นพยานถึงชีวิตและคำสอนของพระองค์ สำหรับพวกเขา การเป็นขึ้นจากตายของพระเยซูคริสต์ไม่ใช่ตำนานหรือเรื่องราวฝ่ายวิญญาณแต่ว่าเป็นความจริงทางประวัติศาสตร์ การมองเรื่องการเป็นขึ้นจากตายว่าเป็นอะไรอย่างอื่นที่ไม่ใช่เรื่องจริงในประวัติศาสตร์ ก็คือการปฏิเสธคำพยานของพระคัมภีร์

1. ในลูกา 1:1-4 เราพบหลักฐานทรงพลังที่ชี้ว่า เหล่าผู้เขียนพระกิตติคุณเชื่อว่า ตนกำลังเชื่อมโยงกับความจริงในประวัติศาสตร์โดยมีพื้นฐานมาจากประสบการณ์ส่วนตัว หรือจากคำพยานที่ผู้อื่นได้ตรวจสอบอย่างถ้วนถี่ คำนำในพระกิตติคุณของลูกาได้เป็นตัวอย่างให้เห็นว่า ผู้เขียนเชื่อว่าตนกำลังบันทึกเรื่องราวจริง ๆ ในประวัติศาสตร์อย่างไร?

____

____

____

____

____

หมายเหตุ คำว่า "เรียบเรียง" (ข้อ 1) มาจากภาษากรีก *anatassomai* (อนาทาสโซมัย) ซึ่งแปลว่า "รวบรวมเข้าไว้ด้วยกันตามลำดับ หรือเรียบเรียง" ลูกาทำการเรียบเรียงอย่างเป็นลำดับและถูกต้องตามประวัติศาสตร์เพื่อเขียนเรื่องการบังเกิดของพระบุตรของพระเจ้าและการงานของพระองค์ คำว่า "แสดงให้รู้" (ข้อ 2) มาจากคำกรีกว่า *paradidomi* (พาราดิโดมี) ซึ่งแปลได้ว่า "การส่งบางสิ่งให้กับคนอื่น ๆ ให้เก็บไว้ หรือให้ใช้งาน; การมอบหมายหรือยกบางสิ่งให้กับบางคน" บรรดาอัครทูตที่ได้อยู่กับพระคริสต์ "ตั้งแต่ต้น" นั้นสัตย์ซื่อที่จะ "ส่งต่อ" ความจริงเกี่ยวกับตัวตนและการงานของพระองค์ คำว่า "เห็นกับตา" (ข้อ 2) มาจากคำกรีกว่า *autoptes* (ออทอปเทส) ซึ่งหมายถึงคนที่เห็นด้วยตาของเขาเอง คำหนึ่งในภาษาอังกฤษที่เกี่ยวข้องกับการสืบสวน *"autopsy"* ซึ่งหมายถึงการตรวจพิจารณาอย่างถี่ถ้วนก็มีรากมาจากคำนี้ คำว่า "ผู้ได้เห็นกับตาของตน" และ "ผู้ประกาศพระวจนะ" นั้นเป็นไปได้ว่าสื่อถึงอัครทูต คำว่า "สืบเสาะ" (ข้อ 3) มาจากคำกรีก *parakoloutheo* (พาราโคลูเธโอ) ซึ่งหมายถึง "การตามไป" หรือ "การติดตามใครไปอย่างใกล้ชิด" เป็นคำที่หมายถึงการติดตามเรื่องนั้น ๆ หรือพิจารณาเรื่องนั้น ๆ อย่างถี่ถ้วน ลูกาได้ติดตามความจริงและบันทึกเรื่องนี้ลงไปในพระกิตติคุณ วลี "เรื่องราวเหล่านี้อย่างละเอียด (ทุกสิ่งอย่างละเอียด)" (ข้อ 3) สื่อว่า ลูกาได้พิจารณาด้วยความขยันหมั่นเพียรและละเอียดถี่ถ้วน เขาได้พิจารณาข้อมูลทั้งหมดโดยมีเป้าหมาย เพื่อเล่าเรื่องราวความจริงในประวัติศาสตร์โดยปราศจากการเติมแต่ง วลี "เรียบเรียงเรื่องตามลำดับ" (ข้อ 3) มาจากคำกรีกว่า *kathexes* (คาเธเซส) ซึ่งหมายถึงลำดับขั้นตอนต่อ ๆ กัน ซึ่งไม่จำเป็นจะต้องหมายถึงลำดับทางเวลา แต่หมายถึงลำดับของข้อเท็จจริงเชิงตรรกะเหตุผลอย่างเป็นระบบ วลี "ความจริง" (ข้อ 4) มาจากภาษากรีกว่า *asphaleia* (อัสฟาเลอา) ซึ่งสื่อถึงความมั่นคง ความแน่นอนและความชัดเจน ลูกาเขียนส่งให้กับเธโอฟีลัสนั้นเป็นการเขียนที่มั่นคงชัดเจนเกี่ยวกับสิ่งที่เขาได้รับสอนมา

2. ในพระธรรมกิจการที่ลูกาเขียน เขาได้ให้คำนำซึ่งคล้ายกับถ้อยคำที่พบในพระกิตติคุณ กิจการ 1:3 แสดงให้เห็นอย่างไรว่าลูกามองว่า ตนเองกำลังบันทึกข้อเท็จจริงในประวัติศาสตร์ ขณะที่เขาบันทึกเรื่องการเป็นขึ้นจากความตาย?

____

____

____

____

____

____

หมายเหตุ คำว่า "หลักฐาน" มาจากภาษากรีกว่า *tekmerion* (เทคเมริออน) ซึ่งอาจแปลได้อีกว่า "หลักฐานที่แข็งแรง" หรือ "เครื่องชี้วัดที่ชัดเจน" มีการปรากฏตัวของพระคริสต์หลังจากการเป็นขึ้นจากตาย 13 ครั้งที่บันทึกไว้ในพันธสัญญาใหม่ หากพระคริสต์ได้ปรากฏตัวเพียงชั่วครู่กับคนเพียงคนเดียวก็คงจะมีพื้นที่ให้เราสงสัยเรื่องการเป็นขึ้นได้อย่างสมเหตุสมผล แต่ว่าการปรากฏตัวหลายครั้งกับคนจำนวนมากเป็นช่วงเวลา 40 วัน ทำให้คำพยานของสาวกในยุคแรกนั้นเข้มแข็งขึ้น วลีที่ว่า "กล่าวถึงเรื่องแผ่นดินของพระเจ้า" สำคัญยิ่งยวด พระคริสต์ไม่ได้เพียงแค่มาปรากฏตัวแล้วหายไปเท่านั้น พระองค์ทรงอยู่กับสาวก และสอนพวกเขาเหมือนกับที่พระองค์เคยทำก่อนจะสิ้นพระชนม์ เหล่าอัครทูตและเหล่าผู้เชื่อยุคแรกไม่ได้วางความเชื่อของพวกเขาไว้บนการมาปรากฏตัวเหมือนกับเงา แต่เป็นการสามัคคีธรรมแท้กับพระคริสต์ผู้เป็นขึ้นจากตายจริง ๆ (ดูเพิ่มเติมใน ลูกา 24:27)

3. กิจการ 10:38-42 บันทึกคำเทศนาของอัครทูตเปาโลต่อคนเหล่านั้นซึ่งอาจจะกลายมาเป็นคนต่างชาติกลุ่มแรกที่กลับใจมาเชื่อ
    อ่านเรื่องราวในตอนนั้น และพยายามทำความเข้าใจเหตุผลของอัครทูตคนนี้ในข้อ 40-42 ที่ใช้ยืนยันว่าการเป็นขึ้นของพระคริสต์
    เป็นเรื่องทางประวัติศาสตร์

    a. *ในวันที่ _______________ พระเจ้าทรงให้พระองค์ _______________ (ข้อ 40)* นี่คือการยืนยันจากพระเจ้า
        ถึงตัวตนและการงานของพระเยซูชาวนาซาเร็ธ (โรม 1:4) ทุกสิ่งของคริสต์ศาสนาแขวนอยู่บนความจริงข้อนี้ นี่คือเหตุผล
        ที่ทำให้การเป็นขึ้นของพระคริสต์ถูกประกาศถึงบ่อยครั้งในพันธสัญญาใหม่

    b. *และทำให้ทรง _______________ (ข้อ 40)* การปรากฏของพระคริสต์นั้นเพื่อแสดงตัวอย่างให้เห็นถึงความคุณที่พระเจ้า
        มีต่อประชากรของพระองค์ วลีนี้อาจแปลได้อีกว่า "และทำให้พระองค์ถูกมองเห็นได้"

    c. *ไม่ใช่ให้ปรากฏแก่คนทั่วไป แต่ให้ปรากฏแก่เรา คือ _______________ ที่พระเจ้าทรง _______________ (ข้อ 41)*
        เช่นเดียวกันกับการอัศจรรย์ทั้งปวงขณะที่พระองค์ทำพันธกิจในโลกนี้ บรรดาการปรากฏตัวหลังการเป็นขึ้นจากตายของ
        พระคริสต์นั้น เกิดขึ้นภายใต้การทรงนำของพระเจ้าโดยมีเป้าหมายที่เจาะจง นั่นคือเพื่อการสร้างคริสตจักรของพระองค์
        พระคริสต์ไม่ได้ปรากฏตัวแก่คนที่ไม่เชื่อเพื่อที่จะพิสูจน์พระองค์เอง แต่อย่างไรก็ตาม การพิสูจน์ว่าพระองค์เป็นฝ่ายถูกนี้
        จะเกิดขึ้นในการเสด็จมาครั้งที่สอง

    d. *คือทรงปรากฏแก่เราที่ _______________ และ _______________ กับพระองค์หลังจากพระองค์ทรงเป็นขึ้น
        จากตาย (ข้อ 41)* พระคริสต์ไม่เพียงแต่ปรากฏตัวเป็นวิญญาณที่เลื่อนลอยหรือเป็นเพียงนิมิตเท่านั้น แต่พระองค์มี
        สามัคคีธรรมร่วมกับประชากรของพระองค์และมอบหลักฐานชัดเจนถึงการเป็นขึ้นจากตายทางกายภาพของพระองค์ (ยอห์น
        20:26-27; 21:9-14)

    e. *พระองค์ทรงสั่งให้เรา _______________ กับ _______________ (ข้อ 42)* วลีนี้มาจากคำกรีกว่า diamartuomai
        (ดิอามาร์ทูมัย) ซึ่งหมายถึงการเป็นพยานด้วยความกระตือรือร้น จริงจัง และขึงขัง

    f. *พระเจ้าทรง _______________ พระองค์เป็น _______________ ทั้งคนเป็นและคนตาย (ข้อ 42)* การเป็นขึ้น
        จากตายนั้นเป็นบทพิสูจน์ยืนยันว่า พระคริสต์คือพระผู้ช่วยให้รอด (กิจการ 4:12) องค์พระผู้เป็นเจ้า (กิจการ 2:36) และ
        องค์ผู้พิพากษา (กิจการ 17:31)

    g. *พระคัมภีร์ตอนนี้แสดงให้เห็นอย่างไรว่า เปโตรคิดว่า การเป็นขึ้นจากตายของพระคริสต์คือเหตุการณ์ที่เกิดขึ้นจริง
        ในประวัติศาสตร์?*

        ____

        ____

        ____

        ____

4. 1 โครินธ์ 15:3-9 ให้หลักฐานที่ยืนยันถึงความน่าเชื่อถือของการเป็นขึ้นจากตาย อัครทูตเปาโลระบุรายชื่อใครบ้างว่าได้เห็น
    พระคริสต์ผู้เป็นขึ้นจากตาย ให้เติมชื่อคนเหล่านั้นในช่องว่างต่อไปนี้

a. *พระองค์ทรงปรากฏต่อ เ ________________ (ข้อ 5)* นี่หมายถึงเปโตร (ยอห์น 1:42) การปรากฏกายครั้งนี้บันทึกอยู่ใน ลูกา 24:34 และเกิดขึ้นในวันที่พระคริสต์เป็นขึ้นจากตาย

b. *แล้วต่ออัครทูต ________________ คน (ข้อ 5)* แม้ว่ายูดาสจะไม่ได้เป็นหนึ่งในอัครทูตอีก และจำนวนอัครทูต ลดลงไปเหลือ 11 คน แต่พวกเขาก็ยังถูกเรียกว่าอัครทูต "ทั้งสิบสอง" การปรากฏหลังการเป็นขึ้นจากตายครั้งนี้เป็นหนึ่ง ในหลายครั้งที่พระเยซูได้ปรากฏแก่เหล่าสาวกของพระองค์ (ดูข้อ 7) เรื่องนี้เกิดขึ้นในเย็นวันที่พระองค์เป็นขึ้นจากตาย โดยถูกบันทึกไว้ในลูกา 24:36-43 และยอห์น 20:19-23

c. *ต่อจากนั้น พระองค์ทรงปรากฏต่อพี่น้องกว่า ________________ ในเวลาเดียวกัน (ข้อ 6)* นี่น่าจะหมายถึง กิจการ 1:6-11 ความจริงที่พระคริสต์ปรากฏตัวต่อหน้าพยานห้าร้อยคนร่วมกัน (ในเวลาเดียวกัน สถานที่เดียวกัน) ทำให้ เป็นไปได้ยากที่เรื่องจะเกิดจากความเข้าใจผิดหรือการเห็นภาพหลอน กฎในพันธสัญญาเดิมระบุว่า "ห้ามพยานปากเดียว กล่าวโทษใคร ไม่ว่าในเรื่องอาชญากรรมหรือในเรื่องความบาปใดๆ ซึ่งเขาได้ทำไป แต่ต้องมีพยานสองหรือสามปาก คำพยานนั้นจึงจะเป็นที่เชื่อถือได้" (เฉลยธรรมบัญญัติ 9:15) ทั้งนี้คนส่วนใหญ่ในหมู่ห้าร้อยคนยังมีชีวิตอยู่ในเวลาที่เปาโล เขียนจดหมายและสามารถถูกเรียกตัวมาเป็นพยานได้ สิ่งนี้จึงเพื่อสนับสนุนข้อโต้แย้งของเปาโล

d. *จากนั้นพระองค์ทรงปรากฏต่อ ________________ (ข้อ 7)* ข้อนี้กล่าวถึงน้องร่วมมารดาของพระเยซู (มัทธิว 13:55) ในตอนแรก เขาไม่ได้เชื่อในถ้อยคำของพระเยซูที่ว่า พระองค์เป็นพระเมสสิยาห์ (ยอห์น 7:5) จนกระทั่งหลังจากการ เป็นขึ้นจากตาย เมื่อเขาได้เข้ามาร่วมกับเหล่าอัครทูต (กิจการ 1:14) และได้กลายมาเป็นหนึ่งในผู้นำสำคัญสูงสุดท่ามกลาง หมู่คริสเตียนยุคแรก (กิจการ 15:13)

e. *พระองค์ทรงปรากฏต่อ ________________ ผู้เป็นเหมือนเด็กที่คลอด ________________ (ข้อ 8)* วลีนี้มาจาก คำกรีกว่า ektroma (เอกโทรมา) ซึ่งหมายถึงการตั้งแท้งหรือการคลอดที่ผิดพลาด เปาโลไม่ได้เป็นหนึ่งในอัครทูตทั้งสิบสอง คนที่ดำเนินกับพระคริสต์ในช่วงที่พระองค์ทำพันธกิจอยู่ในโลก แต่เขาเป็นกลับใช้เชื่อในภายหลัง เมื่อได้พบกับพระคริสต์ ขณะกำลังเดินทางไปตามถนนไปยังเมืองดามัสกัส (กิจการ 9:3-6, 17)

f. *ให้อธิบายว่าเนื้อหาตอนนี้แสดงให้เห็นว่าเปาโลถือว่าเรื่องการเป็นขึ้นของพระเยซูนั้นเป็นเรื่องจริงในประวัติศาสตร์อย่างไร ด้วยถ้อยคำของคุณ*

____

____

____

____

หมายเหตุ ด้วยการไล่เรียงการมาปรากฏของพระคริสต์ตามลำดับเวลา อัครทูตเปาโลก็ได้แสดงให้เห็นว่าเขามองการ เป็นขึ้นของพระคริสต์เป็นเหตุการณ์จริงในประวัติศาสตร์ซึ่งมีคำยืนยันจากพยานที่เห็นมากับตา

เรื่องราวในพระคัมภีร์

ก่อนที่เราจะพิจารณาเรื่องการเป็นขึ้นจากตายของพระคริสต์ต่อไป การได้พิจารณาข้อสรุปตามเหตุการณ์ในประวัติศาสตร์ ตามที่ถูกบันทึกไว้ในพระคัมภีร์นั้นจะเป็นประโยชน์กับเรา

ในเวลาเช้าของวันที่สามหลังจากพระเยซูทรงสิ้นพระชนม์ เหล่าผู้หญิงเดินด้วยความหวาดกลัวไปยังสวนที่พระศพของพระคริสต์ถูกฝังเอาไว้ในอุโมงค์ นี่ไม่ใช่การกระทำแห่งความหวัง แต่เป็นการกระทำแห่งความสงสาร ความต้องการเดียวของพวกเธอคือการได้ยกย่องพระศพของพระเยซูที่พวกเธอรักด้วยการจัดพิธีอันสมเกียรติให้พระองค์ บทสนทนาของพวกนางจึงวนอยู่กับเรื่องทางเทคนิคเล็ก ๆ น้อย ๆ เช่น "ใครจะเป็นคนกลิ้งหินออก?" (มาระโก 16:2-4) การเป็นขึ้นจากตายนั้นเป็นสิ่งที่ห่างไกลจากความคิดของพวกเธอมาก แต่ความสงสารนั้นก็กลับกลายเป็นความกลัว จากนั้นความกลัวก็กลายเป็นความหวังอันไม่มีสูญสิ้น ความหวังกลายเป็นความชื่นชมยินดีอันไม่อาจบรรยายได้และเต็มไปด้วยสง่าราศี! พวกเธอได้พบกับก้อนหินที่อยู่ผิดที่ ประตูเปิดอยู่ อุโมงค์ว่างเปล่า และทูตสวรรค์ประกาศถึงข่าวประเสริฐว่า "พวกท่านแสวงหาคนเป็นในพวกคนตายทำไม? พระองค์ไม่ได้อยู่ที่นี่ แต่ทรงเป็นขึ้นมาแล้ว" (ลูกา 24:5-6)

พวกผู้หญิงรีบออกจากอุโมงค์ "ด้วยความกลัวและยินดีเป็นอย่างยิ่ง" (มัทธิว 28:8) พวกเธอวิ่งไปเพื่อนำเรื่องนี้ไปบอกเหล่าสาวกของพวกระองค์ แต่คำพยานของพวกเธอกลับดูเหมือนจะเป็นคำพูดไร้สาระกับคนเหล่านี้ที่ควรจะเชื่อพวกเธอ (ลูกา 24:11) จากนั้น เปโตรกับยอห์นก็วิ่งไปที่อุโมงค์อันว่างเปล่าด้วยความหวังสูงลิ่ว หลังจากการตรวจสอบสั้น ๆ อย่างฉงนสนเท่ห์ พวกเขาก็กลับไปหาคนอื่น ๆ โดยไม่มีคำตอบที่แน่ชัดเพราะ "ขณะนั้นเขายังไม่เข้าใจข้อพระคัมภีร์ที่เขียนไว้ว่า พระองค์จะต้องเป็นขึ้นจากตาย" (ยอห์น 20:9)

แล้วพวกเขาก็จากไปอย่างรวดเร็ว โดยทิ้งมารีย์มักดาลาที่กำลังร้องไห้ไว้ เธอได้เป็นคนแรกที่ได้เห็นองค์พระผู้เป็นเจ้าที่เป็นขึ้นจากตาย จากนั้นเธอก็ได้รับมอบหมายจากพระองค์ให้กลับไปหาสาวกที่ไม่เชื่อพร้อมกับยืนยันถึงการเป็นขึ้นจากตายพระชนม์ของพระองค์อีกครั้ง (ยอห์น 20:11-18) ตามมาด้วยการปรากฏตัวครั้งที่สองกับพวกผู้หญิงที่กลับมาจากอุโมงค์ฝังศพ (มัทธิว 28:9-10) และครั้งที่สามกับเคลโอปัสและสาวกอีกคนหนึ่งระหว่างทางไปเอมมาอูส (ลูกา 24:13-32) ในที่สุด พระองค์ก็ทรงปรากฏแก่เปโตรเพียงคนเดียว (ลูกา 24:34); จากนั้นก็ปรากฏอีกสองครั้งแก่อัครทูตทั้งสิบเอ็ดคน— ครั้งแรกนั้นไม่มีโทมัส (ยอห์น 20:19-25) และครั้งที่สอง โทมัสก็อยู่ด้วย (ยอห์น 20:26-29)—และอีกครั้งกับสาวกเจ็ดคนของพระองค์ที่ริมทะเลกาลิลี (ยอห์น 21:1-14) พระองค์ยังทรงปรากฏกับยากอบน้องชายต่างมารดาที่ไม่เชื่อ (1 โครินธ์ 15:7) จากการพบกันนี้ ชีวิตของเขาเปลี่ยนไป จนได้กลายมาเป็นส่วนหนึ่งของกลุ่มอัครสาวก (กิจการ 1:14) และเป็นเสาหลักในคริสตจักรแห่งเยรูซาเล็ม (กิจการ 15:13) ในที่สุด พระองค์ทรงปรากฏกับ "ผู้เป็นเหมือนเด็กที่คลอดก่อนกำหนด" (1 โครินธ์ 15:8) นั่นคือเซาโล (ต่อมาเป็นเปาโล) แห่งทาร์ซัสบนถนนสู่เมืองดามัสกัส (กิจการ 9:3-19) แทบจะไม่จำเป็นเลยที่จะเขียนเกี่ยวกับการเผชิญหน้ากันนี้หรือผลกระทบที่เกิดขึ้นกับเขา ชายที่ปฏิญาณตนว่าจะทำลายคริสต์ศาสนาที่กลายมาเป็นผู้เผยแพร่และปกป้องอย่างร้อนลน (กิจการ 9:1-2; 1 โครินธ์ 15:10)

สุดท้ายแล้ว เรามีถ้อยคำที่ให้ความมั่นใจจากพระคัมภีร์ ก่อนที่จะเสด็จขึ้นสู่สวรรค์ องค์พระผู้เป็นเจ้าของเราปรากฏกับคนจำนวนมาก ทั้งส่วนตัวและ "ต่อหน้าคนห้าร้อยคนพร้อม ๆ กัน" (1 โครินธ์ 15:6)

บทที่ 22: รากฐานความเชื่อของเรา อยู่ที่การเป็นขึ้นจากตาย

ความจริงเรื่องการเป็นขึ้นจากตาย

บทนี้จะเป็นการศึกษาเรื่องนี้อย่างย่นย่อที่สุด แต่นี่ก็เป็นหนึ่งในเรื่องสุดสำคัญเกี่ยวกับความเชื่อของผู้เชื่อในพระคริสต์และการเป็นขึ้นจากตายของพระองค์

ศัตรูของคริสต์ศาสตร์นั้นทำได้ถูกต้อง เมื่อมันพยายามโจมตีมาการเป็นขึ้นจากตายของพระคริสต์ที่เป็นการเปลี่ยนประวัติศาสตร์ เหมือนกับที่เปาโลกล่าวไว้ใน 1 โครินธ์ 15 ว่า ความเชื่อทั้งสิ้นของเรานั้นตั้งอยู่บนเรื่องนี้! หากพระคริสต์ไม่ได้ถูกทำให้เป็นขึ้นจากตายมา ความเชื่อของเราก็ไร้ประโยชน์ด้วย (ข้อ 14, 17) บรรดาที่เชื่ออย่างนั้นก็ยังคงอยู่ในบาป และคนเหล่านั้นที่ตายไปแล้วก็พบกับความพินาศนิรันดร์ (ข้อ 17-18) ยิ่งไปกว่านั้น เราทั้งหลายผู้ประกาศถึงการเป็นขึ้นจากตายของพระคริสต์ก็จะถูกมองว่าเป็นพยานเท็จต่อพระเจ้า เพราะเรากล่าวว่าพระเจ้าทรงทำให้พระคริสต์เป็นขึ้นจากตาย ทั้งที่พระองค์ไม่ได้ทำเช่นนั้น (ข้อ 15) สุดท้ายแล้วหากพระคริสต์ไม่ได้ถูกทำให้เป็นขึ้นจากตาย ชีวิตของเราก็จะเป็นเรื่องไร้ค่าอย่างน่าสมเพช เราทนทุกข์โดยเปล่าประโยชน์ และถูกเกลียดชังด้วยผู้เผยพระวจนะเท็จผู้ไร้อำนาจที่ช่วยเราให้รอดได้ เหมือนที่เปาโลเขียนเอาไว้ว่า "ถ้าเรามีความหวังในพระคริสต์เพียงแค่ในชีวิตนี้ เราก็เป็นพวกน่าเวทนาที่สุดของคนทั้งหมด" (ข้อ 19)

เรายอมรับกันว่า การเป็นขึ้นจากตายนั้นเป็นทุกสิ่งสำหรับความเชื่อคริสเตียน หากพระคริสต์ไม่ได้ถูกทำให้เป็นขึ้นจากตาย ศาสนาของเราก็จะเป็นเท็จ ดังนั้นเราจึงควรจะถามคำถามที่สำคัญมาก ๆ นี้กับตัวเราเองว่า "เรารู้ได้อย่างไรว่าพระคริสต์ถูกทำให้เป็นขึ้นจากตายจริง?" ในสองบทต่อจากนี้ เราจะออกจากรูปแบบปกติของหนังสือเล่มนี้ เพื่อพิจารณาหลักการสุดสำคัญสองประการที่มีพื้นฐานต่างกัน โดยหวังว่ากระบวนการนี้จะช่วยให้เราเข้าใจเรื่องการเป็นขึ้นจากตายของพระคริสต์ กระบวนการนี้คือ การ**เปิดเผย**กับเราผ่านทางการดลใจและกิจแห่งการสร้างใหม่ของพระวิญญาณ และการ**ยืนยัน**กับเราผ่านทางหลักฐานทางประวัติศาสตร์ซึ่งอยู่รอบ ๆ เรื่องราวนี้ เรื่องแรกนั้นเป็นหลักการสำคัญอย่างยิ่ง ส่วนเรื่องหลังนั้นเป็นการยืนยันหนักแน่นถึงความเชื่อของคริสเตียนและเป็นเครื่องมือทรงประสิทธิภาพในการสื่อสารกับโลกของผู้ไม่เชื่อ

กิจของพระวิญญาณบริสุทธิ์

คริสตจักรโปรเตสแตนท์มักจะยืนยันความเชื่อในการเป็นขึ้นจากตายด้วยการชี้ไปที่อุโมงค์ว่างเปล่า การที่ผู้ต่อต้านพระคริสต์ไม่สามารถนำพระศพของพระองค์มาแสดงให้เห็นได้ การเปลี่ยนแปลงในชีวิตของผู้เชื่อ และหลักฐานทั้งทางประวัติศาสตร์กับกฎหมายอื่น ๆ อย่างไรก็ดี แม้สิ่งเหล่านี้จะช่วยทำให้เห็นว่าความเชื่อของคริสเตียนนั้นไม่ใช่สิ่งที่ไม่มีเหตุผลหรือขัดแย้งกับประวัติศาสตร์ แต่สิ่งเหล่านี้ก็ไม่ควรจะถูกพิจารณาว่าเป็น **พื้นฐาน**สำหรับความเชื่อคริสเตียน เราจะอธิบายผ่านความจริงต่อไปนี้

ประการแรก เหล่าอัครทูตไม่ได้ใช้ข้อโต้แย้งแบบนี้ในการเทศนาของพวกเขา พวกเขาไม่ได้พยายามพิสูจน์เรื่องการเป็นขึ้นจากตาย แต่พวกเขาพยายามประกาศถึงสิ่งนี้ (กิจการ 4:2, 33; 17:18; 24:21) ความมั่นใจของพวกเขาไม่ได้ตั้งอยู่บนข้อโต้แย้งทรงพลัง แต่อยู่บนฤทธิ์อำนาจของพระกิตติคุณในการช่วยให้รอด! ลองพิจารณาสิ่งที่อัครทูตเปาโลเขียนในจดหมายฝากฉบับแรกที่เขาส่งไปยังคริสตจักรในเมืองโครินธ์:

> *"เพราะว่าคนทั้งหลายที่กำลังจะพินาศก็เห็นว่าเรื่องกางเขนเป็นเรื่องโง่ แต่เราที่กำลังจะรอด*
> *เห็นว่าเป็นฤทธานุภาพของพระเจ้า...พวกยิวขอหมายสำคัญ และพวกกรีกเสาะหาปัญญา แต่*
> *เราประกาศเรื่องพระคริสต์ทรงถูกตรึงที่กางเขนนั้น อันเป็นสิ่งที่พวกยิวสะดุด และพวกต่างชาติ*

ถือว่าเป็นเรื่องโง่ แต่สำหรับพวกที่พระเจ้าทรงเรียกนั้น ทั้งพวกยิวและพวกกรีก ต่างถือว่า พระคริสต์ทรงเป็นฤทธานุภาพและพระปัญญาของพระเจ้า" (1:18, 22-24)

"พี่น้องทั้งหลาย เมื่อข้าพเจ้ามาหาท่านเพื่อประกาศความล้ำลึกของพระเจ้าแก่พวกท่านนั้น ข้าพเจ้าไม่ได้มาด้วยถ้อยคำหวานหูหรือด้วยความฉลาดปราดเปรื่อง เพราะข้าพเจ้าตั้งใจว่า จะไม่แสดงความรู้เรื่องใด ๆ ในหมู่พวกท่านเลย เว้นแต่เรื่องพระเยซูคริสต์และการที่พระองค์ทรง ถูกตรึงที่กางเขน และข้าพเจ้ามาหาท่านทั้งหลายด้วยความอ่อนแอ ด้วยความกลัวและ ความหวาดหวั่นมาก คำพูดและคำเทศนาของข้าพเจ้าไม่ใช่เป็นการพูดชักชวนด้วยปัญญา แต่เป็นการสำแดงพระวิญญาณและฤทธานุภาพ เพื่อความเชื่อของพวกท่านจะไม่ขึ้นกับปัญญา ของมนุษย์ แต่ขึ้นกับฤทธิ์เดชของพระเจ้า" (2:1-5)

ประการที่สอง คนเหล่านั้นส่วนใหญ่ที่กลับใจมายังคริสต์ศาสนาตลอดประวัติศาสตร์คริสตจักร มีทั้งคนฉลาดมากด้วยสติปัญญา แต่คนฉลาดเหล่านี้ก็ไม่ได้มาเชื่อผ่านทางการศึกษาประวัติศาสตร์หรือหลักฐานทางกฎหมายเกี่ยวกับการเป็นขึ้นจากตาย แต่ พวกเขาเชื่อผ่านการประกาศแห่งพระกิตติคุณ

ประการที่สาม หากความเชื่อในการเป็นขึ้นจากตายของเรามีรากฐานอยู่บนหลักฐานทางประวัติศาสตร์และทางกฎหมาย เรา จะอธิบายความเชื่อของผู้เชื่อจำนวนนับไม่ถ้วนที่มีชีวิตอยู่และตายเพื่อความเชื่อของพวกเขา โดยปราศจากความรู้เกี่ยวกับหลักฐาน เหล่านั้นเลยได้อย่างไร? เราจะอธิบายเกี่ยวกับผู้เชื่อบางกลุ่มที่แทบจะอ่านหนังสือไม่ออกและยกหลักฐานโต้แย้งเกี่ยวกับเรื่องนี้ ทางประวัติศาสตร์ไม่ได้เลยแม้แต่ข้อเดียว แต่ก็ยังยืนหยัดพบกับการข่มเหงอันโหดร้าย หรือแม้แต่เหล่ามรณะสักขีที่ยอมตายแทนที่ จะปฏิเสธความเชื่อที่พวกเขาไม่สามารถให้ข้อโต้แย้งที่เป็นเหตุเป็นผลได้อย่างไร? ท่ามกลางความจริงเหล่านี้ เราจำเป็นต้องสรุปว่า แม้ประวัติศาสตร์และหลักฐานทางกฎหมายเกี่ยวกับการเป็นขึ้นจากตายนั้นจะ **เป็นประโยชน์** ในหลาย ๆ ด้าน แต่สิ่งนี้ก็ไม่ใช่ **รากฐาน** สำหรับความเชื่อของเราในเรื่องการเป็นขึ้นจากตาย

อะไรคือรากฐานของความเชื่อของผู้เชื่อเกี่ยวกับการเป็นขึ้นจากตาย? พวกเขารู้ได้อย่างไรว่าพระคริสต์ได้ถูกทำให้เป็นขึ้น จากตาย? คำตอบจากพระคัมภีร์ในเรื่องนี้ชัดเจนมาก ความรู้และความเชื่อที่ไม่คลอนแคลนของเราเกี่ยวกับการเป็นขึ้นจากตายนั้น ได้มากิจแห่งการสร้างใหม่และการดลใจของพระวิญญาณบริสุทธิ์! ความมั่นใจของเราเรื่องความจริงแห่งการเป็นขึ้นจากตายของ พระเยซูคริสต์และความมั่นคงอยู่ได้ของความเชื่อคริสเตียนในเรานั้น ถูกมอบไว้ในเราอย่างอัศจรรย์เมื่อเราบังเกิดใหม่ (ยอห์น 3:3) เรารู้ว่าพระคริสต์เป็นขึ้นจากตายมา เพราะพระวิญญาณบริสุทธิ์เปิดเผยความจริงจากในพระคัมภีร์ที่เป็นพยานถึงพระคริสต์ให้กับ เรา (ยอห์น 5:39; 1 ยอห์น 5:6-10) กล่าวสั้น ๆ คือเราเชื่อเพราะว่าพระวิญญาณรื้อฟื้นหัวใจเราใหม่ มอบความเชื่อและความรักใหม่ ให้กับเราในพระคริสต์ผู้ทรงถูกเปิดเผยให้เราเห็น อัครทูตเปาโลบรรยายถึงกิจอันอัศจรรย์ของพระวิญญาณนี้ใน 2 โครินธ์ 4:6

"เพราะว่าพระเจ้าผู้ตรัสว่าให้ความสว่างส่องออกมาจากความมืด ทรงส่องสว่างเข้ามาในใจ ของเรา เพื่อให้เรามีความสว่างแห่งความรู้ถึงพระสิริของพระเจ้า ที่ปรากฏบนพระพักตร์ของ พระคริสต์"

คนเหล่านั้นที่บังเกิดใหม่แล้วไม่สามารถปฏิเสธการเป็นของขึ้นพระเยซูได้เลย เหมือนกับที่พวกเขาไม่สามารถปฏิเสธการมีอยู่ ของตัวเองได้ ด้วยการปกครองของพระเจ้าและการเป็นพยานของพระวิญญาณบริสุทธิ์ การเป็นขึ้นจากตายก็กลายมาเป็นความจริง ที่มั่นคงสำหรับพวกเขา (มัทธิว 11:25) อย่างเช่นที่ชายผู้ข่มเหงความเชื่อคริสเตียนได้เรียนรู้และกล่าวว่า "สำหรับพวกที่ติดเชื้อ ศาสนาของพระเยซู พวกนี้ไม่มียาไหนมารักษาได้"[11]

---

11 เชื่อกันว่า นี่เป็นคำกล่าวของทหารโซเวียตที่พยายามกดกัดชาวคริสต์ให้ออกจากความเชื่อในพระคริสต์ผู้ทรงพระชนม์อยู่

ความจริงที่เราได้เรียนรู้มานี้ทำหน้าที่เป็นทั้งคำเตือนและคำชี้แนะ แม้ว่าศาสตร์เรื่องการปกป้องความเชื่อ[12] จะบทบาทอยู่ แ อาณาจักรสวรรค์นั้นเคลื่อนไปข้างหน้าด้วยการประกาศถึงพระกิตติคุณ ผู้คนจะมาถึงความเชื่อนี้ไม่ใช่ด้วยโวหารหรือด้วยข้อโต้แย้ง ที่สมเหตุสมผล แต่ด้วยการประกาศถึงความเชื่อ ความตาย และการเป็นขึ้นจากตายของพระเยซูคริสต์อย่างสัตย์ซื่อ เราต้องไม่ลืม ว่าภารกิจของเรานั้นจะเป็นการงานของคนโง่ และความทุ่มเททั้งหลายของเราก็จะเป็นเรื่องสูญเปล่าไป นอกเสียจากว่าพระวิญญาณ ของพระเจ้าจะทำกิจเพื่อเปิดเผยจิตใจและรื้อฟื้นใจของผู้ที่ฟังเรา ด้วยเหตุผลนี้เอง เราจำเป็นต้องปฏิเสธที่จะพึ่งพาไม้อ้อที่ช้ำแล้ว ซึ่งคือสติปัญญาของมนุษย์ (อิสยาห์ 36:6) เราต้องยึดมั่นในความจริงที่ว่ามีเพียงพระกิตติคุณเท่านั้นที่เป็นฤทธิ์อำนาจของพระเจ้า ในการนำผู้เชื่อทุกคนสู่ความรอด (โรม 1:16)

---

12   ศาสตร์เรื่องการปกป้องความเชื่อเป็นแนวทางที่มักจะใช้เพื่อปกป้องความเชื่อคริสเตียน ผู้ใช้ศาสตร์นี้จะใช้การให้เหตุผลและข้อโต้แย้งเพื่อชี้ให้เห็นถึง
    ความผิดของของอีกฝ่ายที่พยายามต่อต้านคริสต์ศาสนา

บทที่ 23: หลักฐานการเป็นขึ้นจากความตายของพระคริสต์

ไม่มีผู้เชื่อคนไหนที่ความเชื่อในพระคริสต์เนื่องจากพวกเขาสามารถท่องจำประวัติศาสตร์หรือหลักฐานเชิงกฎหมายเกี่ยวกับการเป็นขึ้นของพระคริสต์ของพวกเขา หรือเพราะความสามารถของผู้เชื่อในการปกป้องความน่าเชื่อถือผ่านทางการใช้ศาสตร์การปกป้องความเชื่อหรือให้หลักตรรกะศาสตร์คลาสสิค แต่ถึงอย่างนั้นก็ยังเป็นเรื่องสำคัญที่จะต้องตระหนักและประกาศว่า ความเชื่อคริสเตียนนั้นไม่ขัดแย้งกับประวัติศาตร์หรือหลักการใช้เหตุผลสูงส่งและยอดเยี่ยมที่สุด คริสต์ศาสนาที่แท้จริงนั้นไม่ได้ประโยชน์อะไรจากการพยายามเปลี่ยนแปลงตำนานให้กลายมาเป็นเรื่องเล่าที่มีประโยชน์ เพียงเพื่อจะเสนอหลักศีลธรรมให้กับโลก แต่ความเชื่อคริสเตียนและความเชื่อในพระเยซูคริสต์ผู้เป็นขึ้นจากตายนั้นมีรากฐานมากประวัติศาสตร์จริงที่สามารถพิสูจน์ได้มากมายผ่านหลักฐานแบบเดียวกันกับที่ใช้ในศาสตร์ด้าน "ประวัติศาสตร์ทางโลก"

คนเหล่านั้นที่ปฏิเสธคำกล่าวอ้างของคริสต์ศาสนาว่า เป็นเรื่องไม่ตรงตามประวัติศาสตร์และเป็นเพียงตำนาน ก็เพราะมีอคติอยู่ก่อนและไม่ยอมให้หลักฐานนั้น ๆ เป็นพยานถึงตัวเอง และโรเบิร์ต เรย์มอนด์ (Robert Reymond) กล่าวว่าคนเหล่านั้นทำแบบนั้นบนฐานของ "เหตุผลเชิงวิพากย์และปรัชญาของพวกเขาน่าสงสัยอย่างมาก แต่ทำให้พวกเขาสบายใจในเรื่องของจิตใจและเรื่องของศาสนามากขึ้น"[13] ตรรกะของพวกเขานั้นอันตราย พวกเขาได้ตัดสินใจล่วงหน้าไปแล้วว่า การเป็นขึ้นจากตายนั้นเป็นไปไม่ได้ ดังนั้นหลักฐานทุกชิ้นที่สนับสนุนว่าเหตุการณ์นี้เป็นจริงจึงต้องเป็นเท็จ และข้อกล่าวอ้างที่บอกว่ามีความน่าเชื่อถือจะต้องเป็นการสรุปมาจากคนโง่หรือการประดิษฐ์หลักฐานจากคนหลอกลวง

การที่มนุษย์คนบาปมีอาการไปค่อยพึงพอใจกับข่าวประเสริฐเป็นอีกเหตุผลหนึ่งที่ยืนยันว่า หากปราศพระคุณของพระเจ้าและการบังเกิดใหม่จากพระวิญญาณบริสุทธิ์แล้ว จะไม่มีใครยอมรับคำกล่าวของพระคริสต์ มนุษย์จะเพิกเฉยต่อข้อกล่าวอ้างที่บอกเขาเมินเฉยได้ หากเมินเฉยไม่ได้ พวกเขาก็จะบิดเบือน หากบิดเบือนไม่ได้ เขาก็จะต่อต้าน กล่าวอีกนัยหนึ่งคือว่า เขาจะใช้พลังงานในการปฏิเสธความจริงอย่างมาก มากกว่าที่เขาจะต้องใช้เพื่อยอมจำนนต่อความจริงนั้น

แม้ว่าการพิจารณาถึงหลักฐานทั้งหมดที่สนับสนุนเรื่องการเป็นขึ้นจากตายของพระคริสต์จะเกินขอบเขตการศึกษาของหนังสือเล่มนี้ แต่ในบทนี้เราก็จะศึกษาหลักฐานที่กฎหมายและทางตรรกศาสตร์ที่มีประโยชน์ทั้งกับผู้เชื่อและกับผู้ที่แสวงหา

เหตุการณ์ที่ได้ทำนายไว้

ความตายและการเป็นขึ้นของพระเยซูคริสต์นั้นไม่ใช่เรื่องที่ไม่ได้ถูกทำนายเอาไว้ก่อนและเกิดขึ้นโดยพระองค์ไม่รู้ แต่ละเรื่องนั้นได้ถูกเผยพระวจนะเอาไว้ในฐานะที่เป็นพระประสงค์ของพระเจ้าที่จำเป็นจะต้องสำเร็จ หลักฐานเรื่องนี้พบได้ในคำกล่าวของพระเยซูในลูกา 24:25-26 ที่พระองค์พูดกับสาวกขี้สงสัยหลังจากที่พระองค์เป็นขึ้นมาว่า:

> *"โอ คนโง่เขลาและมีใจเฉื่อยช้าในการเชื่อถ้อยคำซึ่งพวกผู้เผยพระวจนะกล่าวไว้นั้น พระคริสต์*
> *จำเป็นต้องทนทุกข์อย่างนั้นแล้วจึงเข้าในพระสิริของพระองค์ไม่ใช่หรือ?"*

การเป็นขึ้นจากตายของพระเมสสิยาห์นั้นถูกเปิดเผยอย่างชัดเจนไว้ในคำเผยพระวจนะในพันธสัญญาเดิม ซึ่งเขียนไว้หลายร้อยปีก่อนที่พระองค์จะเสด็จมา ดาวิดทำนายเอาไว้ว่า พระเจ้าจะไม่ทอดทิ้งพระเมสสิยาห์ให้ต้องพบกับแดนผู้ตายหรือปล่อยให้ร่างกายของพระองค์เปื่อยเน่าไป (สดุดี 16:8-11) ผู้เผยพระวจนะอิสยาห์มองไปข้างหน้าและเห็นว่าพระเจ้าจะประทานรางวัลอย่างมากให้แก่พระเมสสิยาห์ หลังจากที่พระองค์ทนทุกข์เพราะบาปของประชากรจนถึงแก่ความตาย (อิสยาห์ 53:12) พระคริสต์เองก็ทำนาย

---

13   อ้างอิงหน้า 164 ดูคำอธิบายของพระเยซูต่อเนื้อหาในตอนนี้จาก มัทธิว 22:41-45

ถึงความตายและการเป็นขึ้นอีกครั้งของพระองค์เป็นเวลานาน ก่อนที่พระองค์จะถูกตรึงไม้กางเขน เมื่อชาวยิวที่ไม่เชื่อขอหมาย สำคัญหรือเครื่องยืนยันถึงสิทธิอำนาจของพระองค์ในการชำระพระวิหาร พระองค์ก็ประกาศว่า "ถ้าทำลายวิหารนี้ เราจะสร้างขึ้น ภายในสามวัน" (ยอห์น 2:19) เมื่อพวกธรรมาจารย์และฟาริสีเรียกร้องขอหลักฐานถึงความเป็นพระเมสสิยาห์ของพระองค์เพิ่ม พระองค์ก็ตำหนิพวกเขาพร้อมกับกล่าวถึงการเป็นขึ้นในอนาคตของพระองค์:

"คนในยุคชั่วร้ายและไม่ซื่อสัตย์ต่อพระเจ้าแสวงหาหมายสำคัญ แต่จะไม่ประทานหมายสำคัญ
ให้ เว้นไว้แต่หมายสำคัญของโยนาห์ผู้เผยพระวจนะ เพราะว่าโยนาห์อยู่ในท้องปลามหึมา
สามวันสามคืนอย่างไร บุตรมนุษย์จะอยู่ในท้องแผ่นดินสามวันสามคืนอย่างนั้น" (มัทธิว 12:39-40)

คำเผยพระวจนะเหล่านี้แสดงให้เห็นว่า สาวกของพระคริสต์นั้นไม่ได้ประดิษฐ์คิดเรื่องการเป็นขึ้นจากตาย เพียงเพราะพยายาม จะรักษาความฝันเรื่องพระเมสสิยาห์เอาไว้เท่านั้น พระคริสต์ประกาศอย่างชัดเจนและบ่อยครั้ง (มัทธิว 16:21) จนแม้แต่ศัตรูของ พระองค์เองก็ยังรู้ถึงคำทำนายที่พระองค์บอกว่าจะเป็นขึ้นจากตายนี้:

"วันรุ่งขึ้น คือวันถัดจากวันเตรียม พวกหัวหน้าปุโรหิตและพวกฟาริสีพากันไปหาปีลาต เรียนว่า
'ท่านเจ้าเมืองขอรับ เราจำได้ว่าเมื่อคนล่อลวงนั้นยังมีชีวิตอยู่ เขาบอกว่า "ล่วงไปสามวันแล้ว
เราจะเป็นขึ้นมาใหม่""" (มัทธิว 27:62-63)

อุโมงค์ว่างเปล่า

ด้วยการที่ทุกคนให้ความสนใจไปที่ร่างของพระเยซูหลังจากพระองค์สิ้นพระชนม์ ไม่ใช่แค่เพียงสาวกแต่รวมถึงเหล่าศัตรูของ พระองค์ด้วย อุโมงค์ว่างเปล่าและพระศพที่ไม่เคยถูกค้นพบเลยจึงเป็นหลักฐานหนักแน่นถึงการเป็นขึ้นจากตายของพระองค์ ตั้งแต่ วันแรกนั้น สิ่งเดียวที่จำเป็นเพื่อจะทำลายคริสต์ศาสนาคือร่างของพระเยซูผู้เป็นมนุษย์ พวกผู้นำชาวยิวที่เรียกร้องความตายของ พระองค์โดยให้โรมตรึงพระองค์นั้นทราบดีว่า หลุมฝังศพของพระองค์อยู่ที่ใดและมีโอกาสมากมายที่จะเอาร่างพระองค์ขึ้นมา หาก อุโมงค์นั้นไม่ได้ว่างเปล่า การกระทำเพียงครั้งเดียวของพวกเขาก็จะสามารถพิสูจน์ได้ว่าข้อความแห่งวันอีสเตอร์นั้นเป็นเรื่อง หลอกลวง เหล่าอัครทูตเป็นคนชั่วร้ายที่สร้างตำนานขึ้นมาหลอกลวง คริสต์ศาสนาควรจะตายลงไปตั้งแต่ตอนที่เพิ่งจะเริ่ม แต่ทำไม พระกายของพระองค์ไม่เคยถูกนำออกมาแสดงเลย?

พวกคนช่างสงสัยได้คิดทฤษฎีขึ้นมาสามประการเพื่อตอบคำถามนี้ ซึ่งทุกทฤษฎีก็ล้วนแต่ไร้สาระ ทฤษฎีแรกมักถูกเรียกว่า "ทฤษฎีหน้ามืด" คือบอกว่าพระเยซูไม่ได้ตายจริง ๆ บนไม้กางเขนของโรม พระองค์เพียงแต่หมดสติไปเท่านั้น แต่ถูกวินิจฉัย ออกมาผิด ๆ หลังจากนั้น เมื่อร่างพระองค์ถูกย้ายไปในหลุมฝังศพเย็น ๆ พระองค์ก็ได้สติกลับคืนมาและหนีไป ข้อโต้แย้งสำหรับ ทฤษฎีนี้พบได้ในธรรมชาติของการตรึงไม้กางเขนเอง พระองค์ถูกแทงที่สีข้างด้วยหอกของโรมและประกาศว่าเสียชีวิตแล้ว หลังจาก ที่ถูกวินิจฉัยจากผู้เชี่ยวชาญอย่างถี่ถ้วน (ยอห์น 19:31-34) แม้ว่าพระองค์จะรอดจากความเจ็บปวดนี้ได้แต่ก็ไม่ได้อยู่ในสภาพที่จะ ย้ายหินหนัก ๆ ที่ปิดหน้าถ้ำอยู่ ยิ่งไปกว่านั้น ก็ดูเป็นไปไม่ได้เลยที่คนเช่นนี้จะสามารถหนีไปยังสถานที่ซึ่งไม่มีใครรู้จักในปาเลสไตน์ และใช้ชีวิตอยู่ที่นั่นแบบไม่เปิดเผยตัวได้

ทฤษฎีที่สองคือ เหล่าสาวกนั้นขโมยร่างของพระองค์ไปแล้วนำไปฝังไว้ในที่ซึ่งไม่มีใครรู้ ข้อโต้แย้งต่อทฤษฎีแบบนี้มาจาก สองแหล่ง แหล่งแรกคือชื่อเสียงอันโดดเด่นของทหารยามชาวโรม พวกโรมเข้มแข็งและทรงประสิทธิภาพในระดับตำนาน แหล่งที่ สองคือเรื่องราวความหวาดกลัวของเหล่าสาวกในช่วงที่พระคริสต์ยังอยู่ในอุโมงค์ฝังศพ พระคัมภีร์บอกเราว่า ทันทีหลังจากที่ พระคริสต์สิ้นพระชนม์ มหาปุโรหิตและฟาริสีก็ขอให้ปีลาตส่งทหารยามชาวโรมที่ผ่านการฝึกฝนมาเฝ้าหน้าอุโมงค์เพื่อป้องกันไม่ให้ เหล่าสาวกขโมยพระศพของพระองค์ไปและสร้างตำนานเรื่องการเป็นขึ้นจากตายของพระคริสต์ขึ้นมา (มัทธิว 27:64) เป็นไปได้น้อย มาก ๆ ที่เหล่าสาวกจำนวนหยิบมือซึ่งกำลังอยู่ในความหวาดกลัว จะเอาชนะทหารยามชาวโรมทั้งกลุ่ม เพื่อจะขโมยพระศพของ พระเยซูไป เหล่าสาวกได้แสดงให้เห็นถึงการไร้ความเชื่อของพวกเขาโดยการที่พวกเขาวิ่งหนีไปเมื่อพระคริสต์ถูกตรึง (มาระโก 14:27; มัทธิว 26:56) และผู้นำของพวกเขาอย่างซีโมน เปโตรก็ไม่สามารถจะยืนหยัดต่อหน้าเด็กสาวรับใช้ในตอนที่เธอบอกว่า

เขาเป็นสาวกของพระคริสต์ (ลูกา 22:55-62) และก็เป็นไปไม่ได้พอ ๆ กันที่ทหารยามชาวโรมทั้งกลุ่มจะนอนหลับขณะอยู่ในเวลาปฏิบัติงานอย่างที่พวกปุโรหิตกล่าว (มัทธิว 28:11-15) อันที่จริงการจะเชื่อทฤษฎีเหล่านี้ ต้องใช้ความเชื่อมากกว่าการเชื่อในการเป็นขึ้นจากตายเสียอีก!

ทฤษฎีที่สามนั้นบอกว่าเหล่าสาวกน่าจะไปผิดอุโมงค์ นี่ก็มีความเป็นไปได้ต่ำ เพราะความจริงที่ว่าอุโมงค์นั้นเป็นของโยเซฟชาวอาริมาเธียซึ่งเป็นสมาชิกของสภาแซนเฮดริน (มัทธิว 27:57-61; มาระโก 15:42-47; ลูกา 23:50-56) เขากับนิโคเดมัสเป็นฟาริสี เป็นขุนนางของพวกยิว (ยอห์น 3:1) ทั้งคู่เป็นคนที่เตรียมพระศพของพระเยซูสำหรับการฝังและฝังพระองค์ไว้ในอุโมงค์ (ยอห์น 19:38-42) ยิ่งไปกว่านั้น พระคัมภีร์ได้บอกเราว่าเหล่าผู้หญิงที่ติดตามพระเยซูจากกาลิลีนั้นรู้ว่าตำแหน่งของหลุมฝังศพของพระองค์อยู่ไหนอย่างชัดเจน (มัทธิว 27:61; มาระโก 15:47; ลูกา 23:55) หากเหล่าสาวกเดินทางไปผิดที่ ทั้งเพื่อนและศัตรูของพวกเขาก็คงจะช่วยแก้ไขโดยพาพวกเขาไปให้ถูกที่ จากนั้นก็แกะผ้าพันพระศพออกเพื่อให้พวกเขาได้เห็นร่างของพระเยซู[14] ดังนั้นแล้วทฤษฎีนี้ก็เป็นหนึ่งในทฤษฎีที่ไร้สาระร่วมกันกับทฤษฎีอื่น ๆ

พยานที่เชื่อถือได้

ในการที่เหตุการณ์หนึ่ง ๆ จะได้รับการยืนยันว่าเป็นเรื่องจริงในประวัติศาสตร์ จำเป็นจะต้องมีสามสิ่งด้วยกันคือ (1) มีพยานที่เห็นด้วยตา (2) พยานเหล่านั้นต้องมีจำนวนที่มากพอ และ (3) พยานเหล่านั้นต้องน่าเชื่อถือ เป็นเรื่องสำคัญที่ทั้งสามหลักการนี้ต้องครบถ้วนจากคำพยานในพระคัมภีร์ในเรื่องเกี่ยวกับพระเยซูคริสต์[15]

ประการแรก คำพยานในพระคัมภีร์นั้นมีรากฐานอยู่บนพยานที่พบเห็นพันธกิจที่พระคริสต์ทำ การเป็นขึ้นและการเสด็จขึ้นสวรรค์ของพระองค์ ผู้เขียนพระธรรมในพันธสัญญาใหม่ทุกคนนั้นยืนร่วมกันกับอัครทูตเปโตรในตอนที่เขาประกาศใน 2 เปโตร 1:16 ว่า

> *"เพราะว่าเราไม่ได้คล้อยตามนิยายที่แต่งขึ้นอย่างชาญฉลาด เมื่อเราได้ประกาศให้พวกท่านทราบ*
> *ถึงฤทธานุภาพ และการเสด็จกลับมาของพระเยซูคริสต์องค์พระผู้เป็นเจ้าของเราทั้งหลาย แต่*
> *เราเป็นสักขีพยานถึงความยิ่งใหญ่ของพระองค์"*

ความสำคัญของพยานเอกนั้นเห็นได้ชัดว่าเป็นสิ่งที่ผู้เขียนพันธสัญญาใหม่ตระหนักถึงอย่างชัดเจน มัทธีอัสจำเป็นจะต้องเป็นพยานที่ได้เห็นพันธกิจของพระคริสต์ด้วยสายตา เพื่อที่เขาจะสามารถเข้าร่วมเป็นหนึ่งในกลุ่มอัครทูตกับอีกทั้ง 11 คนได้ ซึ่งเริ่มตั้งแต่การบัพติศมาของยอห์น ไปจนถึงการเป็นขึ้นของพระคริสต์ (กิจการ 1:21-26) ในการเขียนพระกิตติคุณ ลูกาทำงานหนักมากในการเน้นย้ำว่าเขากำลัง "เรียบเรียงเรื่องราว" ที่ได้ถูก "แจ้งให้ทราบ" จาก "ผู้ที่ได้เห็นกับตาตัวเอง" (ลูกา 1:1-4) อัครทูตยอห์นเริ่มต้นจดหมายฝากฉบับแรกของเขา (ข้อ 1-4) ด้วยคำยืนยันทรงพลังอย่างชัดเจนว่า ความสัมพันธ์ระหว่างพระคริสต์พระบุตรกับเหล่าอัครทูตนั้นเป็นสิทธิพิเศษ เป็นความสัมพันธ์ที่ทั้งสร้างรากฐานให้กับทั้งหลักข้อเชื่อและการประกาศที่พวกเขาส่งไปยังคนอื่น ๆ:

> *"เราขอแจ้งเกี่ยวกับสิ่งที่มีมาตั้งแต่ปฐมกาล ซึ่งเราได้ยิน ได้เห็นกับตา ได้พินิจดู และจับต้อง*
> *ด้วยมือของเรานั้น คือพระวาทะแห่งชีวิต และชีวิตที่ว่านี้ปรากฏขึ้น เราได้เห็น และเป็นพยาน*
> *และประกาศชีวิตนิรันดร์นี้กับพวกท่าน เป็นชีวิตที่ดำรงอยู่กับพระบิดาและมาปรากฏแก่เรา*
> *สิ่งที่เราได้เห็นและได้ยินนั้น เราก็ประกาศให้พวกท่านรู้ด้วย เพื่อท่านจะได้มีสามัคคีธรรมกับเรา*
> *และเราก็มีสามัคคีธรรมกับพระบิดา และกับพระเยซูคริสต์พระบุตรของพระองค์ และเราเขียน*
> *ข้อความเหล่านี้เพื่อความชื่นชมยินดีของเราจะได้เต็มเปี่ยม"*

---

14   Robert Reymond, *A New Systematic Theology of the Christian Faith*, p.566.

15   Henry Thiessen, *Lectures in Systematic Theology*, p.246.

สิ่งนี้ควรจะชัดเจนแล้วสำหรับผู้ตรวจสอบที่เป็นกลางว่า อัครทูตทั้งสองนั้นมีความรู้ส่วนตัวโดยตรงเกี่ยวกับชีวิต การสิ้นพระชนม์ และการเป็นขึ้นจากตายของพระคริสต์ และตระหนักถึงความสำคัญของการยืนยันธรรมชาติของความรู้ของพวกเขา พวกเขาต้องการให้โลกรู้ว่า พวกเขาไม่ได้ถูกหลอกด้วยเรื่องเล่าปากต่อปาก แต่ได้สัมผัสพระหัตถ์ เท้า และสีข้างของพระคริสต์ผู้เป็นขึ้นจากตาย (ลูกา 24:39; ยอห์น 20:27) พวกมีสามัคคีธรรมกับพระองค์ (ลูกา 24:13-32, 36-43; ยอห์น 21:12-14) และพวกเขาได้รับการสั่งสอนจากพระองค์ (ลูกา 24:44-49) ในที่สุดพวกเขาก็ได้นมัสการพระองค์ขณะที่พระองค์เสด็จจากสายตาของพวกเขาไปสู่สวรรค์ (ลูกา 24:50-53)

ประการที่สอง การที่เหตุการณ์หนึ่งจะได้รับการยืนยันว่าเป็นเรื่องจริงในประวัติศาสตร์ จะต้องมีผู้เห็นเหตุการณ์นั้น ๆ ในจำนวนที่เพียงพอ ยิ่งมีผู้เห็นเหตุการณ์มากเท่าใด เหตุการณ์ก็ยิ่งน่าเชื่อถือมากขึ้นเท่านั้น หลักการเดียวกันนี้มีอยู่ในกฎในพันธสัญญาเดิมและในพันธสัญญาใหม่ในคำสั่งที่มีต่อคริสตจักร—เหตุการณ์หนึ่ง ๆ จะต้องได้รับการยืนยันในคำให้การของพยานอย่างน้อยสองหรือสามคนขึ้นไปเท่านั้น (เฉลยธรรมบัญญัติ 17:6; 19:15; มัทธิว 18:16)

ในกรณีเรื่องการเป็นขึ้นจากตายของพระคริสต์ ข้อเรียกร้องนี้ได้รับการสนองตอบเช่นกัน พระคัมภีร์รายงานว่ามีพยานที่เชื่อถือได้หลายร้อยคนที่พบกับพระคริสต์ผู้เป็นขึ้นมาจากตายในสถานการณ์ที่แตกต่างหลากหลาย ในวันอาทิตย์ที่พระองค์คืนพระชนม์ พระองค์ได้ปรากฏต่อมารีย์มักดาลาในสวน (ยอห์น 20:11-18) จากนั้นก็ปรากฏอีกครั้งกับสตรีกลุ่มเล็ก ๆ ที่กลับมาจากอุโมงค์ฝังศพ (มัทธิว 28:9-10) ในวันเดียวกันนั้น พระองค์ได้ร่วมกับเคลโอปัสและสาวกอีกคนหนึ่งขณะที่พวกเขาเดินไปตามทางไปเอมมาอูสด้วยกัน (มาระโก 16:12-13; ลูกา 24:13-32) ก่อนจะหมดวันนั้น พระองค์ก็ทรงสำแดงพระองค์แก่เปโตรด้วย (ลูกา 24:34) และทรงเปิดเผยพระองค์ต่อสาวกสิบคนในห้องชั้นบน (ลูกา 24:36-43; ยอห์น 20:19-25) ในวันอาทิตย์ถัดมา พระองค์ทรงปรากฏแก่อัครสาวกทั้งสิบเอ็ดคนและทรงพูดคุยกับโทมัสที่สงสัย (มาระโก 16:14; ยอห์น 20:26-29; 1 โครินธ์ 15:5) หลังจากนั้น พระองค์ทรงปรากฏแก่พยานมากกว่าห้าร้อยคนในคราวเดียว (1 โครินธ์ 15:6) และแก่ยากอบน้องชายต่างมารดา (1 โครินธ์ 15:7) ในช่วงเวลาหนึ่งที่ไม่ได้ระบุ พระองค์เสด็จกลับมายังเปโตร ยอห์น และสาวกอีกห้าคนขณะที่พวกเขากำลังตกปลาที่ทะเลสาบทิเบเรียส (ยอห์น 21:1-14) ในที่สุดแล้วพระองค์ก็ทรงเสด็จขึ้นสู่สวรรค์ต่อหน้าสาวกของพระองค์บนภูเขามะกอกเทศ (ลูกา 24:50-53; กิจการ 1:9-11)

เมื่อพิจารณาจากคำพยานในพระคัมภีร์ ก็เป็นไปไม่ได้ที่จะทำลายความน่าเชื่อถือของเรื่องการเป็นขึ้นจากตายของพระคริสต์ โดยอาศัยความเชื่อผิด ๆ ว่ามีพยานผู้เห็นเหตุการณ์ไม่มากพอ ชาร์ลส์ สเปอร์เจียน (Charles Spurgeon) นักเทศน์ชาวอังกฤษผู้ยิ่งใหญ่ให้การเป็นพยานอย่างชัดเจนเอาไว้ว่า:

> "พวกท่านไม่แปลกใจเลยหรือที่เหตุการณ์สำคัญมากมายที่ถูกบันทึกไว้ในประวัติศาสตร์และเชื่อกันว่าเป็นเรื่องจริงนั้น มีประจักษ์พยานไม่ถึงหนึ่งในสิบของเหตุการณ์เรื่องการเป็นขึ้นจากตายของพระคริสต์ การลงนามในสนธิสัญญาที่มีผลกระทบต่อประเทศชาติ การถือกำเนิดของเจ้าชาย คำพูดของรัฐมนตรี โครงการของกลุ่มผู้ร่วมกระบวนการ และการกระทำของมือลอบสังหาร เหตุการณ์ทั้งหมดนี้เป็นจุดเปลี่ยนในประวัติศาสตร์แต่ไม่เคยถูกตั้งคำถามว่าเป็นเรื่องจริงหรือเปล่า ทั้งที่มีคนน้อยคนนักที่จะเป็นพยานให้เรื่องเหล่านี้ได้... หากข้อเท็จจริงเรื่องนี้ [การเป็นขึ้นจากตาย] เป็นเรื่องที่ต้องถูกปฏิเสธจริง ๆ การเป็นพยานทั้งหมดในโลกนี้ก็จะต้องสิ้นสุดลงด้วย เราจะพูดได้อย่างเต็มปากด้วยคำกล่าวของดาวิดที่บอกว่า: 'มนุษย์ทุกคนเป็นคนโกหก'; และตั้งแต่วันนี้เป็นต้นไป ทุกคนจะต้องไม่วางใจเพื่อนบ้านของตน จนไม่มีวันที่จะเชื่อสิ่งใด ๆ ที่เขาไม่เคยเห็นด้วยตัวเอง และขั้นต่อไปคือการสงสัยในหลักฐานที่ได้มาจากประสาทสัมผัสของเขาเอง และสำหรับเรื่องโง่เขาที่อาจเกิดขึ้นต่อไปจากนี้ผมไม่ขอคาดการณ์ต่อ"[16]

---

16   *The Metropolitan Tabernacle Pulpit*, Vol.8, pp.218-219.

ประการสุดท้าย เพื่อยืนยันเหตุการณ์ว่าเป็นจริงในประวัติศาสตร์ ผู้เห็นเหตุการณ์ต้องพิสูจน์ได้ว่า ตนเป็นคนไม่น่าเชื่อถือ ตลอดประวัติศาสตร์ของคริสต์ศาสนานั้นมีผู้สงสัยนับไม่ถ้วนได้พยายามอย่างเต็มที่เพื่อทำให้พยานในพันธสัญญาใหม่สูญเสียความ น่าเชื่อถือ อย่างไรก็ตาม พวกเขาไม่เคยสามารถพิสูจน์หักล้างความจริงใจของเหล่าผู้เขียนหรือทำให้เหล่าผู้เขียนขาดคุณสมบัติ ตามหลักจริยธรรมหรือศีลธรรมได้ ด้วยเหตุนี้ เหล่าผู้สงสัยจึงถูกบังคับให้มุ่งโจมตีไปที่ความเป็นไปได้ว่า คนเหล่านี้จะหลอกตัวเอง หรือไม่ก็เกิดโรคประสาทหลอนหมู่

มีข้อถกเถียงที่ว่าเหล่าสาวกและชาวยิวในศตวรรษแรกหลายคนมักเชื่อเรื่องการเป็นขึ้นจากตาย ดังนั้นพวกเขาเพียงแค่เห็น สิ่งที่พวกเขาต้องการเห็นเท่านั้น ผู้เสนอมุมมองนี้ให้เหตุผลตามนี้คือว่า ประการแรก ชาวยิวต่อสู้ดิ้นรนภายใต้การกดขี่อันโหดร้าย เกินทนของจักรวรรดิโรม ด้วยเหตุนี้ชาวยิวในสมัยของพระเยซูจึงปรารถนาถึงการเสด็จมาของพระเมสสิยาห์และถูกหลอกได้ง่าย ชาวยิวหลายคนได้ติดตามพระเมสสิยาห์เท็จหลายคนซึ่งปรากฏขึ้นท่ามกลางพวกเขา (กิจการ 5:36-37) ซึ่งเป็นข้อพิสูจน์ว่า พวกเขาเต็มใจที่จะเชื่อเกือบทุก ๆ อย่าง ประการที่สอง พระเยซูทรงทำนายไว้มากมายเกี่ยวกับการฟื้นคืนพระชนม์ของพระองค์ ในอนาคต เมื่อรวมกับความรักอันยิ่งใหญ่ของเหล่าสาวกที่มีต่อบรมครูที่พวกเขารัก คำพยากรณ์ดังกล่าวจะเป็นดินที่สมบูรณ์แบบ ให้การหลอกตัวเองและโรคประสาทหลอนหมู่แตกหน่อแพร่พันธุ์

ข้อเท็จจริงหลายอย่างตั้งอยู่ขัดแย้งกับทฤษฎียอดนิยมเหล่านี้ ประการแรกชาวยิวจำนวนมากปฏิเสธพระเยซูชาวนาซาเร็ธว่า ไม่ใช่พระเมสสิยาห์ พันธกิจบนโลกนี้และความตายของพระองค์เป็นเหมือนกับหินสะดุดสำหรับพวกเขา (1 โครินธ์ 1:23) การ รวมเรื่องการเป็นขึ้นจากตายเข้ากับการตรึงไม้กางเขนอันฉาวโฉวของพระองค์ก็ไม่ได้ทำให้คำกล่าวอ้างของพระเยซูที่ว่าพระองค์ เป็นพระเมสสิยาห์น่าเชื่อถือขึ้นสำหรับชาวยิว ยิ่งไปกว่านั้นทฤษฎีนี้ไม่ได้นำเอาข้อเท็จจริงที่ว่าภายในไม่กี่สิบปีจำนวนผู้เชื่อ ชาวต่างชาติที่ไม่ได้มีจุดยืนในเรื่องนี้มาก่อนก็หันมาเชื่อพระกิตติคุณ อย่างที่ลูวิส (Lewis) และ เดมาเรสท์ (Demarest) เขียนไว้ว่า:

"เหตุการณ์เกิดขึ้นตรงกันข้ามกับสิ่งที่พวกเขา [ชาวยิว] คาดหวังในเชิงเทววิทยา และขัดแย้ง กับกรอบคิดของในเวลานั้น สำหรับชาวยิวเรื่องนี้เป็นหินสะดุดและสำหรับชาวยิวนั้นเป็นเรื่อง ไร้สาระ เพราะการจะเชื่อหลักฐานนี้จำเป็นที่พวกยิวจะต้องมีการปฏิวัติอย่างสุดขั้ว (การปฏิวัติ แบบโคเปอร์นิคัส) ในด้านเทววิทยาและจักรวาลวิทยาของพวกเขา"[17]

ประการที่สอง ชาวยิวและคนต่างชาติไม่ใช่คนกลุ่มเดียวที่มีแนวโน้มจะไม่เชื่อในเรื่องการเป็นขึ้นจากตาย แม้แต่เหล่าสาวกก็อยู่ ในกลุ่มนี้ด้วย มารีย์ชาวมักดาลาเป็นคนแรกที่ได้เห็นพระคริสต์หลังจากการเป็นขึ้นจากตายของพระองค์ แต่เมื่อเธอเผชิญหน้า กับอุโมงค์ว่างเปล่าครั้งแรก เธอกลับเชื่อว่ามีคนขโมยพระศพขององค์พระผู้เป็นเจ้าและย้ายไปที่ใดซักแห่งที่เธอไม่รู้ (ยอห์น 20:2, 13, 15) แม้หลังที่มีคนรายงานเรื่องการเป็นขึ้นของพระคริสต์แล้ว เหล่าสาวกก็ยังไม่เชื่อ ลูกาบันทึกว่าข่าวเรื่องการคืนพระชนม์ของ พระคริสต์ "ดูเหมือนเป็นเรื่องไร้สาระสำหรับพวกเขา" (ลูกา 24:10-11) และมาระโกเขียนว่าพวกเขา "ไม่เชื่อ" (มาระโก 16:11) ในการเผชิญหน้าครั้งแรกกับพระคริสต์ผู้เป็นขึ้น พวกเขาคิดไปว่าว่าพระองค์เป็นคนสวน (ยอห์น 20:15) เป็นผี (ลูกา 24:37) และ เป็นเพียงนักเดินทางบนถนนสู่เอ็มมาอูส (ลูกา 24:13-16) การตีความผิด ๆ ที่คลุมเครือและค่อนข้างตลกเหล่านี้ถูกแก้ไขเมื่อ พระคริสต์ทรงปรากฏตัวเพิ่มเติมและอธิบายความหมายของพระธรรมหมวดธรรมบัญญัติและผู้เผยพระวจนะอย่างละเอียดแล้ว (ลูกา 24:25-27, 44-46) ก่อนที่ความสงสัยของโธมัสจะถูกขจัดออกไป เขาก็เห็นการจะได้เห็นรอยตะปูในมือของพระคริสต์ สอดนิ้วเข้าไป ในบาดแผล และวางมือที่สีข้างของพระองค์เป็นเรื่องสำคัญ (ยอห์น 20:24-29)! พระคริสต์ถึงกับ "ตำหนิพวกเขาในเรื่องความสงสัย และใจดื้อดึง" (มาระโก 16:14) และพระองค์ทรงตำหนิว่าพวกเขาเป็น "คนโง่เขลา" ที่ "มีใจเฉื่อยช้าในการเชื่อถ้อยคำซึ่งพวกผู้เผย พระวจนะกล่าวไว้" (ลูกา 24: 25). ข้อเท็จจริงเหล่านี้ทำให้การบอกว่าแทบจะเป็นไปไม่ได้เลยที่เหล่าสาวกมีแนวโน้มที่จะเชื่อการ ฟื้นคืนพระชนม์!

---

17 *Integrative Theology*, Vol.2, p.466. นิโคเลาส์ โคเปอร์นิคัส (1473-1543) เป็นคนแรกที่เสนอจักรวาลวิทยาที่มีดวงอาทิตย์เป็นศูนย์กลางของระบบสุริยะ ซึ่งทำให้ดวงอาทิตย์มีความสำคัญแทนที่โลกในฐานะศูนย์กลางของระบบสุริยะ ทฤษฎีของเขานั้นเป็นการก้าวออกมาอย่างสุดทางจากความเชื่อเดิมและ กลายมาเป็นจุดสำคัญในประวัติศาสตร์วิทยาศาสตร์สมัยใหม่ซึ่งปัจจุบันเรียกสิ่งนี้ว่าการปฏิวัติของโคเปอร์นิคัส ดังนั้นทฤษฎีใด ๆ ก็ตามที่มีความสุดขั้ว แบบนี้จึงถูกเรียกว่า "การปฏิวัติของโคเปอร์นิคัส"

สุดท้าย อาการหลงผิดหรือภาพหลอนมักเกิดขึ้นและจำกัดอยู่กับคนเพียงคนเดียว การคิดว่าคนหลายร้อยคนที่อ้างว่าเป็นพยาน ได้เห็นพระคริสต์ผู้เป็นขึ้น ล้วนมีภาพหลอนแบบเดียวกัน ก็ไม่น่าจะเป็นไปได้อย่างยิ่ง ยิ่งไปกว่านั้น ภาพหลอนหมู่นั้นมักต้องการ ความช่วยเหลือจากสถาบันทางการเมืองหรือศาสนาที่ทรงอำนาจซึ่งมีอิทธิพลเหนือมวลชน อย่างไรก็ตาม ในกรณีของการฟื้นคืน พระชนม์ของพระคริสต์และพระกิตติคุณนั้น เหล่าสถาบันที่มีอำนาจในสมัยนั้นก็ร่วมมือกันเพื่อต่อต้านเรื่องนี้และทำทุกอย่างที่ทำได้ ในอำนาจของพวกเขาเพื่อทำให้เรื่องนี้ไม่น่าเชื่อถือ ผู้ประกาศเรื่องราวนี้ส่วนใหญ่แล้วเป็นคนที่ไม่ได้รับการศึกษาและฝึกฝน (กิจการ 4:13) ไม่มีอำนาจทางการเมือง ศาสนา หรือเศรษฐกิจที่จะส่งเสริมอุดมการณ์ของพวกเขาได้

คำโกหกที่ปราศจากแรงจูงใจ

ข้อโต้แย้งที่มักถูกมองข้าม แต่มีความน่าเชื่อถืออย่างยิ่งเกี่ยวกับความเป็นประวัติศาสตร์ของการเป็นขึ้นจากตายคือการอุทิศตน ชีวิตของอัครทูตเพื่อพระกิตติคุณโดยไม่คำนึงถึงความทุกข์ทรมานและความสูญเสียที่เกิดขึ้นกับพวกเขา ถ้าพระคริสต์ไม่ทรง เป็นขึ้นจากตายและเหล่าสาวกเพียงแค่แต่งเรื่องราวเหล่านี้ขึ้นมา เราก็น่าจะสามารถพบแรงจูงใจในการหลอกลวงของพวกเขาได้ พวกเขาหวังว่าจะได้อะไรจากการประกาศความเท็จนี้? เป็นข้อเท็จจริงทางประวัติศาสตร์ที่อัครทูตและสาวกในยุคแรกส่วนใหญ่ เสียชีวิตอย่างยากจน ถูกดูหมิ่น ถูกข่มเหง และถูกเกลียดชัง ดังที่อัครสาวกเปาโลประกาศว่า "เรากลายเป็นเหมือนเศษเดนของโลก และเหมือนราคีของทุกสิ่งจนถึงบัดนี้" (1 โครินธ์ 4:13) และ "ถ้าเรามีความหวังในพระคริสต์เพียงแค่ในชีวิตนี้ เราก็เป็นพวกน่าเวทนา ที่สุดของคนทั้งหมด" (1 โครินธ์ 15:19)

หากคนเหล่านี้แต่งเรื่องการเป็นขึ้นจากตายขึ้นมาเพื่อเหตุผลพื้นฐานที่มนุษย์มักสร้างคำโกหกขึ้นเพื่อประโยชน์บางอย่างเช่น ความมั่งคั่ง ชื่อเสียง หรืออำนาจ พวกเขาก็คงจะปฏิเสธและเปลี่ยนเรื่องเล่าเรื่องนี้ทันทีที่รู้ว่าตนจะไม่ได้สิ่งที่หวัง ยิ่งไปกว่านั้น ประวัติศาสตร์ได้เป็นข้อยืนยันอีกว่าพวกเขาเลือกที่จะยอมรับการทรมาณอันโหดร้ายจนถึงความตายแทนที่จะปฏิเสธความเชื่อใน พระกิตติคุณหรือในการเป็นขึ้นจากตายของพระคริสต์ คำอธิบายเดียวที่เป็นไปได้สำหรับความอดทนต่อหน้าการทนทุกข์และ ความตายนี้คือการเป็นขึ้นจากตายนั้นเป็นเรื่องจริง เป็นความจริงในประวัติศาสตร์ และเหล่าอัครทูตรวมทั้งคริสเตียนคนอื่น ๆ กำลัง สื่อสารสิ่งที่พวกเขาได้เห็นมาด้วยตัวเองจริง ๆ เท่านั้น อย่างที่อัครทูตยอห์นได้เขียนว่า "สิ่งที่เราได้เห็นและได้ยินนั้น เราก็ประกาศ ให้พวกท่านรู้ด้วย" (1 ยอห์น 1:3)

อีกองค์ประกอบที่สำคัญในการคิดเรื่องนี้คือการใช้ผู้หญิงมาเป็นพยาน ในช่วงเวลาและวัฒนธรรมแบบพันธสัญญาใหม่นั้น ผู้หญิงไม่ถูกมองว่าเป็นพยานทางกฎหมายที่ใช้การได้ แต่ถึงอย่างนั้นในพระกิตติคุณทั้งสี่เล่มผู้หญิงกลับมีบทบาทอย่างมากในฐานะ "พยานเอก" ที่ได้เห็นการเป็นขึ้นของพระเยซูคริสต์ (มัทธิว 28:1-10; มาระโก 16:1-8; ลูกา 24:1-12; ยอห์น 20:1-18) มารีย์ มักดาลา เป็นคนแรกที่ได้เห็นองค์พระผู้เป็นเจ้าหลังจากการเป็นขึ้นจากตายและเธอก็ได้เป็นคนแรกที่เป็นพยานถึงเรื่องนี้กับคนอื่น ๆ อันที่จริงแล้วเธอถูกมองว่าเป็นเหมือนวีรสตรีในแง่ที่เธอเชื่อฟังท่ามกลางช่วงเวลาที่เหล่าอัครทูตไม่เชื่อ (มาระโก 16:9-11; ยอห์น 20:11-18) ผู้หญิงที่ได้เดินไปยังอุโมงค์ในเช้าวันอาทิตย์ร่วมกับมารีย์มักดาลานั้นเป็นกลุ่มต่อมาที่ได้เห็นองค์พระผู้เป็นเจ้า และ พวกเธอก็เป็นกลุ่มแรกที่ได้รับคำสั่งจากพระองค์ให้นำข่าวเรื่องนี้ไปบอกกับคนอื่น ๆ (มัทธิว 28:8-10) หากผู้เขียนพันธสัญญาใหม่ พยายามจะหลอกลวงคนจำนวนมาก พวกเขาคงไม่เอาผู้หญิงมาเป็นพยานเอกแต่คงจะเลือกผู้ชายซึ่งมีความน่าเชื่อถือมากกว่า ในสายตาคนอื่น ๆ มาเป็นพยาน

การเปลี่ยนแปลงของเหล่าสาวก

อุปสรรคใหญ่สุดประการหนึ่งที่เหล่าผู้สงสัยจำเป็นจะต้องเอาชนะเพื่อปฏิเสธการเป็นขึ้นจากตายของพระเยซูคริสต์ก็คือ ชีวิตที่ เปลี่ยนแปลงไปอย่างชัดเจนของเหล่าสาวก หากการฟื้นคืนพระชนม์ไม่ใช่ความจริงในประวัติศาสตร์—หรือเลวร้ายกว่านั้นคือเป็น แค่เรื่องหลอกลวง— การเปลี่ยนแปลงที่ดูเหมือนอัศจรรย์ซึ่งเกิดขึ้นในอุปนิสัยและการกระทำของอัครทูตและในตัวพยานคนอื่น ๆ ก็จะเป็นสิ่งที่อธิบายไม่ได้

ก่อนการเป็นขึ้นของพระคริสต์ เหล่าสาวกนั้นขี้อาย หวาดกลัว และทำทุกอย่างเพื่อปกป้องตัวเอง ระหว่างการจับกุมพระเยซู พวกเขาละทิ้งพระองค์ไป (มัทธิว 26:56); ในระหว่างการพิจารณาคดี พวกเขาก็ปฏิเสธพระองค์ (มัทธิว 26:69-75); และสามวันหลังจากการสิ้นพระชนม์ของพระองค์ พวกเขาก็ซ่อนตัวด้วยความไม่เชื่อ (มาระโก 16:14; ยอห์น 20:19) และจมอยู่ในความสิ้นหวัง (ลูกา 24:17) เหล่าผู้หญิงในหมู่พวกเขาแสดงถึงความเข้มแข็งและความหวังมากกว่าเหล่าผู้ชายที่พระคริสต์ทรงมอบหมายด้วยตัวเองให้เป็นอัครทูต! เหล่าผู้หญิงคือคนที่ไปยังหลุมฝังศพในเช้าวันอาทิตย์ขณะที่พวกผู้ชายหมอบหลบอยู่ในห้องชั้นบน เหล่าสตรีเป็นกลุ่มแรกที่เชื่อและประกาศการเป็นขึ้นในขณะที่พวกผู้ชายหุบปากด้วยความสงสัย

อย่างไรก็ดี หลังจากการเป็นขึ้น เหล่าผู้ชายกลุ่มเดิมนี้เองที่ถูกเปลี่ยนแปลงให้กลายไปเป็นผู้ปกป้องความเชื่อที่กล้าหาญและไม่ย่อท้อ จากพระธรรมกิจการเราได้เรียนรู้ว่าพวกเขายืนหยัดต่อสู้กับโลกและเป็น "ผู้คว่ำโลก" ด้วยข้อความแห่งพระกิตติคุณและการเป็นขึ้นของพระเยซูคริสต์ (กิจการ 17:6) ในตอนที่องค์กรทางศาสนาและการเมืองทรงอำนาจที่สุดของยิวและชาวต่างชาติ "สั่งไม่ให้พูดหรือสอนออกพระนามของพระเยซูอีก" (กิจการ 4:18) พวกเขาก็ปฏิเสธอำนาจเหล่านี้ด้วยการยืนหยัดไม่สั่นคลอนในตัวตนและในถ้อยคำของพระคริสต์ หลักฐานของสิ่งนี้พบได้จากคำประกาศของเปโตรและยอห์นในสภาแซนเฮดรินในพระธรรมกิจการ 4:19-20 ว่า:

> *"เฉพาะพระพักตร์พระเจ้าเราควรเชื่อฟังพวกท่านหรือควรเชื่อฟังพระเจ้า ขอพวกท่านพิจารณาดูเพราะเราไม่สามารถหยุดพูดในสิ่งที่ได้เห็นและได้ยิน"*

แม้ว่าพวกเขาจะถูกข่มขู่ ถูกตี ถูกขัง และต้องเสียชีวิตเพราะความเชื่อ แต่เหล่าสาวกของพระคริสต์ก็ปฏิเสธที่จะย่อท้อในการประกาศสิ่งที่พวกเขานั้น "ได้เห็นและได้ยินมา" (1 ยอห์น 1:1, 3) ชายและหญิงเหล่านี้ได้รับความกล้าหาญจากความจริงเรื่องการเป็นขึ้นจากตายของพระเยซูและประกาศพระกิตติคุณออกไปทั่วโลกที่พวกเขารู้จักในสมัยนั้นได้ภายในคนรุ่นเดียว (โคโลสี 1:5-6) พวกเขาไม่มีอำนาจทางการเมือง ศาสนา หรือการเงิน และพวกเขาก็ไม่มีวุฒิการศึกษาพิเศษ แต่ก็ยังสามารถเปลี่ยนโลกได้ในขนาดที่กำลังทางทหารหรือการเมืองไม่เคยทำได้มาก่อน หากพระคริสต์ไม่ได้เป็นขึ้นมาแล้ว เรื่องพวกนี้จะถูกอธิบายอย่างไร? เราจะเข้าใจความสำเร็จของพันธกิจของพวกเขาได้อย่างไร? อาร์ เอ ทอร์เรย์ (R.A. Torrey) เขียนไว้ว่า

> *"จะต้องมีบางสิ่งที่มโหฬารเกิดขึ้น เพื่ออธิบายถึงการเปลี่ยนแปลงทางศีลธรรมที่สุดขั้วและน่าอัศจรรย์ระดับนี้ ไม่มีอะไรจะอธิบายสิ่งนี้ได้นอกจากว่า พวกเขาจะต้องได้เห็นองค์พระผู้เป็นเจ้าผู้เป็นขึ้นมาจากความตายเท่านั้น"*[18]

การกลับใจของศัตรู

การเปลี่ยนแปลงอย่างสุดขั้วของเหล่าสาวกพระเยซูหลังจากการเป็นขึ้นของพระเยซูคริสต์นั้นไม่ใช่ปัญหาเดียวที่พวกช่างสงสัยต้องเผชิญ เราจะต้องอธิบายถึงการกลับใจหลังจากนั้นที่เกิดกับเหล่าคนที่ต่อต้านพระเยซูและข่มเหงผู้คนในขบวนการที่ติดตามพระองค์ หากไม่ใช่เพราะการเป็นขึ้นจากตายแล้ว คริสต์ศาสนาจะสามารถส่งผลกระทบต่อศัตรูส่วนหนึ่งที่ยิ่งใหญ่ในช่วงต้นของพวกเขาได้อย่างไร โดยเฉพาะกับเหล่าน้องชายต่างมารดาของพระเยซู และเซาโลแห่งทารซัสผู้ฉาวโฉ่

พระคัมภีร์ระบุไว้อย่างชัดเจนว่า ในระหว่างช่วงชีวิตและการทำพันธกิจของพระเยซู ทั้งยากอบและยูดา (น้องชายต่างมารดาของพระเยซู) ล้วนไม่เชื่อในพระองค์ และเป็นปฏิปักษ์อย่างเปิดเผยต่อพระองค์เองและพันธกิจของพระองค์ (ยอห์น 7:3-5) อันที่จริงครอบครัวของพระเยซูเคยเดินทางจากนาซาเร็ธไปยังเมืองคาเปอรนาอุมเพื่อจะนำตัวพระองค์ไปเพราะพวกเขาคิดว่าพระองค์ "เสียสติไปแล้ว" (มาระโก 3:21) อย่างไรก็ตาม หลังจากการเป็นขึ้นของพระองค์ น้องชายทั้งสองก็กลับใจใหม่อย่างสิ้นเชิงและกลายเป็นผู้นำในคริสตจักรยุคแรก[19] การอุทิศตนเพื่อพระคริสต์และการยอมจำนนต่อความเป็นจอมเจ้านายของพระองค์นั้นพบเห็นได้ในบทนำในจดหมายของพวกเขาที่เรียกตัวเองว่าเป็นผู้รับใช้ขององค์พระเยซูคริสต์เจ้า (ยากอบ 1:1; ยูดา 1) พวกเขาถูกเปลี่ยน

---

18 *The Bible and Its Christ* (Old Tappan, N.J.: Fleming H. Revell, n.d.), p.92.

19 James (James 1:1; Acts 1:14; 12:17; 15:13ff; I Corinthians 9:5; 15:7; Galatians 1:19; 2:9) and Jude (Jude 1; Acts 1:14; I Corinthians 9:5).

จากศัตรูผู้ไม่เชื่อให้กลายเป็นผู้รับใช้ที่ซื่อสัตย์ซึ่งเต็มใจที่จะยอมจำนนต่อตำแหน่งจอมเจ้านายของพระองค์ การเปลี่ยนแปลงดังกล่าวจะเป็นไปได้อย่างไรนอกเสียจากจะยอมรับในสิ่งที่พระคัมภีร์ได้เป็นพยานไว้คือพวกเขาได้เห็นพระคริสต์ผู้เป็นขึ้นจากตายแล้ว! (1 โครินธ์ 15:7)

ศัตรูอีกคนหนึ่งของคริสตจักรยุคแรกซึ่งการกลับใจมาเชื่อของเขานั้นเพิ่มน้ำหนักให้กับคำประกาศเรื่องการเป็นขึ้นของเหล่าอัครทูต ก็คือเซาโลแห่งทาร์ซัส (ภายหลังรู้จักในชื่ออัครทูตเปาโล) ในพระธรรมกิจการและในเรื่องที่เขาเล่าเองนั้น เซาโลเป็นศัตรูตัวฉกาจยิ่งใหญ่ที่สุดและโหดร้ายที่สุดของคริสต์ศาสนาในตอนเริ่มต้น ด้วยความเขลาและความไม่เชื่อของเขา เขาก็เห็นว่าพระเยซูชาวนาซาเร็ธเป็นเพียงคนหลอกลวงและคนหมิ่นประมาทพระเจ้า และเขาคิดว่าทุกคนที่ติดตามพระองค์สมควรถูกจำคุกและประหารให้ตาย (1 ทิโมธี 1:13) ครั้งแรกที่เราเห็นเขานั้นอยู่ในพระธรรมกิจการ ในตอนที่เขาเห็นด้วยกับความตายของสเทเฟนอย่างเต็มใจ (กิจการ 7:58; 8:1) จากนั้นเขาจึงไปหามหาปุโรหิต "ขู่คำราม กล่าวว่าจะฆ่าบรรดาสาวกขององค์พระผู้เป็นเจ้า" (9:1) และขอจดหมายเพื่อว่า "ถ้าพบใครเป็นพวก 'ทางนั้น' ไม่ว่าชายหรือหญิง จะจับมัดพามายังกรุงเยรูซาเล็ม" (9:2) อย่างไรก็ตาม ระหว่างทางไปดามัสกัส เซาโลก็ได้เปลี่ยนไปอย่างสิ้นเชิง—เขาเชื่อว่าพระเยซูคือพระเมสสิยาห์แห่งอิสราเอล! เขารับบัพติศมาในพระนามของพระองค์และเริ่มประกาศเรื่องพระเยซูในธรรมศาลาทันทีโดยกล่าวว่า "พระองค์ทรงเป็นพระบุตรของพระเจ้า" (9:18-20) เพื่อนชาวยิวของเขาตอบด้วยความประหลาดใจว่า

> *"คนนี้ไม่ใช่หรือที่ทำร้ายผู้คนในกรุงเยรูซาเล็มที่อธิษฐานออกพระนามนี้? และเขามาที่นี่ก็เพื่อจับพวกนั้นส่งให้พวกหัวหน้าปุโรหิตไม่ใช่หรือ? (กิจการ 9:21)*

หลังจากเหตุการณ์เหล่านี้ ข่าวนี้ก็แพร่กระจายอย่างรวดเร็วไปยังคริสตจักรทุกแห่งในแคว้นยูเดียว่าชายที่ครั้งหนึ่งเคยข่มเหงและพยายามทำลายความเชื่อ ตอนนี้กำลังเทศนาและประกาศถึงความเชื่ออันเดียวกันนั้น (กาลาเทีย 1:22-23)! อย่างไรก็ตาม เซาโลก็เคยเป็นศัตรูที่โหดร้ายต่อคริสตจักรจนไม่มีใครกล้าคบหาสมาคมกับเขา ทุกคนกลัวเขาจนวันหนึ่งบารนาบัสพาเขาไปหาอัครทูตและได้ยืนยันคำพยานการของเขา (กิจการ 9:26-27) ด้วยวิธีนี้ เซาโลแห่งทาร์ซัส ศัตรูตัวฉกาจของคริสต์ศาสนา ก็ได้กลายเป็นผู้ปกป้องและผู้ประกาศที่ยิ่งใหญ่ที่สุดของศาสนานี้ วิลเลี่ยม เนล (William Neil) เขียนไว้ว่า:

> *"สิ่งที่ไม่ต้องสงสัยเลยเกี่ยวกับความเป็นประวัติศาสตร์ก็คือว่าครั้งหนึ่ง ชายผู้กดขี่ข่มเหงเหล่านาซารีน (คนที่ติดตามพระเยซูชาวนาซาเร็ธ) อย่างบ้าคลั่ง ผู้ที่ "หายใจออกมาเป็นคำขู่และการสังหาร" เดินทางออกจากกรุงเยรูซาเล็มเข้าไปในเมืองดามัสกัสด้วยสภาพจิตใจที่แตกสลายและตาบอด จากนั้นหลังจากเขากลับขึ้นมา ก็กลายมาเป็นตัวเอกในความเชื่อที่เขาตั้งเป้าเอาไว้ว่าจะทำลาย"[20]*

เนื่องจากคนขี้ระแวงไม่สามารถปฏิเสธความเป็นจริงทางประวัติศาสตร์ของการกลับใจใหม่ของเซาโลและชีวิตที่เปลี่ยนแปลงไปอย่างสิ้นเชิงนี้ได้ พวกเขาจึงจำเป็นต้องให้คำอธิบายที่สมเหตุสมผลสำหรับเรื่องนี้ แต่เวลาผ่านสองพันปีแล้วและคริสตจักรก็ยังคงรอคอยคำตอบของพวกเขาอยู่!

คนมากมายตลอดประวัติศาสตร์

ในช่วงขวบปีแรกของคริสต์ศาสนา กามาลิเอล ฟาริสีที่ได้รับการเคารพกล่าวกับสภาแซนเฮดรินด้วยสติปัญญาว่าด้วยเรื่องผู้ติดตามของพระเยซูว่า

> *"ท่านกล่าวกับพวกเขาว่า "ท่านชนชาติอิสราเอล สิ่งที่ท่านทั้งหลายคิดจะทำกับคนเหล่านี้นั้นจงระวังให้ดี เพราะก่อนหน้านี้มีคนหนึ่งชื่อธุดาสซึ่งอ้างตัวว่าเป็นผู้ยิ่งใหญ่ มีผู้คนติดตามประมาณสี่ร้อยคน แต่ธุดาสถูกฆ่าและคนที่เป็นพรรคพวกก็กระจัดกระจายสาบสูญไป ต่อจาก*

---

20 *New Century Bible Commentary* – The Acts of the Apostles, p.128.

คนนี้มีอีกคนหนึ่งชื่ออยูดาส เป็นชาวกาลิลีปรากฏตัวขึ้นในช่วงที่มีการจดทะเบียนสำมะโนครัว เขาเกลี้ยกล่อมผู้คนให้ติดตามเขาไป และคนนั้นก็พินาศด้วย คนที่เป็นพรรคพวกก็กระจัดกระจาย เพราะฉะนั้นในกรณีนี้ ข้าพเจ้าจึงขอบอกพวกท่านว่า จงปล่อยคนเหล่านี้ไปตามเรื่อง อย่าทำ อะไรพวกเขาเลย เพราะว่าถ้าความคิดหรือกิจการนี้มาจากมนุษย์ มันจะล่มสลายไปเอง แต่ถ้า มาจากพระเจ้า พวกท่านจะไม่สามารถทำลายพวกเขาได้ เกรงว่าพวกท่านกลับจะเป็นฝ่ายสู้รบ กับพระเจ้า" (กิจการ 5:35-39)

ก่อนการเสด็จมาของพระเยซูคริสต์ มีพระเมสสิยาห์ปลอมสองคนมาปรากฏท่ามกลางชนชาติอิสราเอล แต่ละคนได้ชักชวนผู้คน ให้มาติดตาม แต่หลังจากพวกเขาเสียชีวิต สาวกของพวกเขาก็กระจัดกระจายกันไปอย่างรวดเร็ว และไม่มีใครเคยได้ยิน ความเคลื่อนไหวของกลุ่มเหล่านี้อีกเลย ดังนั้น กามาลิเอลจึงให้เหตุผลว่า หากพระเยซูชาวนาซาเร็ธเป็นเพียงมนุษย์และการเป็นขึ้น จากตายของพระองค์เป็นเรื่องหลอกลวง สาวกของพระองค์ก็จะประสบชะตากรรมแบบเดียวกัน อย่างไรก็ตาม กามาลิเอลยังสรุป อย่างชาญฉลาดด้วยว่า หากเรื่องราวการการเป็นขึ้นนี้เกิดขึ้นจริงและพระเยซูเป็นพระเมสสิยาห์จริง ขบวนการนี้ก็จะดำเนินต่อไป และบรรดาผู้ที่ต่อต้านเรื่องของการเป็นขึ้นนี้ก็จะเป็นคนที่ต่อสู้กับพระเจ้า ประวัติศาสตร์ตลอดสองพันปีที่ผ่านมาดูเหมือนจะยืนยัน ข้อโต้แย้งของกามาลิเอล

ข้อพิสูจน์ที่ยิ่งใหญ่ที่สุดประการหนึ่งเกี่ยวกับการเป็นขึ้นจากตายของพระเยซูคริสต์คือความต่อเนื่องของความเชื่อคริสเตียน ตลอดประวัติศาสตร์และการแพร่กระจายไปในบรรดาประชาชาติ ชนเผ่า และผู้คนทั่วโลก ตั้งแต่การเป็นขึ้นนั้นผู้คนหลายร้อยล้านคน ก็ได้เป็นพยานว่าพวกเขามีความสัมพันธ์ส่วนตัวกับพระเยซูคริสต์และกล่าวว่าพระองค์ทรงเปลี่ยนวิถีชีวิตของพวกเขาไปอย่างมาก สิ่งสำคัญคือต้องสังเกตว่าคนกลุ่มนี้ไม่ได้จำกัดอยู่แค่กับกลุ่มของชาติพันธุ์ใด แนวคิดทางการเมือง เศรษฐกิจ หรือวิชาการใด ๆ อย่าง เจาะจง แต่ไปถึงบุคคลจากทุกเชื้อชาติ ทุกฐานะ และทุกระดับวิชาการ คริสตจักรยุคแรกประกอบด้วยกลุ่มคนที่ไม่เคยมารวมกันเลย ในสถานการณ์แบบอื่น ๆ การนี้ไม่มีกรีกหรือยิว คนที่เข้าสุหนัตหรือไม่เข้าสุหนัต อนารยชนและคนป่าเถื่อน ไม่มีทาสหรือเสรีชน แต่ว่าพระคริสต์ทรงเป็นทุกสิ่ง และทรงอยู่ในทุกสิ่ง (โคโลสี 3:11) คริสต์ศาสนาในปัจจุบันก็เป็นเช่นเดียวกันนี้

สิ่งสำคัญคือต้องสังเกตด้วยว่าชายหญิงและเด็ก ๆ จำนวนมากมายที่ติดตามพระคริสต์ได้กระทำการดังกล่าวด้วยการเสียสละ อย่างมาก นักสถิติบางคนประเมินว่าจำนวนผู้ที่พลีชีพเพื่อความเชื่อนั้นมีมากประมาณห้าสิบล้านคน แต่ก็มีคนอื่น ๆ กล่าวว่า จำนวนจริง ๆ นั้นสูงกว่านี้มาก

หลักฐานทั้งหมดนี้ผลักดันให้เราเข้าไปสู่คำถามกระตุ้นความคิดหลาย ๆ ข้อ เช่นอะไรคือเหตุผลที่อยู่เบื้องหลังความจงรักภักดี และการยอมเสียสละเหล่านี้? จะอธิบายถึงความอดทนของคริสตจักรทั้ง ๆ ที่มีศัตรูนับไม่ถ้วนตั้งใจจะทำลายได้อย่างไร ทำให้เรา คิดว่าจะต้องมีบางสิ่งเกิดขึ้นจริง ๆ ในเช้าวันอาทิตย์นั้น วันที่ก้อนหินถูกกลิ้งออกไป!

บทที่ 24: ธรรมชาติการเป็นขึ้นจากตาย ของพระคริสต์

หลังได้พิจารณาถึงมิติทางประวัติศาสตร์ของการเป็นขึ้นของพระคริสต์แล้ว ตอนนี้ก็เป็นเรื่องสำคัญที่เราจะพิจารณาถึงความ หมายของเรื่องนี้โดยใช้พระคัมภีร์ ธรรมชาติของการเป็นขึ้นจากตายเป็นอย่างไร? คำภาษาอังกฤษ "resurrection" มาจากคำกิริยา ภาษาละติน *resurgere* [re = อีกครั้ง + *surgere* = การลุกขึ้น] ในพันธสัญญาใหม่คำนี้มาจากภาษากรีกว่า *anastasis* [ana = ขึ้น, อีกครั้ง + *stasis* = ยืน]

การเป็นขึ้นของพระคริสต์ไม่ได้เป็น เพียงแค่การฟื้นฟูร่างกายเท่านั้น

ในพันธสัญญาเดิม ลูกชายของหญิงม่ายของศาเรฟัท (1 พงศ์กษัตริย์ 17:17-24) และลูกชายของหญิงชาวชูเนม (2 พงศ์กษัตริย์ 4:18-37) นั้นถูกทำให้เป็นขึ้นจากตายอย่างอัศจรรย์ ในพันธสัญญาใหม่สอนว่าลาซารัสถูกทำให้เป็นขึ้น (ยอห์น 11:23-25, 43-44) รวมทั้งลูกสาวของไยรัส (มาระโก 5:41-42; ลูกา 8:54-55) คนหนุ่มจากนาอิน (ลูกา 7:14-15) ทาบิธา (กิจการ 9:36-43) และ ยุทิกัส (กิจการ 20:7-12) เป็นเรื่องสำคัญที่เราจะสังเกตว่าคนเหล่านี้ทั้งหมดถูกทำให้เป็นขึ้นมาจากความตาย แต่พวกเขาก็ยังต้องพบกับ ความตายกันอยู่ดี แต่การเป็นขึ้นของพระคริสต์นั้นแตกต่างออกไปคือพระองค์ตายเนื่องจากบาปเพียงครั้งเดียว แต่หลังจากนั้น จึงมีชีวิตนิรันดร์ ไม่ต้องตายอีก อย่างที่พระองค์ประกาศในวิวรณ์ 1:18 ว่า "[เรา]เป็นผู้ที่ดำรงชีวิตอยู่ เราได้ตายแล้ว แต่นี่แน่ะ เรายังดำรงชีวิตอยู่ตลอดไปเป็นนิตย์..."

การเป็นขึ้นของพระคริสต์เป็นการเป็นขึ้นทางกายภาพ

เป็นคำสอนที่เห็นได้ชัดในพระคัมภีร์และในคริสต์ศาสนาสายหลักทั้งหลาย ว่าการเป็นขึ้นของพระคริสต์นั้นเป็นการเป็นขึ้น ทั้งร่างกาย พระกายเดียวกันกับที่ถูกตรึงที่กางเขน ห่อด้วยผ้าสำหรับฝังศพ และใส่ไว้ในอุโมงค์ฝังศพ ถูกยกขึ้นในวันที่สามตามที่ เขียนพระคัมภีร์ แม้ว่าร่างกายที่ยกขึ้นนี้จะเหมือนกันกับที่ได้ตายไปแล้ว แต่ก็มีความแตกต่างกันมากมาย กายนั้นถูกหว่านในความ อ่อนแอ แต่เติบโตขึ้นในฤทธิ์อำนาจ

1. สิ่งสำคัญคือเราต้องระบุความหมายของคำว่า "การเป็นขึ้น" พระคัมภีร์สอนว่าการเป็นขึ้นของพระเยซูไม่ใช่เพียงฝ่ายวิญญาณ เท่านั้น แต่เป็นฝ่ายวัตถุ ฝ่ายร่างกาย และเป็นรูปธรรม ร่างกายเนื้อหนังและกระดูกจริง ๆ ของพระเยซูเป็นขึ้นจากความตาย เราได้เรียนรู้อะไรเกี่ยวกับความจริงนี้จากลูกา 24:36-43 อ่านข้อความตอนนี้แล้วตอบคำถามต่อไปนี้

    a. *ข้อ 36-37 ควรจะถูกตีความอย่างไร? มีองค์ประกอบเหนือธรรมชาติในการปรากฏของพระคริสต์หรือไม่? สิ่งนี้บอกอะไร เราเกี่ยวกับพระกายที่เป็นขึ้นของพระองค์*

    ____

    ____

    ____

หมายเหตุ ตามที่กล่าวไว้ในยอห์น 20:19 เหล่าสาวกรวมตัวกันหลังประตูที่ "ถูกล็อกไว้" เพราะเกรงกลัวชาวยิว ข้อเท็จจริงนี้ควบคู่ไปกับปฏิกิริยาที่หวาดกลัวของเหล่าสาวก บ่งชี้ว่าพระเยซูเสด็จเข้ามาในห้องนั้นโดยวิธีที่เหนือธรรมชาติและพระกายที่เป็นขึ้นของพระองค์มีรูปแบบที่แตกต่างออกไป ความจริงนี้ยังเห็นได้จากการเผชิญหน้ากันของพระเยซูกับสาวกสองคนระหว่างทางไปเอมมาอูส ที่ซึ่งพระองค์ "อันตรธานไปจากเขา" (ลูกา 24:31) คำว่า "ตกใจ" และ "หวาดกลัว" มาจากคำภาษากรีก พโทเอโอ *(ptoé ō)* และ เอมโฟโบส *(émphobos)* ทั้งสองคำแสดงถึงความกลัวที่รุนแรงมาก พวกเขาคิดว่าพวกเขากำลังเห็นวิญญาณที่แยกออกมาจากร่างกาย

b. จากข้อ 39-40 พระเยซูทรงให้หลักฐานอะไรเพื่อโน้มน้าวเหล่าสาวกของพระองค์ว่าพระองค์ไม่ใช่วิญญาณ สิ่งนี้สอนอะไรเราเกี่ยวกับพระกายที่เป็นขึ้นของพระองค์

____

____

____

____

หมายเหตุ พระเยซูทรงประกาศเรื่องสำคัญสองประการเกี่ยวกับพระกายที่เป็นขึ้นคือ: (1) พระองค์ทรงมีเนื้อหนังและกระดูก และ (2) พระองค์ไม่ใช่วิญญาณที่แยกออกมาจากร่างกายอย่างที่พวกเขาคิดในตอนแรก เพื่อให้หลักฐานเพิ่มเติมพระเยซูทรงเชื้อเชิญสาวกของพระองค์ให้สังเกตและจับพระหัตถ์และพระบาทของพระองค์ ความจริงที่ว่าพระกายที่เป็นขึ้นของพระคริสต์ยังคงมีรอยแผลเป็นจากการถูกตรึงบนกางเขนพิสูจน์ให้เห็นว่า เป็นพระกายเดียวกันกับที่ถูกตรึงที่ไม้กางเขนจริง ข้อเท็จจริงที่พระคริสต์ทรงใช้ความพยายามอย่างมากนี้เพื่อพิสูจน์ว่า พระองค์ไม่ได้เป็นเพียงวิญญาณบ่งบอกว่าหลักข้อเชื่อเรื่องการเป็นขึ้นทางกายของพระองค์มีความสำคัญอย่างยิ่ง

c. หลักฐานใดอีกที่พระเยซูมอบให้ในข้อ 41-43 เพื่อพิสูจน์กับเหล่าสาวกว่าพระองค์ไม่ได้เป็นเพียงวิญญาณ? สิ่งนี้สอนเราเกี่ยวกับพระกายที่เป็นขึ้นจากตายอย่างไร?

____

____

____

____

หมายเหตุ การปรากฏตัวอย่างกะทันหันของพระคริสต์ท่ามกลางพวกเขา ทำให้เกิดความประหลาดใจอย่างมาก พวกเขาไม่แน่ใจนักว่า กำลังมองเห็นอะไรและกำลังเกิดอะไรขึ้นท่ามกลางพวกเขา ในตอนที่ยาโคบได้ฟังว่า โยเซฟลูกชายของเขายังมีชีวิตอยู่ พระคัมภีร์ก็บอกว่า เขาตอบสนองด้วยท่าทีแบบเดียวกันว่า "แต่ยาโคบงงงันเพราะไม่เชื่อพวกเขา" (ปฐมกาล 45:26) เพราะความไม่เชื่อของพวกเขา พระคริสต์ถึงได้พยายามอย่างมากเพื่อพิสูจน์ว่า ร่างกายของพระองค์นั้นถึงแม้จะผ่านการเปลี่ยนแปลงอย่างอัศจรรย์ แต่ก็ยังเป็นกายเดิมกับที่ถูกแขวนบนไม้กางเขน พระองค์ขอปลาจากพวกเขาและกินมันต่อหน้าพวกเขา

2. ในยอห์น 20:19-23 เราได้เห็นเรื่องราวการมาปรากฏของพระคริสต์ต่อหน้าเหล่าสาวกในตอนที่โทมัสไม่ได้อยู่ด้วย ส่วนในข้อต่อมา (24-29) เราได้พบกับตอนที่พระคริสต์มาปรากฏต่อหน้าอัครทูตทุกคนซึ่งรวมโทมัสไปด้วย อ่านพระธรรมตอนนี้และตอบคำถามต่อไปนี้

a. *จากข้อ 24-25 การตอบสนองของโทมัสเป็นอย่างไรเมื่อสาวกคนอื่น ๆ ประกาศกับเขาว่าพวกเขาได้เห็นองค์พระผู้เป็นเจ้า การตอบสนองของโทมัสมีความสำคัญอย่างไร?*

____

____

____

____

หมายเหตุ การตอบสนองของโทมัสนั้นเต็มไปด้วยความสงสัยและไม่เชื่อ นี่เป็นข้อพิสูจน์ว่าอัครทูตไม่ใช่คนที่คาดหวังว่าพระคริสต์จะเป็นขึ้นมาอีกครั้ง ดังนั้นแล้วพวกเขาไม่สามารถจินตนาการถึงการเป็นขึ้นจากตายว่าเป็นบางอย่างที่พวกเขามีความหวังได้ เพราะพวกเขาไม่ได้เชื่อในเรื่องนี้ตั้งแต่แรก! ทั้งยังแสดงให้เราเห็นว่าพวกเขาไม่ใช่คนที่หลอกง่ายซึ่งถูกชักจูงให้เชื่ออะไรบางอย่างโดยปราศจากข้อพิสูจน์ แม้กระทั่งหลังจากที่ข่าวเรื่องการเป็นขึ้นจากตายของพระคริสต์จะเริ่มปรากฏขึ้นมาเหล่าสาวกก็ยังไม่เชื่อ ลูกาบันทึกว่าข่าวเรื่องการเป็นขึ้นจากตายของพระคริสต์นั้น "เห็นว่าเป็นคำเหลวไหล (สำหรับพวกเขา)" (ลูกา 24:9-11) และมาระโกก็เขียนว่า "พวกเขายังไม่เชื่อ" (มาระโก 16:11)

b. *ในข้อ 26 เราได้เรียนรู้ว่าพระเยซูมาปรากฏครั้งที่สองกับเหล่าสาวก ครั้งนี้โทมัสอยู่ด้วย ตามที่ปรากฏในข้อ 27-28 พระเยซูบอกให้โทมัสทำอะไร และโทมัสตอบสนองอย่างไร? เรื่องนี้สอนเราเกี่ยวกับความแน่นอนและธรรมชาติของการเป็นขึ้นของพระคริสต์อย่างไร?*

____

____

____

____

หมายเหตุ ความจริงที่ว่าโทมัสถูกบอกให้สำรวจตรวจพระกายของพระเยซูสื่อได้อย่างน้อยสองเรื่อง (1) โทมัสไม่ได้เห็นภาพหลอน แต่เห็นบุคคลจริง ๆ ยืนตรงหน้าเขา และ (2) พระเยซูถูกทำให้เป็นขึ้นจากตายในพระกายเดิมกับที่ถูกตรึงไม้บนกางเขน กายนี้มีแผลจากตรึงไม้กางเขนและจากการโดนหอกแทง การปรากฏของพระคริสต์ในกายเดิมที่ถูกนำไปตรึงบนไม้กางเขนนี้ ทำให้เกิดการเปลี่ยนแปลงในความเชื่อของโทมัส จากที่เขาเคยเชื่อว่าพระเยซูเป็นเพียงผู้เผยพระวจนะ ผู้พลีชีพ เขาก็ประกาศว่าพระองค์เป็นองค์พระผู้เป็นเจ้า เป็นพระเจ้าผู้สร้างสรรพสิ่ง!

3. ใน 1 โครินธ์ 15:42-44 อัครทูตเปาโลได้กล่าวถึงความแตกต่างระหว่างร่างกายของมนุษย์ที่ต้องตายกับร่างกายเดิมนี้หลังจากการเป็นขึ้น ในข้อความตอนนี้เราสามารถเรียนรู้ความจริงหลายประการเกี่ยวกับความแตกต่างระหว่างพระกายบนโลกของพระคริสต์ก่อนการตายของพระองค์กับพระกายหลังการเป็นขึ้น เติมคำลงในช่องว่าตามข้อพระคัมภีร์ต่อไปนี้

   a. *การเป็นขึ้นมาของคนตายก็เหมือนกัน ร่างกายที่ถูกหว่านลงนั้น*_____________________ *ร่างกายที่เป็นขึ้นมานั้น*
   __________________ *(ข้อ 42)* คำว่า "เสื่อมสลายได้" มาจากวลีกรีกว่า เอน พโทรา (en phthora) ซึ่งแปลได้ตรงตัวว่าเป็นการ "เสื่อมลง" กายในโลกของพระคริสต์นั้นจะต้องแก่ตัวลง เสื่อมลง และถึงแก่ความตาย คำว่า "ไม่เสื่อมสลาย" มาจากคำกรีกว่า อัฟทาร์เซีย (aphtharsia) ซึ่งหมายถึงบางสิ่งที่ไม่ต้องพบกับการเสื่อมสลาย พระกายที่เป็นขึ้นนั้นไม่อยู่ภายใต้การเสื่อมและความตาย แต่เป็นการที่เหมาะแก่นิรันดร์

   b. *สิ่งที่ถูกหว่านลงนั้นไร้*__________________ *สิ่งที่เป็นขึ้นมานั้นมี*__________________ *(ข้อ 43)* คำว่า "ไร้เกียรติ" แปลมาจากคำกรีก อทิเมีย (*atimía*) ซึ่งหมายถึงความอัปยศหรือความอับอาย ในการทำพันธกิจบนแผ่นดินโลกนี้พระคริสต์ "ไม่มีความงามหรือความสง่า" (อิสยาห์ 53:2); และบนไม้กางเขน พระองค์ทรงทนรับความอับอายที่สุด (ฟีลิปปี 2:8) อย่างไรก็ตามพระกายของพระองค์ได้รับชุบให้เป็นขึ้นในศักดิ์ศรี คำนี้มาจากคำกรีกว่า โดซ่า (*doxa*) ซึ่งหมายถึงความรุ่งโรจน์ เกียรติ และศักดิ์ศรี

   c. *สิ่งที่ถูกหว่านลงนั้นอ*__________________ *สิ่งที่เป็นขึ้นมานั้นมี*__________________ *(ข้อ 43)* คำว่า "อ่อนแอ" มาจากคำกรีกว่า แอดเธเนอา (*asthéneia*) ซึ่งอาจแปลว่า "เปราะบาง" ได้ด้วย ในการมาบังเกิดนั้นพระคริสต์ทรงรับร่างกายที่อยู่ภายใต้ความอ่อนแอทั้งหมดแบบเดียวกับมนุษย์ที่ตกสู่บาป—ความหิว กระหาย ความเจ็บปวด ความเจ็บป่วย ความทุกข์ทรมาน และความตาย (โรม 8:3) อย่างไรก็ตาม พระกายของพระองค์ถูกยกขึ้นโดยมีพลัง คำว่า "พลัง" มาจากคำกรีก ดูนามิส (*dúnamis*) ซึ่งหมายถึงพลัง อำนาจ และพละกำลัง ผู้เขียนฮีบรูอธิบายว่าขณะนี้พระคริสต์ทรงครอบครอง "ฤทธิ์เดชแห่งชีวิตอันไม่สามารถจะทำลายได้" (ฮีบรู 7:16)

   d. *สิ่งที่ถูกหว่านลงนั้นเป็นกาย*__________________ *สิ่งที่เป็นขึ้นมานั้นเป็นกาย*__________________ *(ข้อ 44)* คำว่า "เนื้อหนัง" มาจากคำกรีกว่า พซูคิคอส (psuchikós) ซึ่งหมายถึงสิ่งที่เกี่ยวข้องกับธรรมชาติ และมีลักษณะเฉพาะคือความอ่อนแอ ความเสื่อม และความตาย คำว่า "จิตวิญญาณ" มาจากคำกรีกว่า พนูมาติคอส (pneumatikós) ซึ่งหมายถึงสิ่งที่เกี่ยวข้องกับอาณาจักรสวรรค์และมีเครื่องหมายคืออำนาจและความเป็นนิรันดร์ พระกายที่เป็นขึ้นของพระคริสต์แตกต่างกับ "กายเนื้อหนัง" สิ่งสำคัญคือต้องสังเกตว่า "กายจิตวิญญาณ" นั้นไม่ได้มีความหมายเหมือนกับ "กายที่ไม่มีวัตถุ"; แต่หมายถึงร่างกายที่ได้รับการเปลี่ยนแปลงและจบลงด้วยการมีพลังอำนาจ เป็นกายที่เหมาะสมกับนิรันดร์และแผ่นดินสวรรค์

4. ในฟีลิปปี 3:21 เราพบกับคำกล่าวที่พูดถึงพระกายที่เป็นขึ้นของพระคริสต์ ตอนนี้บรรยายสิ่งกายนี้ว่าอย่างไร?

   a. *กายที่เต็มด้วย*__________________

หมายเหตุ วลีนี้อาจแปลได้ว่า "พระกายแห่งสง่าราศีของพระองค์" เป็นกายเดียวกันกับที่ถูกตรึงในความอ่อนแอแต่ตอนนี้ดำรงอยู่ในสภาพที่ถูกยกขึ้นและมีสง่าราศี ในระหว่างที่พระคริสต์เดินทางไปบนโลก สง่าราศีแห่งพระเจ้าของพระองค์ถูกปกปิดไว้ในกายของมนุษย์ แม้ว่าพระองค์จะปราศจากบาป ก็ยังอยู่ภายใต้ความอ่อนแอและความตายแบบมนุษย์ (โรม 8:3) อย่างไรก็ตาม หลังจากการเป็นขึ้นจากตาย พระกายของพระคริสต์นั้นไม่ปิดบังพระสิริของพระองค์อีกต่อไป สิ่งนี้ปรากฏขึ้นและถูกสำแดงออกมา! พระกายที่เป็นขึ้นจากตายของพระคริสต์แตกต่างกับ "ร่างกายอันอ่อนกำลัง" ของเราในปัจจุบัน

บทที่ 25: ความสำคัญของการ
เป็นขึ้นจากตายของพระคริสต์

พระเยซูได้เป็นขึ้นมาจากความตาย แต่ความสำคัญของสิ่งนี้คืออะไร? เรื่องนี้มีความหมายอะไรต่อโลก ต่อคริสตจักร ต่อผู้เชื่อ และผู้ที่ไม่เชื่อ? เราจะได้เรียนรู้จากในบทนี้ว่า การเป็นขึ้นจากตานของพระคริสต์และไม้กางเขนนั้นเป็นเหตุการณ์ยิ่งใหญ่ที่สุด ในประวัติศาสตร์มนุษยชาติและแสนสำคัญต่อมวลมนุษย์อย่างที่ไม่สามารถโต้แย้งได้

การเป็นขึ้นจากตายรับรองพระเยซู

หนึ่งในความจริงข้อแรกที่เราต้องเข้าใจเกี่ยวกับการเป็นขึ้นจากตายของพระเยซูคือ สิ่งนี้ยืนยันคำกล่าวอ้างของพระเยซู ที่พระองค์บอกว่าเป็นพระเมสสิยาห์ พระบุตรของพระเจ้า พระเยซูไม่ได้ ***กลายมาเป็น*** พระบุตรของพระเจ้าเมื่อพระองค์เป็นขึ้น จากตาย แต่การเป็นขึ้นนั้นเป็นการสำแดงอย่างทรงพลังให้เห็นว่าพระองค์คือพระบุตร **นิรันดร์** และเป็นพระคริสต์ของพระเจ้า

1. โรม 1:3-4 สอนอะไรเราเกี่ยวกับการเป็นขึ้นของพระเยซูในฐานะเครื่องยืนยันคำกล่าวอ้างว่า พระองค์เองคือพระคริสต์และ
   พระบุตรของพระเจ้า?

____

____

____

____

____

____

หมายเหตุ คำว่า "ประกาศ" มาจากคำกรีก ฮอริไซโอ *(horizō)* ซึ่งแปลว่า "การระบุ กำหนดขอบเขต หรือกำหนด" โดยการ เป็นขึ้นจากตายของพระเยซูจาก พระเจ้าได้ระบุว่าแท้จริงแล้วพระคริสต์เป็นใครทั้งกับบุคคลเป็นการส่วนตัวและต่อสาธารณะ คือพระองค์เป็นพระบุตรของพระเจ้า การเป็นขึ้นนั้นเป็นการรับรองอย่างเปิดเผยต่อสาธารณะถึงความเป็นพระบุตรและ ความเป็นพระเจ้าของพระคริสต์ สิ่งนี้ยังพบได้ในการเทศนาของอัครทูตในยุคแรก ซึ่งเน้นเรื่องการที่ชาวยิวปฏิเสธพระเยซู ส่วนพระเจ้านั้นรับรองพระองค์ผ่านการเป็นขึ้น: "พระเยซูองค์นี้...ท่านทั้งหลายได้ประหารพระองค์ด้วยการตรึงพระองค์ บนกางเขนโดยอาศัยน้ำมือของคนอธรรม แต่พระเจ้าทรงทำให้พระองค์คืนพระชนม์" (กิจการ 2:23-24) "แต่ท่านทั้งหลายก็ยัง ปฏิเสธพระองค์ผู้ทรงเป็นองค์บริสุทธิ์และชอบธรรม และขอให้เขาปล่อยผู้ฆ่าคนให้ท่านทั้งหลาย ท่านทั้งหลายจึงฆ่าพระองค์ ผู้ทรงเป็นแหล่งกำเนิดของชีวิตเสีย แต่พระเจ้าได้โปรดให้พระองค์เป็นขึ้นจากตาย เราคือสักขีพยานของเรื่องนี้" (กิจการ 3:14-15) วลี "ฝ่ายจิตวิญญาณแห่งความบริสุทธิ์" แสดงให้เห็นว่าพระเจ้าได้ทรงทำพระเยซูเป็นขึ้นจากตาย ผ่านตัวกลางผู้ทรงฤทธิ์ คือพระวิญญาณบริสุทธิ์

2. ใน 1 ทิโมธี 3:16 เราพบข้อความสำคัญอย่างยิ่งเกี่ยวกับการเป็นขึ้นของพระเยซูคริสต์ ตามที่กล่าวไว้ในข้อนี้ การเป็นขึ้นยืนยัน คำกล่าวอ้างของพระคริสต์อย่างไร

a. ผ่านทางชีวิตและการเป็นขึ้นของพระองค์นั้น พระเยซูนั้นได้รับการพ ________________ โดยพระวิญญาณ

หมายเหตุ คำว่า "พิสูจน์" มาจากคำภาษากรีก ดิไคโอโอ *(dikaioō)* ซึ่งแปลว่า "ประกาศ พิสูจน์ หรือแสดงให้ผู้อื่นเห็นว่า ถูกต้องหรือชอบธรรม" วลี "โดยพระวิญญาณ" อาจแปลได้ว่า "ในพระวิญญาณ" พระวิญญาณบริสุทธิ์ทรงพิสูจน์ตัวตนและ คำกล่าวของพระเยซูคริสต์ตลอดพันธกิจที่พระองค์ทำบนแผ่นดินโลก โดยการทำหมายสำคัญและการอัศจรรย์ผ่านพระองค์ (ลูกา 5:17) และท้ายที่สุดโดยการทำให้พระองค์เป็นขึ้นจากตาย

การเป็นขึ้นจากตายของพระคริสต์ยืนยันการถือว่าเราชอบธรรม

การเป็นขึ้นจากตายนั้นแสดงให้เห็นว่าพระบิดาทรงยอมรับการเป็นเครื่องบูชาของพระเยซูเพื่อชดใช้บาปของประชากรอย่าง เต็มจำนวน เรารู้ว่ามีการชำระบาปของเราเพราะพระคริสต์ทรงเป็นขึ้น การเป็นขึ้นเป็นข้อพิสูจน์ว่าเราถูกถือว่าชอบธรรม

1. โรม 4:25 สอนเราเกี่ยวกับการเป็นขึ้นของพระคริสต์ว่าเป็นเครื่องยืนยันการถือว่าชอบธรรมของผู้เชื่ออย่างไร

____

____

____

____

____

หมายเหตุ ในโรม 4:25 คำว่า "เพราะ" แปลมาจากคำภาษากรีก ดิอา (dia) ซึ่งหมายถึงเหตุ หรือเหตุผลที่ทำให้สิ่งหนึ่ง ๆ เกิดขึ้นหรือไม่เกิดขึ้น อาจแปลได้ว่า "ด้วยเหตุมาจาก" หรือ "เพราะเหตุ" ความหมายคือ: พระคริสต์ถูกนำไปสู่ความตายเนื่องจาก การล่วงละเมิดของเรา และพระเจ้าได้ทรงทำให้พระองค์เป็นขึ้นมาจากความตาย เพราะพระองค์ทรงยอมรับการเสียสละ ของพระคริสต์เพื่อเป็นค่าตอบแทนเต็มจำนวนสำหรับการล่วงละเมิดของเรา การเป็นขึ้นจากตายของพระเยซูคริสต์เป็นสัญญาณ ว่าบาปของเราได้รับการชดใช้เต็มจนจำนวนแล้ว ถ้าพระเจ้าไม่ยอมรับเครื่องบูชาของพระคริสต์ในฐานะค่าไถ่บาป พระองค์ก็คง ไม่ทำให้พระคริสต์เป็นขึ้นจากตาย

การเป็นขึ้นของพระคริสต์
รับประกันการเป็นขึ้นจากตายของเรา

ค่าจ้างของบาปคือความตาย แต่การเป็นขึ้นของพระคริสต์ยืนยันว่าพระเจ้าได้ยอมรับการเสียสละของพระคริสต์ในฐานะค่าไถ่ หนี้บาปของเรา และปลดปล่อยเราออกจากโทษแห่งความตาย การเป็นขึ้นจากตาย*ของพระองค์*รับประกันถึงการเป็นขึ้นจากตาย *ของเรา* อุโมงค์ว่างเปล่ามอบความมั่นใจให้กับผู้เชื่อว่า ความยุติธรรมนั้นได้รับการตอบสนองแล้ว และความตายก็ถูกเอาชนะแล้ว นี่คือความหวังยิ่งใหญ่ของผู้เชื่อทุกคน

1. พระสัญญายิ่งใหญ่หลายประการเกี่ยวกับการเป็นขึ้นของพระเยซูและของประชากรของพระองค์ สามารถพบได้ตลอด
พระกิตติคุณและจดหมายฝากในพันธสัญญาใหม่ ให้ใคร่ครวญอย่างตั้งใจถึงข้อความเหล่านี้และเขียนความคิดเห็นของคุณ

    a. *ยอห์น 14:19*

หมายเหตุ หลังจากการเป็นขึ้นจากตาย พระคริสต์ได้สำแดงพระองค์เอง "ไม่ใช่ให้ปรากฏแก่คนทั่วไป แต่ให้ปรากฏแก่เรา
คือบรรดาสักขีพยานที่พระเจ้าทรงเลือกไว้แล้ว" (กิจการ 10:40-41) สำหรับผู้เชื่อที่ได้เห็นพระองค์ และสำหรับบรรดาผู้ที่เชื่อ
คำพยานที่ได้เห็นกับตาตนเอง การเป็นขึ้นจากตายของพระคริสต์ คือการยืนยันยิ่งใหญ่ถึงการเป็นขึ้นจากตายในอนาคต

    b. *1 โครินธ์ 6:14*

หมายเหตุ เพื่อจะเข้าใจความสำคัญของคำประกาศนี้ เราแค่ต้องพิจารณาว่า พระสัญญาเรื่องการเป็นขึ้นของเราจะอ่อนแอ
ขนาดไหนหากพระเจ้าไม่ทำให้พระคริสต์ขึ้นมาจากความตาย การเป็นขึ้นจากตายของพระเยซูคริสต์นั้นมอบความมั่นใจ
ให้กับการเป็นขึ้นจากตายของเรา

    c. *2 โครินธ์ 4:14*

หมายเหตุ ความมั่นใจของผู้เชื่อในการเป็นขึ้นของตนนั้นมาจากข้อเท็จจริงที่ปฏิเสธไม่ได้ว่า พระเจ้าได้ทรงทำให้พระเยซูคริสต์เป็นขึ้นจากตาย

2. ใน 1 โครินธ์ 15:20-23 เราพบข้อความสำคัญอีกข้อหนึ่งเกี่ยวกับการเป็นขึ้นจากตายของพระคริสต์และพระสัญญาถึงการเป็นขึ้นของประชากรของพระองค์ อ่านข้อความนี้หลาย ๆ ครั้งจนกว่าคุณจะคุ้นเคยกับเนื้อหา จากนั้นเขียนความคิดของคุณในเนื้อหาแต่ละส่วนต่อไปนี้ การเป็นขึ้นของพระคริสต์เป็นทั้งต้นแบบและคำสัญญาเรื่องการเป็นขึ้นของผู้เชื่อได้อย่างไร

a. *แต่บัดนี้ พระคริสต์ทรงถูกทำให้เป็นขึ้นมาจากความตายแล้ว และทรงเป็นผลแรกของพวกที่ล่วงหลับไป (ข้อ 20)*

____

____

____

____

____

หมายเหตุ การเป็นขึ้นจากตายของพระคริสต์เป็นหนึ่งในเสาหลักยิ่งใหญ่ในคริสต์ศาสนา ความหวังของผู้เชื่อวางอยู่บนความจริงนี้ ในเลวีนิติ 23:10 พระคัมภีร์ประกาศว่า ชาวอิสราเอลจะต้องถวายเครื่องบูชาจากการเก็บเกี่ยวช่วงแรกมาถวาย "ผลแรก" นี่เป็นการประกาศว่า การเก็บเกี่ยวที่ตามมานั้นเป็นของพระยาห์เวห์เช่นกัน ในทำนองเดียวกัน การเป็นขึ้นจากตายของพระคริสต์เป็นผลแรกของการเก็บเกี่ยว — เป็นตัวแทนของการเก็บเกี่ยวทั้งหมดที่จะเกิดขึ้นหลังจากนั้น การเป็นขึ้นของพระองค์เป็นการเบิกทางและเป็นหลักประกันถึงการเป็นขึ้นของประชากรของพระองค์

b. *เพราะว่าในเมื่อความตายเกิดขึ้นโดยมนุษย์คนหนึ่ง การเป็นขึ้นจากความตายก็เกิดขึ้นโดยมนุษย์คนหนึ่งเช่นกัน เพราะว่าเช่นเดียวกับที่ทุกคนต้องตายโดยเกี่ยวเนื่องกับอาดัม ทุกคนก็จะได้รับชีวิตโดยเกี่ยวเนื่องกับพระคริสต์ (ข้อ 21-22)*

____

____

____

____

หมายเหตุ เป็นเรื่องจำเป็นที่บาปและความตายที่มนุษย์นำมาสู่มนุษย์โดยมนุษย์คนหนึ่งจะต้องถูกเปลี่ยนแปลงโดยมนุษย์อีกคนหนึ่ง ในอาดัมนั้น ทุกคนทำบาปและตกอยู่ในโทษของบาปและความตาย แต่ในพระคริสต์ ทุกคนที่เชื่อก็ถูกถือว่าชอบธรรมและจะถูกทำให้เป็นขึ้นจากตาย การเป็นขึ้นของพระคริสต์นั้นเป็นการรับประกันทั้งการถือว่าชอบธรรมในปัจจุบันและการเป็นขึ้นในอนาคตของประชากรของพระองค์

c. *แต่ว่าจะเป็นไปตามลำดับ คือพระคริสต์ทรงเป็นผลแรก ต่อจากนั้นก็คือคนทั้งหลายที่เป็นของพระคริสต์ในเวลาที่พระองค์เสด็จกลับมา (ข้อ 23)*

หมายเหตุ "ลำดับ" มาจากคำกรีก แทกมา *(tágma)* ซึ่งหมายถึงลำดับหรือระเบียบทางการทหาร อาจเป็นไปได้ว่าบางคนในเมืองโครินธ์ปฏิเสธหลักคำสอนเรื่องการเป็นขึ้นโดยใช้ตรรกะที่ผิดพลาดแบบนี้คือ "หากผู้เชื่อเป็นหนึ่งเดียวกับพระคริสต์ในการเป็นขึ้นของพระองค์ ทำไมพระคริสต์จึงทรงเป็นขึ้นมาแล้วในขณะที่ร่างกายของผู้เชื่อยังต้องตายและเปื่อยเน่าในดินอยู่?" คำตอบของเปาโลคือทุกสิ่งมีลำดับอยู่: พระคริสต์ทรงเป็นผลแรกแห่งการเป็นขึ้นของผู้เชื่อทุกคนในวันสุดท้าย เป็นสิ่งจำเป็นที่พระคริสต์จะต้องเหนือกว่าในทุก ๆ สิ่ง เปาโลเขียนถึงคริสตจักรในเมืองโคโลสีว่า "พระองค์ทรงเป็นศีรษะของกายคือคริสตจักร พระองค์ทรงเป็นปฐม ทรงเป็นผู้แรกที่เป็นขึ้นจากตาย เพื่อว่าพระองค์จะทรงเป็นเอกในทุกสิ่ง" (โคโลสี 1:18)

บทที่ 26: ความจำเป็นของการเป็นขึ้นจากตาย ของพระคริสต์

เป็นไปไม่ได้เลยที่จะกล่าวถึงความสำคัญของการเป็นขึ้นจากตายของพระคริสต์มากจนเกินไป เรื่องนี้ไม่ใช่สิ่งเกินจริงสำหรับ พระคัมภีร์ การเป็นขึ้นนั้นเป็นหลักข้อเชื่อพื้นฐานของคริสต์ศาสนาและเป็นความจริงหนึ่งเดียวที่ความเชื่อทั้งหมดของคริสเตียน ตั้งมั่นอยู่ ดังนั้นแล้วสิ่งนี้จึงเป็นหลักข้อเชื่อที่จำเป็นสูงสุดและไม่สามารถต่อรองได้ การปฏิเสธเรื่องการเป็นขึ้นของพระคริสต์ก็เท่ากับ การปฏิเสธพระกิตติคุณ

1. การเป็นขึ้นของพระเยซูคริสต์มีความสำคัญต่อความเชื่อของคริสเตียนอย่างมาก จนการเป็นพยานถึงองค์พระผู้เป็นเจ้า ผู้ฟื้นคืนพระชนม์นี้กลายเป็นข้อกำหนดของการเป็นอัครทูต ข้อพระคัมภีร์ต่อไปนี้สอนอะไรเกี่ยวกับความจริงนี้

    a. *กิจการ 1:21-22*

    ____

    ____

    ____

    ____

    ____

หมายเหตุ คำว่า "จะต้อง" มาจากคำกริยาภาษากรีก เดอี *(dei)* ซึ่งแสดงถึงความจำเป็น ในเนื้อหาตอนมีข้อกำหนดสอง ประการสำหรับการเป็นอัครทูต ประการแรกคือการได้เห็นการทำพันธกิจของพระเยซูบนแผ่นดินโลก อย่างที่สองคือต้อง ได้เห็นพระคริสต์ผู้เป็นขึ้นจากตาย แม้แต่ศัตรูของศาสนาคริสต์ก็ยังถูกบังคับโดยข้อเท็จจริงในประวัติศาสตร์ให้ยอมรับถึง การดำเนินชีวิตและการสิ้นพระชนม์ที่ไม่ธรรมดาของพระคริสต์ เรื่องการเป็นขึ้นนี้เองที่ทำให้เกิดสงครามยิ่งใหญ่ขึ้น ดังนั้น ตำแหน่งอัครทูตจึงต้องเป็นของผู้ที่ได้เห็นองค์พระผู้เป็นเจ้าผู้เป็นขึ้นจริง อัครทูตได้รับเรียกให้เผยแพร่คำสอนและกิจการ ของพระคริสต์ ซึ่งสิ่งเหล่านี้จะถูกพิสูจน์คุณค่าได้ด้วยการเป็นขึ้นของพระองค์เท่านั้น ด้วยเหตุนี้ พวกเขาจึงต้องเป็นพยาน ถึงเหตุการณ์แสนยิ่งใหญ่และสำคัญมากนี้

    b. *1 โครินธ์ 9:1*

    ____

    ____

    ____

    ____

หมายเหตุ เปาโลยืนยันการถูกเรียกของเขาและสิทธิอำนาจในฐานะอัครทูตโดยย้ำกับชาวโครินธ์ว่า เขาคือพยานผู้ได้เห็นองค์พระผู้เป็นเจ้าผู้เป็นขึ้นจากตาย (กิจการ 9:1-9; 22:6-16; 26:12-18) การเป็นขึ้นนั้นเป็นหลักข้อเชื่อเดียวที่สามารถทำให้คำกล่าวอ้างอื่น ๆ ในคริสต์ศาสนาตั้งมั่นอยู่หรือพังทลายลงได้ ด้วยเหตุผลนี้เองการเป็นขึ้นจึงมักจะถูกโจมตีอย่างหนักจากศัตรูของคริสต์ศาสนา

2. ใน 2 ทิโมธี 2:8 เราพบ พระคัมภีร์สำคัญที่สรุปถึงพระกิตติคุณและสำแดงถึงความสำคัญของการเป็นขึ้นจากตายของพระเยซูคริสต์ในการประกาศข่าวประเสริฐ ให้เขียนความคิดเห็นของคุณเกี่ยวกับข้อความเหล่านี้และความจริงที่พระคัมภีร์นี้สอนเรา

____

____

____

____

____

____

____

หมายเหตุ คำว่า "ระลึก" มาจากคำภาษากรีก เนโมนูโอ *(mnōmoneúō)* ซึ่งแปลว่า "ระลึกได้ จดจำไว้ นึกถึง" คำกริยา "เป็นขึ้น" แปลมาจากกริยาภาษากรีก เอเกโร *(egeírō)* รูปกาลแบบสมบูรณ์ (perfect tense) ของคำนี้แสดงถึงความต่อเนื่องของการเป็นขึ้นจากตายขององค์พระผู้เป็นเจ้า พระคริสต์ทรงเป็นขึ้นจากความตายและทรงพระชนม์อยู่เป็นนิตย์ ในวิวรณ์ 1:18 พระเยซูทรงเรียกพระองค์เองว่าเป็น "ผู้ดำรงอยู่" ผู้ซึ่งตายไปแล้วและบัดนี้มีชีวิตอยู่ตลอดไป วลี "ตามข่าวประเสริฐที่ข้าพเจ้าประกาศ" แสดงให้เห็นว่าการเป็นขึ้นของพระเยซูคริสต์เป็นรากฐานของพระกิตติคุณของอัครทูต พระเยซูองค์เดียวนี้ที่อัครทูตรู้จักคือพระบุตรนิรันดร์ของพระเจ้า ผู้ทรงเป็นบุตรของดาวิดที่มาบังเกิด สิ้นพระชนม์บนไม้กางเขนเพื่อไถ่บาปของประชากรของพระองค์ และเป็นขึ้นมาจากความตาย

3. ความสำคัญของการเป็นขึ้นจากตายยังสามารถเห็นได้จากข้อเท็จจริงที่ว่า เรื่องนี้ถูกมองเป็นหลักข้อเชื่อที่จำเป็นเพื่อที่คนหนึ่งจะได้รับความรอด จากพระธรรมโรม 10:9 เป็นไปได้หรือไม่ที่มนุษย์จะได้รับความรอดโดยไม่เชื่อในการเป็นขึ้น? คำตอบสำหรับคำถามนี้แสดงให้เห็นความสำคัญของการเป็นขึ้นอย่างไร?

____

____

____

____

____

หมายเหตุ คำว่า "ยอมรับ" มาจากคำภาษากรีก โฮโมโลเกโอ *(homologéō)* ซึ่งหมายถึง "พูดในสิ่งเดียวกันกับคนอื่น" วลี "ด้วยปาก" หมายถึงการยอมรับต่อสาธารณะว่าพระเยซูเป็นองค์พระผู้เป็นเจ้า เปาโลไม่ได้นึกถึงแค่คำประกาศความเชื่ออย่างเพียงผิวเผินหรือแค่การยอมรับด้วยสมองกับหลักข้อเชื่อ แต่เป็นการประกาศความเชื่อต่อหน้าสาธารณะซึ่งมาจากความเชื่อมั่นอย่างจริงใจ การเชื่อ "ด้วยใจ" หมายถึงความเชื่อที่ลึกซึ้งและแท้จริงในพระคริสต์ผู้เป็นขึ้นจากตาย จึงเป็นเรื่องไร้สาระอย่างยิ่งที่จะเรียกร้องให้มีความเชื่อในพระคริสต์ โดยไม่เชื่อในการเป็นขึ้นจากตายของพระองค์

4. ในการพยายามทำความเข้าใจถึงความสำคัญยิ่งใหญ่ของการเป็นขึ้นจากตายนั้น จำเป็นต้องพิจารณาผลกระทบร้ายแรงต่อเราหากเหตุการณ์นี้ไม่เคยเกิดขึ้น จากพระธรรม1 โครินธ์ 15:14-19, 32 ถ้าพระคริสต์ไม่ทรงเป็นขึ้นแล้ว ความจริงใดจะเกิดขึ้นตามมา? ให้เขียนความคิดของคุณในผลกระทบแต่ละด้าน

   a. *การประกาศของเรานั้นก็* _______________________ *(ข้อ 14)*

   ____

   ____

   ____

   ____

   ____

หมายเหตุ คำว่า "ไร้ประโยชน์" มาจากคำภาษากรีก เคนอส (kenós) แปลตามตัวอักษรได้ว่า "ว่างเปล่า" คำนี้ใช้เพื่ออธิบายภาชนะหรือสถานที่ซึ่งไม่มีอะไรเลย ใช้เพื่ออธิบายสิ่งที่ไม่เป็นประโยชน์ ไร้ประโยชน์ หลอกลวง เป็นเท็จ หรือไม่มีความหมายหรือความสำคัญ นี่เป็นคำกล่าวที่น่าประหลาดใจ—ความจริงของคำประกาศทั้งหมดของคริสเตียนทั้งหมดนั้นขึ้นอยู่กับความน่าเชื่อถือในการเป็นขึ้นจากตายของพระคริสต์ ถ้าพระคริสต์ไม่ทรงถูกทำให้เป็นขึ้นมา คำกล่าวอ้างของคริสเตียน ก็ไม่มีอะไรมีค่าแม้แต่นิดเดียว

   b. *ความเชื่อของท่านทั้งหลายก็* _______________________ *(ข้อ 14)*

   ____

   ____

   ____

   ____

หมายเหตุ คำว่า "ไร้ประโยชน์" มาจากคำภาษากรีกเคนอส (kenós) (ดูคำจำกัดความด้านบน) พระคริสต์ทรงผู้บุกเบิก ผู้ประพันธ์ และเป็นผู้ทำให้สมบูรณ์แห่งความเชื่อคริสเตียน (ฮีบรู 12:2) หากพระองค์ไม่ทรงเป็นขึ้น ความเชื่อในพระองค์ก็ไร้ประโยชน์ เป็นเท็จ และไร้เป้าหมาย

c. ความเชื่อของพวกท่านก็ _______________________ (ข้อ 17)

____

____

____

____

____

หมายเหตุ คำว่า "ไร้ประโยชน์" ในข้อนี้มาจากคำภาษากรีกว่า มาไทออส *(mátaios)* ซึ่งหมายถึงสิ่งที่ไร้ค่า ไร้ประโยชน์ และไร้ซึ่งอำนาจแห่งความจริง

d. คนเหล่านั้นที่เทศนาพระกิตติคุณก็จะเป็นพ _______________________ ในเรื่องพระเจ้า (ข้อ 15)

____

____

____

____

____

หมายเหตุ ธรรมบัญญัติของพระเจ้าสั่งว่า "ห้ามเป็นพยานเท็จใส่ร้ายเพื่อนบ้าน" (อพยพ 20:16) การเป็นพยานเท็จใส่ร้าย พระเจ้าจะร้ายแรงยิ่งกว่านั้นสักเท่าใด! ใน 1 ซามูเอล 2:25 เขียนไว้ว่า "ถ้ามนุษย์คนไหนทำบาปต่อมนุษย์ด้วยกัน พระเจ้า จะทรงวินิจฉัยให้เขา แต่ถ้ามนุษย์ทำบาปต่อพระยาห์เวห์ ใครจะทูลขอเพื่อเขาได้เล่า?"

e. คนเหล่านั้นที่เชื่อในพระคริสต์ก็จะยังอยู่ใน _______________________ ของตน (ข้อ 17)

____

____

____

____

____

หมายเหตุ การเป็นขึ้นจากตายนั้นเป็นข้อพิสูจน์ยิ่งใหญ่ว่า พระเจ้ายอมรับพระคริสต์ในฐานะเครื่องบูชาและข้อเรียกร้อง แห่งความยุติธรรมของพระองค์ถูกเติมเต็มแล้ว (โรม 4:25) หากพระคริสต์ไม่ได้ถูกชุบให้เป็นขึ้นเราก็ไม่มีหลักฐานว่าได้รับ การอภัย ว่าถูกนับว่าชอบธรรม หรือได้รับชีวิตนิรันดร์

f.   คนเหล่านั้นที่ล่วงหลับไปในพระคริสต์ก็ ____________________ (ข้อ 18)

____

____

____

____

____

หมายเหตุ คำว่าพินาศมาจากภาษากรีกว่าอโพลลูมิ *(apóllumi)* ซึ่งหมายถึง "การเสียไป การถูกทำลาย" หากผู้นำแห่ง การช่วยกู้ของเราไม่อาจเอาชนะหลุมฝังศพได้ เราจะมีความหวังอะไรในการติดตามพระองค์?

g.   คนเหล่านั้นที่ติดตามพระคริสต์ก็น่า _______________ ยิ่งกว่าคนอื่น ๆ (ข้อ 19)

____

____

____

____

____

หมายเหตุ คำนี้มาจากภาษากรีกว่าเอเลเอนอส *(eleeinós)* ซึ่งแปลได้ว่า "ความน่าเศร้า น่าเวทนา" หากพระคริสต์ไม่ได้ เป็นขึ้นแล้ว คริสเตียนก็เป็นพวกน่าเวทนาที่พ่ายแพ้ต่อโลกและสูญเสียช่วงเวลาสั้น ๆ บนโลกไปอย่างเสียเปล่าโดยไม่ได้ อะไรกลับคืนมาเลย!

h.   ก็ให้เรา _______________ และ _________________ เถิด เพราะว่าพรุ่งนี้เราก็จะ _____________ (ข้อ 32)

____

____

หมายเหตุ คำเหล่านี้ถูกนำมาจากอิสยาห์ 22:13 หากไม่มีการเป็นขึ้นจากตายแล้ว ก็จะไม่มีความหวังใดให้กับมนุษย์ ไม่มีอะไรเหลือนอกเสียจากการตอบสนองความต้องการของเนื้อหนังไปเรื่อย ๆ จนกว่าความตายจะมาถึงเรา

บทที่ 27: พระบุตรได้เสด็จสู่สวรรค์

พระคัมภีร์สอนเราว่า พระเยซูคริสต์ทรงเป็นพระบุตรนิรันดร์ของพระเจ้า ผู้ทรงละทิ้งพระเกียรติแห่งสวรรค์ของพระองค์ มาประสูติจากหญิงพรหมจารี และดำเนินชีวิตอันสมบูรณ์แบบในกายเนื้อหนัง จากนั้นก็ถูกตรึงบนไม้กางเขนตามพระประสงค์ นิรันดร์ของพระเจ้า พระองค์ทรงแบกรับบาปของประชากรของพระองค์ รับพระพิโรธของพระเจ้า และสิ้นพระชนม์ ในวันที่สาม พระองค์ทรงเป็นขึ้นจากความตายอีกครั้ง แสดงให้เห็นว่าพระองค์ทรงเป็นพระบุตรของพระเจ้า และการสิ้นพระชนม์ของพระองค์ ก็นำความรอดมายังประชากรของพระเจ้า สี่สิบวันหลังจากการเป็นขึ้นจากตาย พระคริสต์ได้เสด็จขึ้นสู่สวรรค์ ที่ซึ่งพระองค์ประทับ ณ เบื้องขวาพระหัตถ์ของพระเจ้าพระบิดา และประทานพระสิริ เกียรติ และอำนาจเหนือสิ่งทั้งปวง ที่ตรงหน้าพระเจ้านั้นเอง พระองค์ ทรงเป็นตัวแทนของประชากรของพระองค์ ทูลขอและวิงวอนต่อพระเจ้าแทนพวกเขา การสิ้นพระชนม์และการเป็นขึ้นจากตายของ พระคริสต์ เสาหลักสำคัญสองต้นในการงานของพระคริสต์ การเสด็จขึ้นสู่สวรรค์และความสูงส่งของพระองค์เป็นจุดสูงสุดอันรุ่งโรจน์

การเสด็จขึ้นสู่สวรรค์

พระคัมภีร์สอนว่าพระคริสต์เสด็จขึ้นสู่สวรรค์ 40 วันหลังจากที่พระองค์เป็นขึ้นท่ามกลางพยานผู้เห็นเหตุการณ์จำนวนมาก การเสด็จขึ้นสู่สวรรค์ไม่ใช่ตำนาน แต่เป็นเหตุการณ์จริงในประวัติศาสตร์ ที่ถูกบันทึกโดยเหล่าพยานผู้เห็นเหตุการณ์จริง การเห็นว่า การเสด็จขึ้นสู่สวรรค์ไม่ใช่เหตุการณ์จริงในประวัติศาสตร์ เป็นการปฏิเสธคำพยานจากพระคัมภีร์

1. ข้อเท็จจริงประการหนึ่งที่ทำให้การเสด็จขึ้นสู่สวรรค์ของพระคริสต์มีความน่าเชื่อถืออย่างมากคือ นี่เป็นเหตุการณ์ที่ได้ถูก พยากรณ์ไว้ก่อน พระธรรม ยอห์น 16:28 สอนอะไรเราเกี่ยวกับความจริงนี้

____

____

____

____

หมายเหตุ ในข้อความตอนนี้ พระเยซูพูดถึงพระสิริในอดีตของพระองค์ การมาบังเกิดของพระองค์ในปัจจุบัน และการเสด็จสู่ สวรรค์ในอนาคต

2. ในลูกา 1:1-4 และกิจการ 1:1-3 เรามีหลักฐานทรงพลังว่า ผู้เขียนพระกิตติคุณเชื่อว่า ตนกำลังพูดถึงข้อเท็จจริงทางประวัติศาสตร์ กิจการ 1:9-11 แสดงให้เห็นอย่างไรว่า พวกเขาเองเห็นว่าการเสด็จขึ้นสู่สวรรค์ของพระคริสต์เป็นเหตุการณ์จริงในประวัติศาสตร์?

____

____

____

____

หมายเหตุ ในข้อ 9 และ 10 ลูกาเขียนถึงเหล่าสาวกโดยใช้คำว่า "ต่อหน้าต่อตา" และ "เขม้นดู" ทั้งสองวลีกล่าวถึงเรื่องราวของพยานที่ลูกาใช้เป็นแหล่งข้อมูลสำหรับการเขียนพระกิตติคุณของเขา คำว่า "เขม้นดู" มาจากคำภาษากรีกอะเทนิโซ *(atenízō)* ซึ่งแปลว่า "จ้องตา มองไปตรง ๆ หรือจ้องมอง" มีการใช้คำเดียวกันนี้ในลูกา 4:20 ที่พระคัมภีร์กล่าวว่า "ตาของทุกคนที่อยู่ในธรรมศาลาก็จ้องดูพระองค์ [พระเยซู]" เหล่าสาวกไม่ได้มองเพียงแค่แวบเดียวแล้วตีความผิดไปว่าเป็นพระเยซู พวกเขามีเวลาเหลือเฟือที่จะประเมินเหตุการณ์ในตอนที่พวกเขากำลังจ้องมองดูเหตุการณ์นี้อยู่ ในข้อ 11 เหล่าสาวกถูกทูตสวรรค์ตำหนิเล็กน้อย เพราะพวกเขายังคงแหงนมองท้องฟ้าแม้หลังจากที่พระเยซูเสด็จจากไปแล้ว นี่เป็นอีกครั้งที่ให้เห็นว่าพวกเขาได้มองดูเหตุการณ์นี้อย่างละเอียดถี่ถ้วนเพียงใด คนมักสงสัยพยายามทำให้เรื่องราวที่ลูกาเขียนไม่น่าเชื่อถือโดยชี้ให้เห็นว่าการใช้วลี "ถูกยกขึ้น" ของเขาไม่สอดคล้องกับความรู้ของเราเกี่ยวกับจักรวาล แต่ข้อวิจารณ์ดังกล่าวไม่จำเป็นต้องพูดถึง เพราะลูกาก็ใช้คำศัพท์เดียวกันกับที่นักวิทยาศาสตร์ในยุคปัจจุบันใช้เพื่ออธิบายการถูก "ยกขึ้น" ของจรวด

3. ชัดเจนว่าผู้เขียนพันธสัญญาใหม่เห็นว่าการที่พระเยซูเสด็จขึ้นสู่สวรรค์นั้นเป็นเหตุการณ์ในประวัติศาสตร์ 40 วันหลังจากที่พระองค์เป็นขึ้น พระเยซูก็เสด็จขึ้นไปจากโลก แต่แล้วพระองค์ขึ้นไปยังที่ไหน? พระคัมภีร์ตอนต่อไปนี้สอนเราอย่างไร?

    a. *ขณะที่ทรงอวยพรอยู่นั้น พระองค์________________ [และพระเจ้าทรงรับพระองค์________________ สวรรค์]* (ลูกา 24:51) วลี "รับ" มาจากคำกรีกว่าอะนาเฟโร *(anaphérō)* ซึ่งหมายถึง "การแบก การนำไป" ในบริบทนี้คำว่า "สวรรค์" [กรีก อูรานอส *ouranós*] หมายถึงสถานที่ซึ่งพระเจ้าสถิตอยู่ มัทธิว เฮนรี่ (Matthew Henry) เขียนว่า "พระองค์ถูกรับขึ้นไปยังสวรรค์ ไม่ใช่ด้วยกำลัง แต่ด้วยการกระทำของพระองค์เอง... ไม่จำเป็นต้องมีรถม้าไฟมารับ เพราะพระองค์รู้ทางไปอยู่แล้ว"[21]

    b. *เรามีมหาปุโรหิตยิ่งใหญ่ผู้________________ ฟ้าสวรรค์แล้ว (ฮีบรู 4:14)* วลี "เสด็จผ่าน" มาจากคำกรีกว่า ดิเออร์โคมัย (dierchomai) ซึ่งหมายถึง "การผ่านไป การเดินทางผ่านสถานที่หนึ่ง ๆ" พระคริสต์เสด็จผ่านฟ้าสวรรค์ทั้งหมดจนไปถึงสถานที่อันสูงสุดคือที่ประทับของพระเจ้า

    c. *พระองค์คือผู้ที่เสด็จ________________ สู่ที่สูงเหนือฟ้าสวรรค์ทั้งหมดนั่นเอง (เอเฟซัส 4:10)* คำว่า "เสด็จขึ้นไป" มาจากคำกรีกว่า อนาไบโน *(anabaínō)* ซึ่งหมายถึง "การขึ้นไป การไต่" พระคริสต์เสด็จขึ้นไปยังที่สูงสุดเหนือฟ้าสวรรค์ทั้งปวง

    d. *ทรงได้รับการเชื่อวางใจจากคนมากมายในโลก และทรงถูก________________ ด้วย____________ (1 ทิโมธี 3:16)* วลี "รับขึ้นไป" มาจากคำกรีกว่า อนาลัมบาโน *(analambánō)* ซึ่งหมายความว่า "การรับขึ้นไป" พระคริสต์เสด็จขึ้นสู่สวรรค์ไปยังสถานแห่งพระสิริของพระเจ้า พระองค์ถูกรับขึ้นไปยังสถานที่นี้และได้รับการต้อนรับอย่างดี

    e. *พระเจ้าก็ทรงรับพระองค์ขึ้นสู่ฟ้าสวรรค์ ประทับที่________________ ของพระเจ้า (มาระโก 16:19)* วลี "รับขึ้นสู่" มาจากคำกรีกว่า อนาลัมบาโน *(analambánō)* (ดูคำอธิบายด้านบน) มัทธิว เฮนรี่ (Matthew Henry) เขียนเอาไว้ว่า "พระองค์ไม่ได้แค่ได้รับอนุญาตให้เข้าสู่สวรรค์เท่านั้น แต่เป็นการเข้าไปอย่างบริบูรณ์สู่อาณาจักรของพระองค์"[22] เมื่อเสด็จขึ้นไปแล้วพระคริสต์ก็ได้ "นั่งลงที่เบื้องขวาพระหัตถ์ของพระเจ้า" ไม่มีสถานที่ใดยิ่งใหญ่กว่าที่นี่ คือที่แห่งความโปรดปรานและสิทธิอำนาจ

---

21 *Matthew Henry Commentary*, Vol.5, p.846

22 *Matthew Henry Commentary*, Vol.5, p.572

f.   *พระองค์เสด็จไปยัง* ____________________ *(ยอห์น 14:28)* พระคริสต์กลับไปยังผู้ซึ่งทรงรักที่สุด สู่ผู้ซึ่งพระองค์ได้ทำกิจยิ่งใหญ่แห่งการไถ่กู้ คือพระบิดา พระคริสต์ได้ทำให้พระบิดาพอพระทัยในทุกด้าน และตอนนี้พระองค์ก็เสด็จกลับบ้านไปพร้อมกับการยอมรับของพระบิดา

g.   *พระองค์เสด็จ* ____________________ *ไปยังสถานที่ซึ่งพระองค์อยู่มา* ____________________ *(ยอห์น 6:62)* คำว่า "ขึ้นไป" มาจากคำกรีกว่าอนาไบโน (anabaino) ซึ่งหมายถึง "การขึ้นไป การปีน" สอนเรื่องที่สอนในเนื้อหาตอนนี้ก็คือ (1) พระสิริของพระบุตรนิรันดร์นั้นมีมาก่อนการมาบังเกิดของพระองค์ และ (2) พระบุตรเสด็จกลับไปยังสภาพที่มีเกียรติของพระองค์ ซึ่งครั้งนี้ไปในฐานะมนุษย์-พระเจ้า

การได้รับเกียรติ

พระคัมภีร์สอนว่า พระเยซูคริสต์ไม่เพียงเสด็จขึ้นสู่สวรรค์เท่านั้น แต่พระองค์ทรงได้รับการยกขึ้นสู่ตำแหน่งทรงเกียรติและสิทธิอำนาจสูงสุด ในเบื้องขวาพระหัตถ์ของพระเจ้าด้วย ให้ต้องสังเกตว่า พระเกียรตินี้ไม่ใช่ประสบการณ์ "ใหม่" หรือ "แปลก" สำหรับพระบุตรของพระเจ้า พระคัมภีร์สอนชัดเจนว่า พระองค์ทรงได้รับเกียรติร่วมกับพระบิดาและทรงร่วมในพระสิริกับพระบิดาก่อนโลกจะเกิดขึ้น (ยอห์น 17:5) ความพิเศษของการหวนคืนสู่พระเกียรติของพระบุตรพบได้ในที่นี่: พระองค์ผู้ที่ขณะนี้ได้รับพระเกียรติประทับที่พระหัตถ์ขวาของพระบิดาเป็นทั้งพระเจ้าและมนุษย์ ในการมาบังเกิด พระบุตรได้ละทิ้งเกียรติและสิทธิของพระองค์ (แม้จะไม่ได้ละทิ้งเนื้อแท้ของพระองค์ไป) ทรงรับเอาความเป็นมนุษย์ของเราไว้กับพระองค์ และเชื่อฟังพระประสงค์ของพระบิดาจนถึงขนาดความตายบนไม้กางเขน ด้วยเหตุนี้ พระองค์จึง "ได้รับ" สิทธิที่จะนั่งลงที่พระหัตถ์ขวาของพระเจ้า พระองค์ผู้ทรงสวมมงกุฎด้วยสง่าราศีและเกียรติบนบัลลังก์ของพระเจ้านั้นเป็นทั้งพระเจ้าและมนุษย์ พระผู้ช่วยให้รอดและกษัตริย์ผู้สูงส่งเป็นหนึ่งเดียวกับพระเจ้าและเป็นหนึ่งเดียวกับประชากรของพระองค์

1.   ในอิสยาห์ 52:13-14 เราพบคำพยากรณ์ทรงพลังเกี่ยวกับพระเกียรติของพระเมสสิยาห์ หลังจากที่ทรงทนทุกข์เพราะบาปแห่งประชากรของพระองค์ ให้คุณสรุปความจริงใหญ่ ๆ จากข้อความตอนนี้

____

____

____

____

____

____

หมายเหตุ คำว่า "ผู้รับใช้ของเรา" นั้นหมายถึงพระเมสสิยาห์ พระเจ้าประทานพระผู้ช่วยให้รอดแท้มาเพียงผู้เดียวคือพระบุตรของพระองค์ พระเยซูคริสต์ วลี "ทำอย่างมีปัญญา" มาจากคำฮีบรูว่าซาคัล *(sakal)* ซึ่งหลายครั้งหมายถึงความมั่งมีหรือความสำเร็จ ชี้ถึงความพอพระทัยของพระเจ้าหรือพระพรและมักจะเป็นรางวัลของความเชื่อฟัง (โยชูวา 1:8) ไม่เคยมีใครเลยที่เชื่อฟังหรือเป็นที่พอพระทัยพระเจ้าได้เท่ากับพระบุตรของพระองค์ พระองค์เชื่อฟังจนถึงความตายบนไม้กางเขน (ข้อ 14; ดูเพิ่มเติมใน ฟีลิปปี 2:8) ดังนั้นแล้วจึงไม่มีใครได้รับเกียรติและถูกยกขึ้นสูงกว่านี้

2. ในอิสยาห์ 53:10-12 เราพบคำพยากรณ์อย่างละเอียดเกี่ยวกับพระเมสสิยาห์ผู้เสด็จมา การทนทุกข์ของพระองค์ และการได้รับเกียรติและสง่าราศีของพระองค์ สรุปด้วยข้อความของคุณเองว่าแต่ละข้อสื่อสารอย่างไรเกี่ยวกับการได้รับเกียรติสูงสุดของพระบุตรที่เบื้องพระหัตถ์ขวาของพระเจ้า

a. *ท่านจะเห็นพงศ์พันธุ์ของท่าน ท่านจะยืดวันเวลาของท่าน พระประสงค์ของพระยาห์เวห์จะเจริญขึ้นในมือของท่าน (ข้อ 10)*

____

____

____

____

หมายเหตุ ผลจากความเชื่อฟังของพระองค์ พระบุตรจะถูกทำให้เป็นขึ้นและมีชีวิตนิรันดร์ร่วมกับพระองค์ ("ท่านจะยืดวันเวลาของท่าน") พระองค์จะได้รับลูกหลานฝ่ายวิญญาณ ("ท่านจะเห็นพงศ์พันธุ์ของท่าน") และพระประสงค์ของพระเจ้า หรือ "ความยินดีของพระองค์" จะถูกทำให้ "เจริญขึ้น" ผ่านทางพระองค์

b. *ภายหลังความลำบากของตัวเขา เขาจะเห็นและจะพึงพอใจ (ข้อ 11)*

____

____

____

____

หมายเหตุ คำว่า "ความลำบาก" มาจากคำภาษาฮีบรูฮะมัล *(`amal)* ซึ่งหมายถึงการตรากตรำ ความลำบาก การตรากตรำ งานหนัก ความทุกข์ยาก และความเจ็บปวด พระเมสสิยาห์จะทรงทนทุกข์กับสิ่งเหล่านี้จนถึงที่สุด (ทางร่างกาย อารมณ์ จิตใจ และจิตวิญญาณ) อย่างไรก็ตาม ด้วยความลำบากของพระองค์นั้นหลายคนจึงได้รับความชอบธรรม และพระองค์จะทรงพอพระทัยในรางวัลของพระองค์ คำว่า "พึงพอใจ" มาจากคำฮีบรูว่า ซาบา *(saba)* ซึ่งแปลว่า "อิ่ม พอใจ หรือ อิ่มจนเหลือ"

c. *เพราะฉะนั้นเราจะแบ่งส่วนหนึ่งแก่เขาเช่นเดียวกับคนใหญ่โต และเขาจะแบ่งของริบกับพวกผู้ยิ่งใหญ่ (ข้อ 12)*

____

____

____

____

> **หมายเหตุ** คำยกย่องจากพระเจ้าและรางวัลนั้นจะเป็นผลสำหรับการเชื่อฟังจนถึงแก่ความตายของพระเมสสิยาห์ การอ้างอิงถึงการแบ่งส่วนกันนั้นแสดงให้เห็นภาพของไม้กางเขนว่า เป็นชัยชนะอันยิ่งใหญ่ หรือชัยชนะทางทหาร พระคริสต์ผู้พิชิตได้รับของที่ริบมาจากชัยชนะของพระองค์

3. ในฟีลิปปี 2:6-11 เราพบพระคัมภีร์สำคัญตอนหนึ่งเกี่ยวกับความอับอายและความสูงส่งของพระบุตรของพระเจ้า ให้อ่านข้อความนี้หลาย ๆ รอบจนคุ้นเคยกับเนื้อหา จากนั้นเขียนคำอธิบายของคุณเองในแต่ละส่วนต่อไปนี้ อะไรคือรางวัลของพระคริสต์ในการที่พระองค์เต็มใจรับความอับอาย?

    a. *เพราะฉะนั้น พระเจ้าจึงทรงยกพระองค์ขึ้นสูงสุด และประทานพระนามเหนือนามทั้งหมดแก่พระองค์ (ข้อ 9)*

    ____

    ____

    ____

    ____

    ____

    ____

    ____

    ____

    ____

> **หมายเหตุ** คำว่า "เพราะฉะนั้น" เป็นคำสำคัญมาก พระเจ้าถวายพระเกียรติแก่พระเยซูเหนือทุก ๆ นาม "เพราะ" หรือ "เนื่องจาก" [กรีก: *dió*] การเต็มใจยอมเชื่อฟังพระเจ้าของพระองค์ ซึ่งแสดงออกจากการมาบังเกิด การเชื่อฟัง และความตายเพื่อไถ่บาปของพระองค์ ด้วยการเสด็จขึ้นสู่สวรรค์ของพระองค์ พระบุตรของพระเจ้าและบุตรมนุษย์ก็ได้ไปอยู่ที่สถานที่ซึ่งเป็นของพระองค์มาก่อนที่โลกนี้จะถูกวางราก พระองค์ได้รับเกียรติไม่ใช่เพียงเพราะสิทธิในความเป็นพระเจ้าเท่านั้น แต่เป็นรางวัลในฐานะที่เป็นมนุษย์ผู้เชื่อฟังอย่างสมบูรณ์ วลี "ยกขึ้นสูงสุด" มาจากคำกรีกว่า ฮุปเปรูปโซโอ **(huperupsóō)** ซึ่งหมายถึงการยกย่องคนหนึ่งขึ้นสู่ตำแหน่งสูงสุดและมีอำนาจที่สุด คำว่า "ประทาน" มาจากคำกรีกว่า คาริโซมัย **(charízomai)** หมายถึงการมอบบางสิ่งที่น่าพอใจให้กับคนอื่นด้วยความเมตตาและให้เปล่า ๆ วลี "เหนือนามทั้งหมด" หมายถึงสภาพที่เหนือกว่าทุกสิ่งที่ถูกสร้างทั้งในสวรรค์และบนแผ่นดินโลกของพระบุตร

    b. *เพื่อที่ว่าเพราะพระนามของพระเยซูนั้น ทุกชีวิตในสวรรค์ บนแผ่นดินโลก และใต้พื้นแผ่นดินโลก จะคุกเข่าลงกราบพระองค์ และเพื่อที่ว่าทุกลิ้นจะยอมรับว่าพระเยซูคริสต์ทรงเป็นองค์พระผู้เป็นเจ้า เป็นการถวายพระเกียรติแด่พระเจ้าพระบิดา (ข้อ 10-11)*

    ____

    ____

____

____

____

____

____

____

____

หมายเหตุ ในอิสยาห์ 45:23 พระเจ้าประกาศเกี่ยวกับพระองค์เองว่า: "เราปฏิญาณโดยตัวเราเอง จากปากชอบธรรม ของเรา ถ้อยคำได้ออกไป และจะไม่หวนกลับมา ว่า 'ทุกเข่าจะกราบลงต่อเรา และทุกลิ้นจะปฏิญาณต่อเรา'" การที่ข้อความนี้ ถูกใช้กับพระคริสต์เป็นข้อพิสูจน์ยิ่งใหญ่ถึงความเป็นพระเจ้าของพระองค์ การคุกเข่าแสดงถึงการรับรู้ถึงคุณค่า การให้ เกียรติ และการยอมจำนนต่ออำนาจ ข้อความนี้สื่อถึงความจริงที่ยิ่งใหญ่สองประการ ประการแรกคือ พระคริสต์ทรงสมควร ได้รับเกียรติและการยอมจำนน ประการที่สองคือวันหนึ่งจะมาถึง เป็นวันที่สิ่งสร้างทั้งหมดจะรับรู้และยอมรับว่าพระคริสต์ เป็นองค์พระผู้เป็นเจ้า

4. ข้อพระคัมภีร์ในพันธสัญญาใหม่ต่อไปนี้ทำให้เราเข้าใจถึงความสูงส่งของพระคริสต์และจุดประสงค์ที่สำคัญบางประการแก่เรา
    เขียนความคิดเห็นของคุณในข้อความต่อไปนี้

    a. *ฮีบรู 1:3*

____

____

____

____

____

____

____

หมายเหตุ คำว่า "ชำระ" มาจากคำภาษากรีก คาธาริสมอส *(katharismós)* ซึ่งอาจแปลว่า "การทำให้สะอาด" เป็นการ อ้างอิงถึงงานการไถ่ของพระคริสต์บนไม้กางเขน ซึ่งประชากรของพระองค์ได้รับการชำระให้บริสุทธิ์จากบาป วลี "พระเจ้า สูงสุด" เป็นการอ้างอิงถึงพระเจ้าและความยิ่งใหญ่ของพระองค์ ความจริงที่ว่า พระคริสต์ได้นั่งลงที่ข้างขวาพระหัตถ์ของ พระเจ้า แสดงให้เห็นว่าพระองค์ได้รับตำแหน่งที่มีเกียรติและความโปรดปรานสูงสุด เป็นสถานที่และตำแหน่งที่เท่าเทียม กับพระเจ้า

b. *ฮีบรู 2:9*

____

____

____

____

____

หมายเหตุ เป็นอีกครั้งที่ความอับอายของพระคริสต์และการสิ้นพระชนม์เพื่อการล้างบาปถูกมองว่า เป็นสาเหตุหรือ พื้นฐานสำหรับความสูงส่งของพระองค์ ผู้เขียนฮีบรูไม่สามารถเลือกวลีใดที่สง่างามไปกว่า "ได้รับพระสิริและพระเกียรติ เป็นมงกุฎ" ถึงอย่างนั้น วลีนี้ก็ไม่อาจบรรยายถึงสง่าราศีที่ประทานแก่พระคริสต์ได้

c. *วิวรณ์ 3:21*

____

____

____

____

____

หมายเหตุ คำว่า "ชนะ" มาจากคำภาษากรีกนิคาโอ *(nikáō)* ซึ่งแปลว่า "พิชิต" หรือ "ได้รับชัยชนะ" การยอมจำนนของ พระคริสต์ต่อพระประสงค์ของพระบิดาและการเชื่อฟังอย่างสมบูรณ์ของพระองค์เป็นปัจจัยตั้งต้นที่จำเป็นต่อการได้รับเกียรติ ของพระองค์ ในการเชื่อฟังและการยอมจำนนของพระองค์ พระคริสต์ทรงเอาชนะบาป ซาตาน และความตาย การได้รับ เกียรติของพระองค์นั้นถูกแสดงออกผ่านทางเห็นเป็นรางวัลที่พระองค์ได้รับ เนื่องด้วยความเชื่อฟัง

บทที่ 28: พระผู้ช่วยให้รอดของเรา ผู้ได้รับการยกย่อง

พระบุตรนิรันดร์ของพระเจ้าถอดศักดิ์ศรีความเป็นพระเจ้าของพระองค์ออก และรับเอาความเป็นมนุษย์ของเราเข้าไป พระองค์ดำเนินบนโลกนี้ ใช้ชีวิตอันสมบูรณ์แบบโดยยอมเชื่อฟังน้ำพระทัยของพระเจ้าอย่างสมบูรณ์ ตามที่พระเจ้าได้ว่าแผนเอาไว้นั้น พระองค์จึงถูกตรึงเอาไว้บนไม้กางเขนของโรมด้วยมือคนบาป บนไม้กางเขนนั้น พระองค์รับบาปของประชากรของพระองค์และรับพระพิโรธของพระเจ้าแทนพวกเขา ด้วยความตายของพระองค์ ความยุติธรรมของพระเจ้าก็ได้รับการตอบสนอง และทำให้พระเจ้าผู้ยุติธรรมสามารถอภัยบาปของประชากรของพระองค์และมอบฐานะอันสมบูรณ์ให้กับพวกเขาต่อหน้าพระองค์ ด้วยการเชื่อฟังของพระองค์ พระบุตรผู้ลงมาบังเกิดก็ได้ถูกทำให้เป็นขึ้นจากตายและถูกยกขึ้นสู่เบื้องขวาพระหัตถ์ของพระเจ้าในฐานะพระผู้ช่วยให้รอด และความรอดก็มีอยู่ในนามของพระองค์เท่านั้น

พระคัมภีร์ประกาศอย่างโต้เถียงไม่ได้เลยว่า ความรอดนั้นตั้งอยู่บนพระนามของพระเยซูคริสต์เพียงผู้เดียว ไม่มีผู้ช่วยให้รอดอื่น คนกลางอื่น หรือวิธีใด ๆ ที่มนุษย์จะสามารถได้รับการอภัยบาปและกลับคืนดีกับพระเจ้าได้ กิจการนี้สำเร็จได้ด้วยผ่านทางพระเยซูคริสต์และการงานอันสมบูรณ์ของพระองค์บนไม้กางเขนเท่านั้น นี่เป็นหนึ่งในความจริงที่โด่งดังของคริสต์ศาสนา อย่างไรก็ดี การปฏิเสธเพียงเสี้ยวหนึ่งของความจริงนี้ก็คือการปฏิเสธพระคัมภีร์ ลดทอนพระสิริของพระเจ้า ทำให้ไม้กางเขนไร้ความหมาย เหมือนเอามีดแทงไปที่หัวใจแห่งพระกิตติคุณ คำประกาศเกี่ยวกับพระกิตติคุณที่สัตย์ซื่อเท่านั้นคือคำประกาศที่กล่าวอย่างชัดเจนกล้าหาญว่า พระเยซูคริสต์เป็นพระผู้ช่วยให้รอดแท้แต่องค์เดียว

1. ในยอห์น 14:6 พระเยซูประกาศอย่างกล้าหาญถึงตัวพระองค์เองในเรื่องเกี่ยวกับความจริง ชีวิต และการคืนดีกับพระเจ้า ในความคิดของพระคริสต์นั้น ไปได้หรือไม่ที่เราจะสามารถพบความจริง ชีวิต หรือความรอดในผู้อื่นหรือสิ่งอื่นนอกจากพระองค์ หรือไม่? เขียนความคิดของคุณเกี่ยวกับแต่ละวลีต่อไปนี้

   a. *เราเป็นทางนั้น...*

   ____

   ____

   ____

   ____

   ____

   ____

หมายเหตุ พระคริสต์คือ "ทางแห่งความบริสุทธิ์" ที่ถูกพยากรณ์ถึงจากอิสยาห์ 35:8 และเป็น "ทางใหม่ที่มีชีวิต" ในฮีบรู 10:20 พระองค์เป็นทางเดียวที่พระเจ้าและมนุษย์มาพบกัน ถนนมากมายตรงไปยังโรม แต่มีทางเดียวเท่านั้นที่นำไปสู่การอภัยบาปและความสัมพันธ์ที่ถูกต้องกับพระเจ้า นั่นคือทางของพระเยซูคริสต์

b. และเป็นความจริง...

____

____

____

____

____

หมายเหตุ พระคริสต์เป็นมากกว่าแค่ครูที่สอนความจริง พระองค์ทรงเป็นความจริงนั้น — เป็นการเปิดเผยถึงความจริง
ยิ่งใหญ่ที่สุดแก่มนุษย์ และเป็นมาตรฐานที่ใช้ตัดสินความคิด คำพูด และการกระทำอื่นๆ ทั้งหมด ตัวตนและคำสอนของ
พระองค์เป็นตัวแทนของความจริงสุดยิ่งใหญ่ที่มนุษย์เคยได้รับ คำสอนใดๆ ที่ขัดแย้งกับพระคริสต์หรือยกย่องตนเองว่า
เหนือกว่าพระคริสต์นั้น ล้วนเป็นเท็จ

c. และเป็นชีวิต...

____

____

____

____

____

หมายเหตุ ยอห์นเริ่มต้นพระกิตติคุณของพระองค์โดยประกาศว่า "ในพระองค์ [พระบุตร] ทรงเป็นแหล่งชีวิต และชีวิตนั้น
เป็นความสว่างของมนุษย์" (1:4) ในยอห์น 5:26 พระเยซูไม่เพียงสอนว่าชีวิตนั้นเกิดขึ้นโดยพระองค์เท่านั้น แต่พระองค์
ทรงมี "ชีวิตอยู่ภายในพระองค์เอง" ตั้งแต่เริ่มต้น พระบุตรทรงเป็นคนกลางที่นำชีวิตมาสู่มวลมนุษย์ ทั้งทางร่างกายและ
ทางวิญญาณ พระองค์ทรงเป็นเถาองุ่นแท้ ผู้ทรงนำชีวิตฝ่ายวิญญาณมาสู่ผู้ที่อยู่ในพระองค์แต่เพียงผู้เดียว (ยอห์น 15:1-6)
นอกจากพระองค์แล้ว จะไม่มีจิตวิญญาณที่แท้จริงเลย

d. ไม่มีใครมาถึงพระบิดาได้นอกจากจะมาทางเรา

____

____

____

____

หมายเหตุ นี่คือเรื่องอื้อฉาวของความเชื่อในคริสต์ศาสนา คริสต์ศาสนาที่แท้จริงนั้นมีความเจาะจงมาก เพราะไม่ยอมรับว่าจะมีใครเข้าไปในสวรรค์ได้เลยเว้นแต่โดยทางพระคริสต์และกิจการลบบาปของพระองค์บนไม้กางเขนเท่านั้น ผู้ชอบธรรมในพันธสัญญาเดิมนั้นถูกถือว่าชอบธรรมโดยความเชื่อ ในการเปิดเผยของพระเจ้าที่พวกเขาได้รับ และในพระสัญญาแห่งความหวังในอนาคตผ่านทางพระเมสสิยาห์ เมื่อพระเมสสิยาห์เสด็จมาและได้ทำคำพยากรณ์และคำสัญญาในพันธสัญญาเดิมสำเร็จแล้ว ความรอดก็จึงมีในพระนามของพระองค์และในกิจแห่งการไถ่ของพระองค์เท่านั้น

2. เพื่อจะมั่นใจว่า เราตีความถ้อยคำของพระเยซูอย่างถูกต้อง เราเพียงต้องพิจารณาคำประกาศที่กล้าหาญสองสามข้อที่ถูกเทศนาและถูกเขียนเอาไว้ในงานเขียนของอัครทูต จากข้อพระคัมภีร์ต่อไปนี้ พวกเขาตีความบุคคลและกิจแห่งความรอดของพระเยซูคริสต์อย่างไร พระองค์ทรงเป็น**หนึ่งใน**พระผู้ช่วยให้รอดหรือเป็นพระผู้ช่วยให้รอดแท้เพียง**หนึ่งเดียว**?

   a. *กิจการ 4:12*

หมายเหตุ เป็นไปได้น้อยมากที่เปโตรจะกล่าวอย่างชัดเจนเกี่ยวกับความแตกต่างของพระคริสต์และฤทธิ์อำนาจในการช่วยให้รอดของพระองค์ คำกล่าวของพระองค์นั้นเป็นการย้ำถึงคำประกาศยิ่งใหญ่ที่ถูกกล่าวผ่านทางผู้เผยพระวจนะอิสยาห์ "เรา เราเองคือยาห์เวห์ และนอกจากเรา ไม่มีพระผู้ช่วยให้รอด" (อิสยาห์ 43:11) และ "นอกจากเรา ไม่มีพระเจ้าอื่นอีก พระเจ้าผู้ชอบธรรมและช่วยให้รอด นอกจากเราไม่มีผู้อื่น" (อิสยาห์ 45:21b) นี่คือธงอันยิ่งใหญ่ในคริสต์ศาสนา เราอาจตรวจค้นทุกส่วนของสิ่งทรงสร้าง แต่ไม่มีใครพบผู้ที่คู่ควรกับตำแหน่งพระผู้ช่วยให้รอดยกเว้น แต่พระเมษโปดกของพระเจ้า

   b. *1 โครินธ์ 3:11*

หมายเหตุ ตลอดพระคัมภีร์นั้น พระคริสต์ถูกกล่าวถึงในฐานะรากฐานหรือศิลามุมเอกที่ความรอดและคริสตจักรตั้งมั่นอยู่บนนั้น (อิสยาห์ 28:16; มัทธิว 21:42; กิจการ 4:11; เอเฟซัส 2:20; 2 ทิโมธี 2:19; 1 เปโตร 2:6) พระเจ้าได้วางศิลาอันเป็นรากฐานไว้เพียงก้อนเดียวคือพระคริสต์ พระองค์เท่านั้นที่เป็นเครื่องหมายของพระเจ้า

c. *1 ทิโมธี 2:5*

____

____

____

____

หมายเหตุ หลักข้อเชื่อแห่งความรอดในพระคริสต์เท่านั้น เป็นรากฐานของคริสต์ศาสนาตามพระคัมภีร์เหมือนกันกับหลักข้อเชื่อเรื่องพระเจ้าองค์เดียว คำว่า "คนกลาง" มาจากภาษากรีกว่า เมซิเทส *(mesítēs)* ซึ่งหมายถึงผู้ตัดสิน หรือผู้ที่เดินทางไปมาระหว่างสองสิ่ง ในบริบทของเรานี่หมายถึงการเป็นผู้ที่ไปมาระหว่างพระเจ้ากับมนุษย์ การเรียกพระเยซูว่า "มนุษย์" ไม่ใช่การปฏิเสธความเป็นพระเจ้าของพระองค์ แต่เป็นการเน้นไปที่ความเป็นมนุษย์ของพระองค์ เพื่อจะปลอบใจแก่ผู้เชื่อ องค์ผู้เป็นคนกลางของเราเป็นเช่นเดียวกับเรา และพระองค์ก็ไม่เคยอับอายที่จะเรียกเราว่า พี่น้อง (ฮีบรู 2:11)

d. *1 ยอห์น 5:12*

____

____

____

____

หมายเหตุ เป็นอีกครั้ง พระคัมภีร์ตอนนี้ชัดเจนมากจนไม่อาจมีคำถามได้ ชีวิตฝ่ายวิญญาณแท้และความหวังแห่งชีวิตนิรันดร์ทั้งปวงอันเป็นผลมาจากความสัมพันธ์ที่คืนดีกันกับพระเจ้านั้นถูกกำหนดจากความสัมพันธ์ของคนนั้นกับพระคริสต์ "ในพระคริสต์เท่านั้น" เป็นหลักการที่บรรดาผู้เขียนพันธสัญญาใหม่กล่าวถึงเสมอ บางคนอาจจะปฏิเสธคำพยานของพวกเขาที่ว่าพระคริสต์เป็นทางเดียวได้ แต่ก็ไม่อาจปฏิเสธได้ว่า พวกเขาเป็นพยานแบบนี้จริง ๆ

3. ในกิจการ 5:31 และ 11:17-18 เราพบคำประกาศที่สำคัญสองประการเกี่ยวกับคำกล่าวอ้างว่า ความรอดมีในพระคริสต์เพียงผู้เดียว พวกเขาพิสูจน์ว่า พระคริสต์นั้นไม่แค่พระผู้ช่วยให้รอดของชาวยิวเท่านั้นโดยไม่เกี่ยวกับคนต่างชาติ และพระองค์ก็ไม่ได้เป็นพระผู้ช่วยให้รอดของคนต่างชาติโดยไม่เกี่ยวกับยิว แต่พระเยซูคือพระผู้ช่วยให้รอดที่พระเจ้าได้แต่งตั้งเอาไว้เพื่อทุกชนชาติ

a. *ในกิจการ 5:31 อัครทูตเปโตรประกาศเกี่ยวกับความสัมพันธ์ระหว่างพระคริสต์กับชาวยิวว่าอย่างไร?*

____

____

____

____

> **หมายเหตุ** การที่พระเจ้ายกพระเยซูขึ้นนั้นเป็นหลักฐานว่า พระเยซูคือผู้ปลดปล่อยที่พระเจ้าได้ทรงแต่งตั้งไว้เพื่อให้นำความรอดไปยังประชากรโบราณของพระองค์ นั่นคือชาวยิว

b. จากกิจการ *11:17-18* คริสเตียนชาวยิวยอมรับเรื่องใดหลังจากที่ได้ยินเรื่องการช่วยให้รอดในหมู่คนต่างชาติจากเปโตร? พระคริสต์เป็นพระผู้ช่วยให้รอดสำหรับชาวยิวเท่านั้นหรือรวมทั้งคนต่างชาติด้วย?

____

____

____

____

4. ในโรม 1:16 อัครทูตเปาโลกล่าวข้อความสำคัญมากเกี่ยวกับพระกิตติคุณของพระเยซูคริสต์ในฐานะหนทางเพียงหนึ่งเดียวสู่ความรอดของทุกชนชาติ พิจารณาข้อความตอนนี้และเขียนความคิดของคุณเห็นลงไป

____

____

____

____

____

> **หมายเหตุ** จำเป็นต้องใช้ฤทธิ์อำนาจมาก [กรีก:ดูนามิส *(dúnamis)*] เพื่อรื้อฟื้นคนที่ตายฝ่ายวิญญาณ ชำระล้างคนบาป และชำระคนที่มลทินให้บริสุทธิ์ ฤทธิ์อำนาจเช่นนี้มาจากทาง**พระกิตติคุณเท่านั้น** ซึ่งเป็นสิ่งที่ชี้ไปยังพระคริสต์ว่าเป็น***พระผู้ช่วยให้รอดเพียงองค์เดียว***ที่นำความรอดมาให้มนุษย์ได้

บทที่ 29: คนกลางของเรา ผู้ได้รับการยกย่อง

กิจแห่งการไถ่ของพระคริสต์ไม่ได้จบลงด้วยความตายบนไม้กางเขนของพระองค์ แต่ดำเนินต่อไปในการถูกยกชูขึ้นของพระองค์ พระคริสต์เป็นมหาปุโรหิตผู้ถวายพระองค์เองเป็นเครื่องบูชาสมบูรณ์แบบ เพื่อให้ความยุติธรรมของพระเจ้าสำเร็จและช่วยประชากรของพระองค์จากพระพิโรธ แต่พระองค์ก็ทรงเป็นมหาปุโรหิตผู้ยืนอยู่บนสวรรค์แทนที่พวกเขา และมีชีวิตนิรันดร์เพื่อวิงวอนแทนพวกเขาต่อหน้าพระเจ้า ในการลงมาบังเกิด พระบุตรรับเอาความเป็นมนุษย์มาไว้ที่พระองค์เพื่อที่พระองค์จะตายแทนประชากรของพระองค์ได้ ตอนนี้พระบุตรยืนอยู่ในสวรรค์ด้วยสภาพมนุษย์ที่ถูกห่อหุ้มด้วยเกียรติสิริ เป็นตัวแทนของประชากรของพระองค์ต่อหน้าพระเจ้าในฐานะคนกลางและผู้ทูลขอแทนพวกเขา ในสองบทถัดไปเราจะพิจารณาอย่างใกล้ชิดเกี่ยวกับสองหน้าที่นี้คือ คนกลาง (บทนี้) และ ผู้ทูลขอ (บทต่อไป)

คำว่า "คนกลาง (mediator)" มาจากกิริยาภาษาละตินว่า *mediare* ซึ่งแปลว่า "การอยู่ตรงกลาง" คำกรีกของคำนี้คือ เมสิเทส (*mesítēs* มาจาก *mesiteúō* ซึ่งหมายถึง "การทำให้ได้ข้อตกลง") คำจำกัดความต่อไปนี้ของคำว่า "คนกลาง" ช่วยเราได้มาก

> "ผู้ซึ่งช่วยหรือทำให้สองกลุ่มเกิดข้อตกลงร่วมกัน โดยมีนัยในการรับรองความแน่นอนของข้อตกลงนั้น" (*Louw & Nida Greek Lexicon*)

> "ผู้ซึ่งทำหน้าที่ตรงกลางระหว่างสองกลุ่ม ผู้แทรกแทรงเพื่อทำให้เกิดการประนีประนอมระหว่างสองกลุ่ม; ผู้ตัดสิน; ผู้ที่เป็นตัวกลางในการสื่อสารระหว่างสองกลุ่ม" (*Mounce Greek Dictionary*)

พจนานุกรมของเว็บสเตอร์ (Webster) ให้คำนิยามของคนกลางว่าเป็น "ผู้ที่มีคุณสมบัติและสามารถแทรกแซงระหว่างสองฝ่ายเพื่อทำให้เกิดการประนีประนอมระหว่างกันและกัน" เพื่อที่จะสามารถเป็นคนกลางที่เหมาะสมระหว่างพระเจ้ากับมนุษย์ได้ พระเยซูชาวนาซาเร็ธจึงจำเป็นที่จะต้องเป็นทั้งพระเจ้าและมนุษย์ในคนเดียว พระองค์จะต้องเป็นมนุษย์โดยสมบูรณ์เพื่อพระองค์จะทรงวางพระหัตถ์บนมนุษย์ ทรงเปิดเผยพระเจ้าแก่พวกเขา และนำการปลอบโยนมาให้พวกเขาได้ และพระองค์ต้องเป็นพระเจ้าอย่างสมบูรณ์เพื่อที่พระองค์จะวางพระหัตถ์บนพระเจ้า เป็นการสำแดงอันสมบูรณ์ถึงความยิ่งใหญ่ของพระเจ้า และเข้ามาแทรกแซงเพื่อมนุษย์ได้ นี่จะเป็นการหมิ่นประมาทพระเจ้าอย่างเลวร้ายที่สุดหากจะกล่าวว่าสิ่งทรงสร้างใด ๆ มีอำนาจจะทำลักษณะนี้ แม้จะเป็นสิ่งทรงสร้างสูงสุดก็ตาม เสราฟิมผู้ยิ่งใหญ่ที่อาศัยอยู่ในห้องบัลลังก์ของพระเจ้าก็ไม่กล้าแม้แต่จะอ้างว่าเป็นภาพสะท้อนของพระองค์ ยิ่งไม่กล้าที่จะยื่นมือออกมาอ้างว่าเป็นคนกลางของพระองค์ แม้จะยิ่งใหญ่ขนาดที่พวกเขาเป็น แต่พวกเขาก็ไม่กล้าทำอะไรมากกว่าการก้มศีรษะ ปกปิดตัวเอง และร้องว่าพระองค์เท่านั้นที่บริสุทธิ์ บริสุทธิ์ บริสุทธิ์ (อิสยาห์ 6:2-3)!

การเป็นคนกลางคืองานที่เกินกว่าสิ่งทรงสร้างทั้งปวงจะสามารถทำได้ นี่เป็นงานที่เป็นของพระคริสต์เท่านั้น! มีเพียงพระองค์ที่มีคุณสมบัติจะยืนอยู่ต่อหน้าพระเจ้าแทนที่เรา เพราะพระองค์เพียงผู้เดียวเท่านั้นที่มีความเป็นพระเจ้าสมบูรณ์และอยู่ในกายมนุษย์ พระองค์เป็นพระเจ้าอย่างเต็มขนาด และพระองค์ก็เป็นมนุษย์เหมือนกับเรา เว้นแต่ว่าทรงไร้บาป

1. นับตั้งแต่การล้มลงของอาดัม สิ่งที่มนุษยชาติต้องการมากที่สุดคือผู้หนึ่งที่สามารถมาเป็นตัวแทนของพวกเขาต่อพระพักตร์พระเจ้าและทำหน้าที่เป็นผู้คนกลาง ตัวแทนแบบนี้เท่านั้นที่เป็นความหวังเดียวของมนุษย์ที่จะคืนดีกับพระเจ้า ภาวะที่กลืนไม่เข้าคายไม่ออกตั้งแต่โบราณนี้แสดงให้เห็นอย่างชัดเจนในพระธรรมโยบ อะไรคือคำตัดพ้อของโยบในบทที่ 9:29-33? ให้เขียนความคิดเห็นของคุณเกี่ยวกับคำพูดต่อไปนี้จากพระคัมภีร์ตอนนี้

a. *ข้าพระองค์จะถูกกล่าวโทษ แล้วข้าพระองค์จะดิ้นรนให้เหนื่อยเปล่า ทำไม? ถ้าข้าพระองค์ชำระตัวด้วยสบู่ และล้างมือด้วยน้ำด่าง พระองค์ก็จะทรงจุ่มข้าพระองค์ลงในบ่อโสโครก แม้เสื้อผ้าของข้าพระองค์ก็จะรังเกียจข้าพระองค์ (29-31)*

____

____

____

____

____

หมายเหตุ โยบตระหนักถึงความจริงอันสำคัญสองประการ ประการแรกคือเขาก็เหมือนกับคนอื่น คือเขาเป็นคนบาปต่อหน้าพระเจ้า ประการที่สองคือสารพัดสิ่งที่เขาทำเพื่อจะให้ตนชอบธรรมต่อหน้าพระเจ้านั้น เปล่าประโยชน์ ในเยเรมีย์ 2:22 พระเจ้าประกาศว่า "ถึงแม้ว่าเจ้าชำระตัวด้วยน้ำด่าง และใช้สบู่มาก แต่รอยเปื้อนความผิดบาปของเจ้าก็ยังปรากฏอยู่ต่อหน้าเรา" นี่เป็นความจริงอันโหดร้ายสำหรับคนที่พอจะเข้าใจเกี่ยวกับความบริสุทธิ์ของพระเจ้าและความล้มเหลวทางศีลธรรมอย่างสุดกู่ของตัวเอง หากไม่มีพระคริสต์ การถวายตนเองเพื่อลบบาป การมอบฐานะชอบธรรมของพระองค์ให้ และการเป็นความกลางนิรันดร์ของพระองค์แล้ว มนุษย์ก็ไม่มีความหวังใด ๆ อีก

b. *พระองค์มิใช่มนุษย์อย่างข้า ที่ข้าจะตอบพระองค์ ที่เราจะมาสู้คดีกัน (ข้อ 32)*

____

____

____

____

____

หมายเหตุ โยบตระหนักว่า พระเจ้าทรงบริสุทธิ์ แยกออกจากคนบาปและไกลเกินเอื้อมสำหรับมนุษย์ นี่เป็นหนึ่งใน "ความจริงประการแรก" หรือ "ความจริงอันเป็นรากฐาน" เกี่ยวกับความรู้แท้เรื่องพระเจ้า พระเจ้าตรัสกับโมเสสว่า "เจ้าจะเห็นหน้าของเราไม่ได้ เพราะมนุษย์เห็นหน้าเราแล้วจะมีชีวิตอยู่ไม่ได้" (อพยพ 33:20) โยบตระหนักถึงความจริงนี้ เขาจะกล้าจินตนาการว่าตัวเองเข้าไปอยู่ต่อหน้าพระเจ้าได้อย่างไร? นี่เป็นคำถามที่ดำรงอยู่ทั้งกับเราและโยบว่า "เราจะเข้าถึงพระเจ้าได้อย่างไร?" เราจำเป็นต้องมีคนกลาง: ผู้ที่สามารถอยู่ต่อหน้าพระเจ้าได้อย่างสบายใจและเราเองก็สบายใจเมื่ออยู่ต่อหน้าผู้นั้น

c. *ไม่มีคนกลางระหว่างเรา ผู้ซึ่งจะตัดสินให้เราทั้งสองได้ (ข้อ 33)*

หมายเหตุ คำว่า "คนกลาง" แปลมาจากภาษาฮีบรูว่ายาคัช *(yakach)* ซึ่งหมายถึงผู้ตัดสิน ผู้ไกล่เกลี่ย หรือคนกลาง โยบตระหนักว่าเขาต้องการคนกลางที่มีคุณสมบัติจะยืนระหว่างเขากับพระเจ้า ใน 1 ซามูเอล 2:25 เราพบข้อความว่า "ถ้ามนุษย์คนไหนทำบาปต่อมนุษย์ด้วยกัน พระเจ้าจะทรงวินิจฉัยให้เขา แต่ถ้ามนุษย์ทำบาปต่อพระยาห์เวห์ ใครจะทูลขอ เพื่อเขาได้เล่า?" ความจริงนี้คือรากฐานของสิ่งที่โยบคร่ำครวญ คนกลางที่เหมาะสมนั้นจะต้องเป็นมนุษย์เพื่อที่เขาจะสามารถ วางมือลงบนโยบได้ แต่ก็จะต้องเป็นพระเจ้าเพื่อที่จะวางมือลงที่พระเจ้าได้ด้วย เงื่อนไขทั้งสองอย่างนี้พบได้ในพระเยซู พระองค์คือมนุษย์ผู้สามารถเห็นใจในความอ่อนแอของเรา และพระองค์เป็นพระบุตรของพระเจ้าผู้ได้ผ่านฟ้าสวรรค์และ ประทับที่เบื้องขวาของพระเจ้า วิงวอนทุกวันแทนประชากรของพระองค์

2. พระคัมภีร์ประกาศว่า สิ่งที่มนุษย์ทุกคนต้องการมากที่สุดคือคนกลางที่จะมายืนระหว่างพวกเขากับพระเจ้า พระคัมภีร์ยังสอน อีกว่า พระเจ้าตอบสนองความต้องการนี้ในบุคคลของพระเยซูคริสต์ 1 ทิโมธี 2:5 บอกเราเกี่ยวกับความจริงนี้อย่างไร?

หมายเหตุ การประกาศถึง "พระเจ้าเดียว" เป็นคำสารภาพยิ่งใหญ่ของชาวอิสราเอลและคริสตจักร (เฉลยธรรมบัญญัติ 6:4) การบอกว่า พระคริสต์ไม่ใช่คนกลางเพียง *ผู้เดียว* ก็เท่ากับการปฏิเสธว่าพระเจ้าในพระคัมภีร์นั้นไม่ใช่พระเจ้าแท้แต่ *องค์เดียว* อย่างที่ได้กล่าวไปก่อนหน้านี้ว่าคำว่า "คนกลาง" มาจากคำกรีกว่า เมสิเทส (mesites) ซึ่งหมายถึงคนกลางหรือผู้ไกล่เกลี่ย หมายถึงคนที่เข้ามาแทรกแซงระหว่างสองกลุ่มเพื่อทำให้เกิดสันติภาพ ทำให้เกิดข้อตกลง หรือสนธิสัญญา ด้วยการกล่าวถึง สองกลุ่ม ("พระเจ้า" และ "มนุษย์") ในด้านของความสัมพันธ์ที่เกี่ยวข้องกัน เปาโลได้แสดงตัวอย่างถึงมาตรฐานคุณสมบัติของ คนกลางที่เจาะจงนี้ว่า เขาจะต้องมีความเป็นพระเจ้าอยู่เต็มขนาดเพื่อที่จะเข้าใกล้พระเจ้าและทูลขอเพื่อเราได้ (1 ยอห์น 2:1) อย่างไรก็ดี เขาก็จะต้องเป็นมนุษย์เต็มขนาดเพื่อที่จะสามารถยืนในตำแหน่งของเราอยู่ถูกต้องและชำระบาปแทนเราได้ จะต้อง ไม่ทำให้ตัวเองเหนือกว่าด้วยพระบารมีของเขาเอง จะต้องสำแดงพระเจ้าแก่เรา และต้องเข้าใจในความอ่อนแอของเรา (ฮีบรู 4:15) การนำคำว่า "มนุษย์" มาติดกับคำว่า "พระเยซูคริสต์" อัครทูตเปาโลไม่ได้กำลังปฏิเสธหรือพยายามลดทอนความเป็น พระเจ้าของพระองค์ลง แต่เขากำลังให้ความสำคัญอย่างมากกับความเป็นมนุษย์ของพระคริสต์ในบทบาทการเป็นคนกลาง ผู้ซึ่งมนุษย์อันเปราะบางจะสามารถเข้าใกล้พระเจ้าได้ผ่านทางพระองค์ เปาโลกำลังเสนอว่าพระคริสต์นั้นเป็นเช่นเดียวกับเรา โดยไม่ปฏิเสธความเป็นพระเจ้าของพระองค์

3. พระคัมภีร์สอนว่า พระเยซูคริสต์ทรงมีคุณสมบัติเฉพาะเจาะจงที่จะเป็นคนกลางระหว่างพระเจ้ากับมนุษย์ ในฐานะที่เป็นพระเจ้า-
มนุษย์ พระองค์สามารถเป็นตัวแทนของทั้งสองฝ่ายและทำให้เกิดการปรองดองระหว่างกันได้ ฮีบรู 4:15-16 สอนอะไรเราเกี่ยว
กับความจริงนี้

    a. เพราะว่าเราไม่ได้มีมหาปุโรหิตที่ไม่สามารถจะเห็นใจในความอ่อนแอของเรา แต่ทรงเคยถูกทดลองใจเหมือนเราทุกอย่าง
       ถึงกระนั้นพระองค์ก็ยังปราศจากบาป (ข้อ 15)

____

____

____

____

____

____

____

____

____

หมายเหตุ พระคริสต์ทรงเป็นมหาปุโรหิตผู้ยิ่งใหญ่ เป็นผู้ยิ่งใหญ่กว่าและเป็นสูงสุดของปุโรหิตแบบเผ่าเลวี (ฮีบรู 4:14)
คำว่า "เห็นใจ" แปลมาจากคำภาษากรีก ซุมพาเธโอ *(sumpathéō)* [*sún* = ด้วย, กับ + *páschō* = ความทุกข์] ซึ่งแปลได้
ว่า "ได้รับผลกระทบจากความรู้สึกหรือจุดอ่อนแบบเดียวกันของผู้อื่น" หรือแปลได้อีกว่า "สัมผัสได้ถึงความรู้สึกอ่อนแอของ
เรา" คำว่า "ความอ่อนแอ" แปลมาจากคำภาษากรีกว่า อัสเธเนียอา *(asthéneia)* [*a* = ไม่ + *sthénos* = แข็งแรง] ซึ่งแสดง
ถึงความอ่อนแอ ความไม่มั่นคง ความเปราะบาง หรือความไร้ความสามารถ พระคัมภีร์สอนว่า พระคริสต์เสด็จมาในรูป
ลักษณ์เหมือนกับเนื้อหนังที่มีบาป (โรม 8:3) แต่นี่ไม่ได้หมายความว่า ร่างกายของพระองค์มีบาป เพียงแต่ร่างกายของ
พระองค์ต้องอยู่ภายใต้ความเปราะบางของมนุษย์ที่ล้มลงในบาปเท่านั้น พระกายของพระคริสต์ไม่ใช่ร่างกายก่อนล้มลงใน
บาปอันรุ่งโรจน์เหมือนกับอาดัมอย่างที่มักจะเข้าใจผิดกัน คำว่า "ทดลองใจ" มาจากคำภาษากรีก เพราโซ *(peirázō)* ในแง่
บวกแล้ว คำนี้หมายถึงการพยายามหรือการทดสอบเพื่อตรวจสอบคุณภาพของบางสิ่งบางอย่าง ในแง่ลบนั้น คำนี้หมาย
ถึง การชักชวนให้ผู้อื่นทำบาป ซึ่งในที่นี้แสดงถึงความหมายหลังอย่างชัดเจน พระคริสต์ถูกล่อลวงโดยมาร และโดยทุก ๆ
เครื่องมือ (มนุษย์และมาร) ที่มารมีอยู่ ข้อสำคัญคือคำกริยา เพราโซ *(peirázō)* ปรากฏในกาลสมบูรณ์ (perfect tense)
พระคริสต์ได้ทรงถูกทดลองจนครบถ้วนและสมบูรณ์จบไปแล้ว นี่ไม่ได้หมายความว่าเราได้เผชิญหรือจะเผชิญการล่อลวง
ทุกอย่างเท่าที่จะจินตนาการได้ แต่หมายความว่าพระองค์ต่างหากที่เป็นผู้เผชิญกับสิ่งเหล่านั้น ดังนั้นแล้วพระองค์จึงสามารถ
ช่วยเราได้ในทุกสถานการณ์ ไม่มีการทดลองใดที่พระองค์ไม่เคยเผชิญและเอาชนะมาก่อน ด้วยเหตุนี้ พระองค์จึงเป็นผู้ซึ่ง
"ปราศจากบาป" นี่อาจเป็นลักษณะที่น่าประหลาดใจที่สุดของชายชาวนาซาเร็ธคนนี้—คือพระองค์ไม่มีบาปเลย! พระคริสต์
ทรงเป็นบุคคลเพียงผู้เดียวในบรรดามนุษย์ทุกคนที่สามารถกล่าวอ้างเช่นนี้ได้

b. ฉะนั้น ขอให้เราเข้ามาถึงพระที่นั่งแห่งพระคุณด้วยความกล้า เพื่อเราจะได้รับพระเมตตา และจะพบพระคุณที่ช่วยเรา ในยามต้องการ *(ข้อ 16)*

____

____

____

____

____

____

____

____

____

หมายเหตุ คำว่า "ด้วยความกล้า" มาจากคำกรีก พาร์เรสิอัส *(parrhēsías)* ซึ่งหมายถึงการเปิดเผย อิสระ เต็มไปด้วยความมั่นใจ หรือความกล้า เพราะว่าพระคริสต์ได้เข้ามายังความเป็นจริงของมนุษย์ที่ตกต่ำลงนี้จริง เพราะพระองค์ถูกทดลองในทุกสิ่ง เพราะพระองค์นำบาปของเราไปแล้วผ่านทางไม้การเขน และเพราะพระองค์เข้าใจถึงสภาพของเราจริง ตอนนี้เราจึงสามารถเข้ามาหาพระองค์ได้ด้วยความมั่นใจ! พระบัลลังก์แห่งการพิพากษาได้ถูกเปลี่ยนเป็นบัลลังก์แห่งพระคุณ เนื่องจากพระคริสต์มาในสภาพเนื้อหนังบาปเช่นเดียวกับเรา (โรม 8:3) และถูกทดลองในทุกด้าน แต่พระองค์ก็ปราศจากบาป พระองค์มีคุณสมบัติพิเศษเฉพาะที่จะเห็นอกเห็นใจในความอ่อนแอของเรา และจัดเตรียมความช่วยเหลือที่ถูกต้องและเพียงพอแก่เราเพื่อเผชิญการทดสอบแห่งความเชื่อของเราและการล่อลวงทุกอย่างของมาร

บทที่ 30: พระผู้ทูลขอแทนเรา ผู้ได้รับการยกย่อง

ในบทบาทการเป็นคนกลางนั้น พระคริสต์ก็ได้ทำหน้าที่เป็นผู้ทูลขอ (advocate) แทนประชากรของพระองค์ คำว่า "advocate" จากภาษาละตินว่า advocatus [ad = ไปยัง + vocare = การเรียก] และสื่อถึงผู้ซึ่งเรียกไปหาคนอื่นเพื่อที่จะทูลขอแทนพวกเขา คำนี้แปลมาจากคำกรีกว่า พาราเคลตอส (parakletos) ซึ่งหมายถึงคนที่ถูกเรียกไปยังอีกฟากเพื่อช่วยทูลขอแทนผู้อื่นต่อหน้า ผู้พิพากษาหรือกษัตริย์ คำนี้อาจแปลได้อีกว่า "ผู้ปกป้อง" "ที่ปรึกษา" หรือ "ทนาย" พระคริสต์เป็นผู้ทูลขอแทนประชากรของพระองค์ และพระองค์ทรงพระชนม์อยู่นิรันดร์เพื่อที่จะกราบทูลต่อหน้าพระบัลลังก์ของพระเจ้าพวกเขา หนึ่งในคำอธิบายที่ดีที่สุดเกี่ยวกับ พระคริสต์ในฐานะผู้ทูลขอแทนนี้พบได้ในบทถาม-ตอบเวสท์มินสเตอร์ (the Westminster Larger Catechism) คำถามที่ 55 ว่า:

คำถาม: พระคริสต์ทำการทูลขออย่างไร

คำตอบ: พระคริสต์ทรงวิงวอนทูลขอ โดยการที่พระองค์ทรงปรากฏในธรรมชาติของเราอย่างต่อเนื่อง ต่อพระพักตร์พระบิดาในสวรรค์ ด้วยการเชื่อฟังและการเสียสละของพระองค์บนแผ่นดินโลก การประกาศ พระประสงค์ของพระองค์ที่จะทำให้พระประสงค์นี้เกิดกับผู้เชื่อทุกคน ตอบข้อกล่าวหาทั้งหมดที่มีต่อพวก เขา และการจัดเตรียม [เช่น ได้มาหรือได้มา] ที่แห่งความสงบให้กับพวกเขา เข้าไปยังบัลลังก์แห่งพระคุณ อย่างกล้าหาญและยอมรับบุคคลเหล่านั้นรวมทั้งการรับใช้ของพวกเขา [ต่อพระเจ้า]

ก่อนที่เราจะศึกษาพระคัมภีร์กันต่อไป เราต้องเห็นความจริงว่า การวิงวอนอย่างต่อเนื่องของพระคริสต์เพื่อประชากรของพระองค์ ไม่ได้หมายความว่า พระองค์ทรงคุกเข่าต่อหน้าพระที่นั่งของพระเจ้าเพื่อขอความเมตตาแทนเรา พระองค์ทรงวิงวอนในฐานะ ผู้ประทับอยู่เบื้องขวาพระหัตถ์ของพระเจ้า ทรงเป็นผู้รอบรู้และรู้ทุกความต้องการของประชากรของพระองค์ เป็นผู้มีสิทธิอำนาจ ทั้งหมดที่จะพูดแทนพวกเขา และเป็นผู้ที่เพิกถอนข้อกล่าวหาต่อพวกเขาทุกประการ คำกล่าวต่อไปนี้จากเจ. ไอ. แพคเกอร์ (J.I. Packer, 1926-), วิลเลี่ยม อเมส (William Ames, 1576-1633) และหลุยส์ เบอร์คอฟ (Louis Berkhof, 1873-1957) มีประโยชน์ สำหรับเรา:

"แก่นแท้ของการวิงวอนของพระคริสต์ คือการแทรกแซงเพื่อประโยชน์ของเรา (จากพระบัลลังก์ของ พระองค์) มากกว่าจะเป็นการร้องขอแทนเรา (ราวกับว่า พระองค์ทรงอยู่ในฐานะของผู้ที่ขอความเห็นใจ ให้เรา โดยปราศจากสถานะหรือสิทธิอำนาจ)"[23]

"ความเป็นปุโรหิตผู้เป็นกษัตริย์ของพระองค์นั้นคือการวิงวอนเพื่อเรา ไม่ใช่ด้วยการถ่อมตัวลงคุกเข่า ทนทุกข์วิงวอนขอ แต่ด้วยการกระตุ้นเตือนอย่างสง่างามถึงสิ่งที่พระองค์ได้ทำและได้ทนทุกข์มา"[24]

"พระคริสต์เสนอพระองค์เองต่อหน้าพระเจ้าในฐานะตัวแทนของเรา ความเป็นมนุษย์สมบูรณ์ของพระองค์ พระลักษณะของพระองค์ และการงานที่สำเร็จแล้วของพระองค์นั้น วิงวอนเพื่อเราต่อหน้าพระบัลลังก์ ของพระเจ้า ทั้งหมดที่พระบุตรของพระเจ้าผู้มาบังเกิดและทั้งหมดที่ได้ทรงทำบนโลกนี้ พระองค์ทรงเป็น และทำเพื่อเรา ดังนั้นพระเจ้าจึงสามารถมองเราด้วยความโปรดปรานทั้งสิ้นที่พระองค์ได้ทำ การสถิตอยู่

---

23   J. I. Packer, *Concise Theology*, p.128

24   William Ames, *The Marrow of Theology*, p.148

ของพระองค์จึงเป็นการสถิตอยู่อย่างถาวรและนำวิงวอนต่อพระเจ้า แทนประชากรของพระองค์ และรักษา
ผลประโยชน์ทุกสิ่งที่มาจากการไถ่ของพระองค์"[25]

1. ฮีบรู 9:24 สื่อสารถึงฤทธิ์อำนาจและประสิทธิผลของพันธกิจการวิงวอนของพระคริสต์แทนประชากรของพระองค์ ตามที่กล่าว
   ไว้ในพระคัมภีร์ตอนนี้ พันธกิจของพระคริสต์แตกต่างจากของบรรดาปุโรหิตแห่งพันธสัญญาเดิมอย่างไร? พระคริสต์อยู่ใกล้
   พระเจ้าแค่ไหน? สิ่งนี้พิสูจน์ให้เห็นถึงฤทธิ์อำนาจแห่งการทูลขอของพระองค์เพื่อประชากรของพระองค์อย่างไร?

____

____

____

____

____

____

หมายเหตุ บรรดาปุโรหิตในพันธสัญญาเดิมเข้าสู่วิหารในโลกทุกปีเพื่อถวายสัตวบูชาและเพื่อวิงวอนแทนประชากร เมื่อ
พระคริสต์ได้ถวายพระองค์เองเพียงครั้งเดียวเป็นพอ เพื่อเป็นเครื่องบูชาอันทรงคุณค่าอย่างไม่มีที่สิ้นสุดแล้ว พระคริสต์ก็เสด็จ
เข้าสู่ห้องบัลลังก์ของพระเจ้าอย่างถาวร และบัดนี้ทรงพระชนม์อยู่เพื่อทูลวิงวอนต่อพระเจ้าเพื่อเรา

2. 1 ยอห์น 2:1-2 เป็นหนึ่งในพระคัมภีร์สุดสำคัญเกี่ยวกับกิจของพระคริสต์ในฐานะผู้ทูลขอแทนเรา ให้อ่านข้อความตอนนี้จนกว่า
   คุณจะคุ้นเคย จากนั้นเขียนความคิดเห็นของคุณในแต่ละวลีต่อไปนี้

   a. *ลูกของข้าพเจ้าเอ๋ย ข้าพเจ้าเขียนข้อความเหล่านี้ถึงท่านทั้งหลายเพื่อท่านจะได้ไม่ทำบาป (ข้อ 1)*

____

____

____

____

____

หมายเหตุ ความจริงที่ว่าเรามีผู้ทูลขอแทนเราต่อหน้าพระบิดานั้น ไม่ควรจะทำให้เราไม่สนใจเรื่องความบริสุทธิ์หรือการ
ไม่ระมัดระวังเรื่องบาป กลับกัน สิ่งนี้ควรจะเป็นแรงผลักดันให้เราเชื่อฟัง เพราะการงานยิ่งใหญ่ที่พระคริสต์ได้ทำเพื่อเรา

---

25 Louis Berkhof, *Systematic Theology*, Vol.2, p.593

b. และถ้าใครทำบาป เราก็มีผู้ช่วยทูลขอพระบิดาเพื่อเรา คือพระเยซูคริสต์ผู้ทรงเที่ยงธรรมนั้น (ข้อ 1)

หมายเหตุ แม้แต่คริสเตียนที่ผู้ใหญ่ที่สุดก็ยังอยู่ภายใต้ความอ่อนแอทางศีลธรรมและบาป ดังนั้น นี่จึงเป็นการปลอบประโลม
ที่ยิ่งใหญ่สำหรับเราคือการที่เรามีผู้ที่ทูลขอกับพระบิดาแทนเรา คำว่า "ผู้ทูลขอ" มาจากคำภาษากรีก พาคาเคลตอส
(paráklētos) ซึ่งหมายถึง "ผู้ช่วย" หรือผู้ที่ได้รับเรียกให้พูดแทนผู้อื่น พระเยซูมีคุณสมบัติเฉพาะสำหรับบทบาทนี้ เพราะ
พระองค์ทรงชอบธรรมและมีค่าควรแก่การยืนต่อพระพักตร์พระเจ้า

c. พระองค์ทรงเป็นเครื่องบูชาลบบาปของเรา และไม่ใช่แค่บาปของเราเท่านั้น แต่ของทั้งโลกด้วย (ข้อ 2)

หมายเหตุ คำว่า "เครื่องบูชาลบบาป" มาจากคำภาษากรีกฮิลาสมอส (hilasmós) ซึ่งบ่งบอกถึงความพึงพอใจ หมายถึง
การเสียสละเพื่อเอาใจฝ่ายที่ถูกทำให้หมองใจ พระคริสต์ทรงเป็นเครื่องบูชาลบบาปของเรา เพราะพระองค์ได้ประทานชีวิต
ของพระองค์เป็นเครื่องบูชาไถ่บาปแทนที่เรา เครื่องบูชาของพระองค์สนองข้อเรียกร้องแห่งความยุติธรรมของพระเจ้าที่มี
ต่อเราและทำให้พระพิโรธของพระองค์สงบลง การเสียสละของพระคริสต์ไม่ได้จำกัดเฉพาะชาวยิวหรือกลุ่มคนใดกลุ่มหนึ่ง
แต่ครอบคลุมคนจากทุกเผ่า ทุกภาษา และทุกชนชาติ (วิวรณ์ 5:9)

3. ในโรม 8:33-34 เราพบข้อพระคัมภีร์ที่สำคัญอีกข้อหนึ่งเกี่ยวกับพันธกิจในการทูลขอของพระคริสต์ ตามที่กล่าวไว้ในข้อนี้ อะไรคือผลลัพธ์จากกิจแห่งความรอดและกิจแห่งการทูลขอของพระคริสต์?

____

____

____

____

____

หมายเหตุ คำถามที่ว่า "ใครจะฟ้องคนที่พระเจ้าได้ทรงเลือกไว้?" และ "ใครจะเป็นผู้ลงโทษอีก?" เป็นประโยคแบบเดียวกัน ราวกับว่าพระเจ้ากำลังท้าทายทุกสรรพสิ่งในจักรวาล รวมทั้งซาตานด้วย เหตุผลที่ข้อกล่าวหาหรือคำประณามไม่สามารถ เกิดขึ้นกับประชากรของพระเจ้าได้นั้นมีอยู่สองประการ ประการแรก พระเจ้าได้ถือว่าประชากรของพระองค์ชอบธรรม หรือ ประทานสถานะทางกฎหมายที่สมบูรณ์ต่อพระพักตร์พระองค์ สิ่งนี้สำเร็จโดยชีวิตอันสมบูรณ์ที่พระคริสต์ได้ดำเนินบนโลกและ การสิ้นพระชนม์ที่พระองค์ทำเพื่อประชากรของพระองค์ ประการที่สอง พระคริสต์ประทับอยู่เบื้องขวาพระหัตถ์ของพระเจ้า ในฐานะผู้ทูลขอและผู้ปกป้องประชากรของพระองค์

4. ในฮีบรู 7:23-25 ผู้เขียนไม่ได้เพียงแต่บรรยายถึงฤทธิ์อำนาจและประสิทธิผลแห่งพันธกิจการทูลขอของพระคริสต์แทนเราเท่านั้น แต่ยังกล่าวถึงการที่สิ่งนี้ดำรงเป็นนิตย์ด้วย สรุปข้อความตอนนี้ด้วยคำพูดของคุณเอง

____

____

____

____

____

หมายเหตุ พระคัมภีร์ตอนนี้แทบจะไม่ต้องการคำอธิบาย ด้วยอำนาจแห่งชีวิตอันไม่สิ้นสุดของพระคริสต์ พระองค์สามารถช่วย คนเหล่านั้นที่เข้ามาใกล้พระเจ้าผ่านทางพระองค์ได้ตลอดไป นักปฏิรูปฟรานซิส เทอร์เรนติน (Francis Turretin) เขียนเอาไว้ ว่าพระคริสต์ทรงปรากฏบนสวรรค์ในฐานะพระเมษโปดกที่ยืนอยู่ "ราวกับถูกสังหาร" (วิวรณ์ 5:6) เพราะ "พระโลหิตของพระองค์ นั้นมีชีวิตและดำรงอยู่ตลอดนิรันดร์—เปี่ยมด้วยความดีงานและประสิทธิผลนิรันดร์"[26] 2

26　*Institutes of Elenctic Theology*, Vol.2, p.485

5. แม้ว่าพระคัมภีร์ไม่ได้เปิดเผยลักษณะที่ชัดเจนในการอธิษฐานทูลขอบนสวรรค์ของพระคริสต์ต่อหน้าพระที่นั่งของพระเจ้า แต่เราพบร่องรอยบางอย่างใน "คำอธิษฐานของมหาปุโรหิต" ที่พระองค์ทรงอธิษฐานในนามของสาวกของพระองค์ ระหว่างทำพันธกิจบนโลก (ยอห์น 17 :1-26). ด้านล่างนี้คือรายการคำร้องที่พระคริสต์ทรงทูลขอเพื่อประชากรของพระองค์ในการอธิษฐานนั้น จับคู่คำร้องทูลกับกับข้อความที่เกี่ยวข้อง

________ *ยอห์น 17:11-12*   ก. พระคริสต์ทูลขอเพื่อเกียรติสิริในอนาคตของประชากรของพระองค์

________ *ยอห์น 17:13*   ข. พระคริสต์ทูลขอเพื่อความเป็นหนึ่งของประชากรของพระองค์

________ *ยอห์น 17:15*   ค. พระคริสต์ทูลขอเพื่อการชำระให้บริสุทธิ์ของประชากรของพระองค์

________ *ยอห์น 17:17-19*   ง. พระคริสต์ทูลขอเพื่อการปกป้องประชากรของพระองค์จากอำนาจของซาตาน
                               (ดู เพิ่มเติม ลูกา 22:32)

________ *ยอห์น 17:21-23*   จ. พระคริสต์ทูลขอเพื่อการพิทักษ์รักษาประชากรของพระองค์

________ *ยอห์น 17:24*   ฉ. พระคริสต์ทูลขอเพื่อความชื่นชมยินดีของประชากรของพระองค์

บทที่ 31: พระคริสต์ จอมกษัตริย์

พระคัมภีร์สอนว่าพระบุตรของพระเจ้าสละพระสิริและสิทธิพิเศษในฐานะพระเจ้าออกจากพระองค์เอง รับเอาความเป็นมนุษย์ที่ต้อยต่ำเข้ามาและถูกตรึงอย่างน่าอับอายบนไม้กางเขนของโรมเพื่อเป็นเครื่องบูชาไถ่บาป พระคัมภีร์ยังสอนอีกว่า พระเยซูองค์เดียวกันนี้ถูกทำให้เป็นขึ้นมาจากตาย ถูกรับขึ้นไปยังสวรรค์ ถูกยกย่องขึ้นจนถึงพระบัลลังก์ของพระเจ้าในฐานะองค์จอมเจ้านาย

ในตอนที่เสด็จขึ้นไปยังสวรรค์นั้น พระคริสต์ได้รับการยกย่องด้วยพระเกียรติสิริที่พระองค์กับพระบิดามีร่วมกันก่อนจะสร้างโลกกลับมา (ยอห์น 17:5) อย่างไรก็ดี สถานะที่รับการยกย่องก่อนจะเสด็จลงมาเกิดกับสถานะที่ได้รับการยกย่องในปัจจุบันบนสวรรค์นั้นมีความแตกต่างกัน ประการแรก ขณะนี้พระคริสต์ปกครองอยู่ในฐานะพระเจ้า-มนุษย์ องค์ผู้นั่งบนบัลลังก์แห่งจักรวาลโดยมีกายเนื้อและมีกระดูก ประการที่สอง ตอนนี้พระคริสต์ปกครองในฐานะจอมกษัตริย์ผู้ทรงไถ่ ผ่านทางการตายของพระองค์ พระคริสต์ได้ไถ่ประชากรของพระองค์มาเพื่อพระองค์เองจากทุก ๆชนชาติ ทุกภาษา และทุกประเทศ และพวกเขาจะได้ปกครองร่วมกับพระองค์ตลอดไป (วิวรณ์ 5:9-10)

พระเยซูคริสต์เป็นจอมกษัตริย์

เป็นเรื่องสำคัญที่จะต้องเข้าใจว่าตั้งแต่แรกนั้นพระคริสต์ไม่ได้เป็นเพียงแค่กษัตริย์***องค์หนึ่ง*** หรือเป็น***เหมือนกับ***กษัตริย์องค์หนึ่ง แต่พระองค์คือ กษัตริย์***ผู้นั้น***! ทรงเป็นกษัตริย์แท้แต่ผู้เดียวที่เคยมีมา! คนอื่นทั้งหลายที่เคยขึ้นปกครองหรือจะได้ปกครองล้วนเป็นแค่เงาสลัว ๆ ถึงตัวตนและหน้าที่ของพระองค์

1. มีคำเผยพระวจนะมากมายในพันธสัญญาเดิมที่พยากรณ์ถึงการมาของพระเมสสิยาห์ว่าจะเป็นกษัตริย์ผู้ยิ่งใหญ่ผู้ปกครองบรรดาประชาชาติ เขียนความคิดเห็นของคุณเกี่ยวกับคำพยากรณ์ต่อไปนี้

    a. *ปฐมกาล 49:10*

    ____

    ____

    ____

    ____

    ____

หมายเหตุ กษัตริย์ดาวิดและกษัตริย์คนอื่น ๆ ที่สืบทอดต่อมาจากพระองค์เป็นทายาทของเผ่ายูดาห์ พระเมสสิยาห์ต้องมาจากเชื้อสายนี้ (2 ซามูเอล 7:12-17) พระเยซูชาวนาซาเร็ธเป็นทายาทของดาวิด (มัทธิว 1:1, 6; โรม 1:3) วลีที่ว่า "จนกว่าชีโลห์จะมา" มาจากคำภาษาฮีบรู ชิโลห์ *(Shiloh)* นักวิชาการส่วนใหญ่แปลวลีนี้ว่า "จนกว่าพระองค์ผู้เป็นเจ้าของจะเสด็จมา" และตีความว่าเป็นการกล่าวอ้างอิงถึงพระเมสสิยาห์ กษัตริย์ผู้ยิ่งใหญ่ที่ดาวิดเป็นเพียง เงาจาง ๆ ถึงเท่านั้น

b. *กันดารวิถี 24:17-18*

____

____

____

____

หมายเหตุ ในคำทำนายสุดท้ายของบาลาอัม พระเจ้าเปิดเผยกับเขาถึงการเสด็จมาของพระเมสสิยาห์ในอนาคต พระองค์ไม่เพียงแต่จะปกครองโมอับและเอโดมเท่านั้น แต่จะครอบครองและปกครองทุก ๆ ชนชาติ

c. *มีคาห์ 5:2*

____

____

____

____

หมายเหตุ ผู้เผยพระวจนะมีคาห์พยากรณ์ว่าผู้ปกครองแบบพระเมสสิยาห์จะมาบังเกิดในเมืองเดียวกันกับกษัตริย์ดาวิด (1 ซามูเอล 16:1-13) อย่างไรก็ดี พระเมสสิยาห์จะยิ่งใหญ่กว่าดาวิด แม้ว่าพระองค์จะเป็นเชื้อสายของดาวิดแต่พระองค์ก็เป็นพระเจ้า ผู้ซึ่งกำลังจะมานั้นดำรงอยู่ตั้งแต่นิรันดร์กาล

2. ใน 2 ซามูเอล 7:16 พระสัญญาพิเศษถูกมอบให้กับดาวิดและวงศ์วานของเขา เกี่ยวกับการสถาปนาและการดำรงอยู่ของราชวงศ์ของเขา ในลูกา 1:31-33 เห็นได้ชัดว่าพระสัญญานี้สำเร็จผ่านทางพระเยซูคริสต์ อ่านข้อความทั้งสองตอนและอธิบายว่าพระเยซูทำให้พระสัญญาที่ทำกับดาวิดสำเร็จอย่างไร

____

____

____

____

____

____

____

3. ผู้เขียนทั้งพันธสัญญาเดิมและใหม่กำลังกล่าวถึงพระเยซูชาวนาซาเร็ธในฐานะกษัตริย์ อย่างไรก็ดี เราต้องถามว่า พระเยซูเอง สอนอย่างไรเกี่ยวกับเรื่องนี้ พระองค์ประกาศว่าอย่างไรกับปีลาตในยอห์น 18:7 ข้อความนี้สำคัญอย่างไร?

____

____

____

____

____

____

4. ในพระคัมภีร์นั้น ชื่อหรือฉายามักจะสื่อถึงความจริงสำคัญบางประการเกี่ยวกับบุคคลนั้น ๆ ในข้อความต่อไปนี้ พระเยซูคริสต์ ได้รับชื่อและฉายาอะไร? ชื่อและฉายาเหล่านั้นสื่อสารอะไรกับเราในแง่ของความเป็นกษัตริย์ของพระองค์?

   a. ก_______________ ของชนชาติ _______________ (มัทธิว 2:2) พระเยซูเป็นเชื้อสายกษัตริย์ดาวิดแห่งเผ่ายูดาห์ แม้ว่าพระองค์จะถูกปฏิเสธจากยิวส่วนใหญ่ แต่พระองค์ก็ยังเป็นกษัตริย์แห่งอิสราเอลที่พระเจ้าได้เลือกไว้ (สดุดี 2:6; ยอห์น 1:49)

   b. เป็น_______________ ในบรรดาพระราชาแห่ง _______________ (สดุดี 89:27) เขตอำนาจการปกในฐานะกษัตริย์ ของพระเมสสิยาห์นั้นไม่ได้จำกัดอยู่แค่ที่ชนชาติอิสราเอล แต่ทรงอำนาจเหนือทุกประชาชาติทั่วโลกและที่อื่น ๆ ที่ไกลไป กว่านั้น

   c. เป็นผู้_______________ เหนือบรรดา _______________ ใน _______________ (วิวรณ์ 1:5) กษัตริย์ยิ่งใหญ่ ที่สุดในโลกนั้นเป็นได้อย่างมากก็แค่ผู้สำเร็จราชการแทนพระองค์ พวกเขาทำได้เพียงใช้สิทธิอำนาจที่พวกเขาได้รับมา ผ่านทางพระคริสต์เท่านั้น

   d. เจ_______________ เหนือ _______________ (วิวรณ์ 17:14; 19:16) ไม่มีฉายาไหนยิ่งใหญ่ ไปกว่านี้ที่มอบให้กับพระคริสต์ เพื่อสื่อถึงความสูงส่งของพระองค์ที่อยู่เหนือสิ่งทรงสร้างทั้งปวง และสิทธิอำนาจของพระองค์ ที่เหนือสิทธิอำนาจทั้งสิ้น

ราชาภิเษกของพระคริสต์

คำว่า ราชาภิเษก (coronation) มาจากคำภาษาละติน coronare ซึ่งหมายถึง "การสวมมงกุฎ หรือตกแต่งด้วยพวงมาลัย" ตามพระคัมภีร์แล้ว พระคริสต์ผู้ตายเพื่อประชากรของพระองค์ ถูกทำให้เป็นขึ้นจากตายและรับเกียรติที่เบื้องขวาพระหัตถ์ของพระเจ้า พระองค์ได้รับสวมมงกุฎเป็นกษัตริย์เหนือสวรรค์และโลก คทาของพระองค์ปกครองเหนือทุกสิ่ง

1. เมื่อได้เห็นการเสด็จขึ้นสู่สวรรค์ของพระเยซูด้วยตาของตัวเองแล้ว เหล่าอัครทูตจึงกล้าประกาศความจริงแก่ทุกคนที่พร้อมจะ
    ฟัง ในกิจการ 2:36 เราพบเรื่องการประกาศที่สำคัญมากซึ่งเกิดขึ้นโดยเปโตร เรื่องนี้สอนอะไรเราเกี่ยวกับสิทธิอำนาจของพระ
    คริสต์

____

____

____

____

____

____

____

หมายเหตุ พระเจ้าผู้ยิ่งใหญ่สูงสุดแห่งจักรวาลได้แต่งตั้งให้พระเยซูชาวนาซาเร็ธเป็นทั้งจอมเจ้านายและพระคริสต์ การตัดสินใจ
ของพระองค์จะไม่ถูกยกเลิก (สดุดี 2:1-6) พระเยซูทรงเป็นพระเมสสิยาห์แห่งอิสราเอล และทรงเป็นองค์จอมเจ้านายเหนือทุกสิ่ง

2. ในสดุดี 110:1 เราพบคำพยากรณ์สำคัญเกี่ยวกับการถูกยกย่องพระเมสสิยาห์ให้อยู่เบื้องขวาของพระหัตถ์ของพระเจ้าในฐานะ
    องค์จอมเจ้านายและกษัตริย์[27] ใคร่ครวญเนื้อหาตอนนี้อย่างรอบคอบแล้วเขียนความคิดเห็นของคุ

____

____

____

____

____

____

____

หมายเหตุ องค์พระผู้เป็นเจ้า (พระยาห์เวห์) ตรัสกับองค์จอมเจ้านายของดาวิด (พระเมสสิยาห์) และให้สิทธิ์พระองค์นั่งที่
พระหัตถ์ขวาของพระเจ้าและแบ่งปันอำนาจของพระองค์ สิ่งนี้ไม่เพียงแสดงให้เห็นว่าพระเมสสิยาห์นั้นเหนือกษัตริย์ดาวิดเท่านั้น
แต่ยังเป็นข้อพิสูจน์ถึงตำแหน่งอันสูงส่งของพระองค์ในฐานะพระเจ้าแห่งสวรรค์และโลก นอกจากนี้ยังรับรองกับเราถึงชัยชนะ
สูงสุดของพระคริสต์เหนือกองกำลังทั้งหมดที่ต่อต้านพระองค์และประชากรของพระองค์

---

27 อ้างอิงหน้า 164 ดูคำอธิบายของพระเยซูต่อเนื้อหาในตอนนี้จาก มัทธิว 22:41-45

3. ดาเนียล 7:13-14 เป็นหนึ่งในเรื่องราวสุดยิ่งใหญ่ในพระคัมภีร์เกี่ยวกับการรับพระเกียรติของพระคริสต์ในฐานะจอมกษัตริย์ อ่าน
    เนื้อหาตอนนี้หลาย ๆ ครั้งจนคุ้นเคย จากนั้นเขียนความคิดเห็นของคุณลงไปในเนื้อหาส่วนต่อไปนี้

    a. *ข้าพเจ้าเห็นในนิมิตเวลากลางคืน นี่แน่ะ มีท่านผู้หนึ่งเหมือนบุตรมนุษย์มา พร้อมกับบรรดาเมฆของสวรรค์ และท่านมาหา*
        ผู้เจริญด้วยวัยวุฒินั้น มีคนนำท่านมาเฝ้าเฉพาะพระพักตร์พระองค์ (ข้อ 13)

        ____

        ____

        ____

        ____

        ____

        ____

        หมายเหตุ พระเยซูทรงเป็นบุตรของมนุษย์ (มัทธิว 26:64; มาระโก 14:62) เมื่อคำว่า "โบราณ" นำมาใช้กับมนุษย์นั้น
        จะหมายถึงความเสื่อม และความอ่อนแอ อย่างไรก็ตาม เมื่อมีการใช้คำนี้กับพระเจ้าก็จะสื่อถึงความเป็นนิรันดร์ สติปัญญา
        และฤทธิ์อำนาจของพระองค์

    b. *ราชอำนาจ ศักดิ์ศรี กับราชอาณาจักร ทรงมอบไว้กับท่าน เพื่อชนทุกชาติทุกเผ่าทุกภาษา จะปรนนิบัติท่าน (ข้อ 14)*

        ____

        ____

        ____

        ____

        ____

        ____

        หมายเหตุ ที่นี่ เราได้เห็นถึงการขยายการครอบครองของพระคริสต์ คำที่ใหญ่ขึ้นถูกวางต่อ ๆ กันไปเพื่อสื่อว่า พระคริสต์
        ได้รับฤทธิ์อำนาจ *ทั้งหมด* เพื่อปกครองเหนือ *ทุกคน*

    c. *ราชอาณาจักรของท่านเป็นราชอาณาจักรนิรันดร์ ซึ่งจะไม่มีที่สิ้นสุด และแผ่นดินของท่านเป็นแผ่นดิน ซึ่งจะไม่ถูก*
        ทำลายเลย (ข้อ 14)

        ____

        ____

        ____

หมายเหตุ ที่นี่เราเห็นความเป็นนิรันดร์ของอธิปไตยของพระคริสต์ เนบูคัดเนสซาร์กษัตริย์แห่งบาบิโลนกล่าวว่า การปกครองอันไร้ขอบเขตนี้เป็นของพระเจ้าสูงสุด (ดาเนียล 4:34-35) แต่ในพระคัมภีร์ตอนนี้บอกว่าเป็นของบุตรมนุษย์ คือพระเยซูชาวนาซาเร็ธ การเปรียบเทียบที่น่าสนใจนี้พบได้ในตอนที่ฟาโรห์ยกโยเซฟขึ้นในปฐมกาล 41:44 โยเซฟถูกนำ ออกจากคุกและถูกยกขึ้นสู่เบื้องขวาของฟาโรห์ เพื่อจะไม่มีใครในแผ่นดินอียิปต์ยกมือหรือเท้าของเขาได้โดยไม่ได้รับอนุญาต จากโยเซฟ ในลักษณะที่คล้ายคลึงกันแต่ยิ่งใหญ่กว่าอย่างเทียบไม่ได้ พระเยซูก็ทรงถูกยกขึ้นให้เป็นขึ้นมาจากความตาย และประทับที่พระหัตถ์ขวาของพระเจ้าในสวรรค์ เพื่อไม่ให้ใครในจักรวาลทั้งปวงนี้สามารถยกมือหรือเท้าโดยไม่ได้รับอนุญาต จากพระองค์!

บทที่ 32: พระคริสต์ จอมเจ้านาย

การปกครองของพระคริสต์นั้นเชื่อมโยงโดยตรงกับความเป็นกษัตริย์ของพระองค์ พระองค์ไม่ได้เป็นแค่ประมุขในนาม แต่ทรงเป็นจอมเจ้านายที่ทรงสิทธิอำนาจสมบูรณ์ มีฤทธิ์อำนาจอันไม่จำกัดของพระองค์ และด้วยอาณาบริเวณอันไร้สิ้นสุดของพระองค์ ดังนั้นแล้วจึงไม่มีสถานที่ไหนหรือสิ่งใด ๆ อยู่ไกลเกินเอื้อมของคทาแห่งการปกครองของพระองค์ พระคัมภีร์มักเรียกว่าสถานะจอมเจ้านายของพระเยซูว่าองค์พระผู้เป็นเจ้า เมื่อเปโตรประกาศอย่างกล้าหาญในวันเพ็นเทคอสต์ว่า "ให้พงศ์พันธุ์อิสราเอลทั้งหมดทราบแน่นอนว่า พระเจ้าทรงแต่งตั้งพระเยซูที่ท่านทั้งหลายตรึงไว้บนกางเขนนั้น ให้เป็นทั้งองค์พระผู้เป็นเจ้าและพระคริสต์" (กิจการ 2:36) วันหนึ่งทุกเข่าจะก้มกราบลง และทุกลิ้นจะยอมรับว่าพระเยซูคริสต์เป็นจอมเจ้านาย!

1. ในพระคัมภีร์นั้นชื่อหรือฉายามักจะบอกความจริงที่สำคัญเกี่ยวกับบุคคลนั้น ๆ ฉายาที่มอบให้พระเยซูคริสต์ในข้อพระคัมภีร์ต่อไปนี้คืออะไร และฉายาเหล่านี้สื่ออะไรกับเราเกี่ยวกับอำนาจอธิปไตยหรือความเป็นจอมเจ้านายของพระองค์

    a. *องค์*_________________ *(ยอห์น 13:13; กิจการ 2:36; โรม 10:9; 2 โครินธ์ 4:5)* คำนี้มาจากคำกรีกว่า คูริออส **(kúrios)** ซึ่งสื่อถึงบุคคลที่มีสิทธิอำนาจ อย่างเช่นหัวหน้า เจ้านาย หรือเจ้าของ หลายครั้งคำนี้ถูกใช้เป็นฉายาถึงผู้ที่ถูกเคารพ เหมือนกับคำว่า "ท่าน" ในพระคัมภีร์คำนี้ใช้เพื่อแปลถึงพระเจ้าในแง่ที่เป็นจอมเจ้านายในภาษาฮีบรู บางครั้งยังถูกใช้เพื่อแปลพระนามเฉพาะของพระเจ้า: **ยาห์เวห์** *(มัทธิว 1:22; 5:33; มาระโก 5:16; ลูกา 1:6, 9, 28, 46; กิจการ 7:33)*

    b. *องค์*_________________ *เหนือ*_________________ *(กิจการ 10:36; โรม 10:12)* ฉายานี้แสดงถึงสภาพของการปกครองของพระคริสต์ซึ่งไม่มีสิ่งใดอยู่นอกเหนือการปกครองของพระองค์

    c. _________________ *เหนือ*_________________ *(วิวรณ์ 17:14; 19:16)* ผู้ยิ่งใหญ่สูงสุดในหมู่มนุษย์ ทูตสวรรค์ และมารก็ล้วนแล้วอยู่ใต้อำนาจของพระคริสต์ พระองค์ประทับอยู่สูงส่งเหนือกว่าทุกภูตผีที่ครอบครอง ทุกภูตผีที่มีอำนาจ ทุกภูตผีที่มีฤทธิ์เดชและทุกภูตผีที่ปกครอง (เอเฟซัส 1:20-21)

    d. *องค์*_________________ *แห่ง*_________________ *(1 โครินธ์ 2:8)* บางครั้งพระเจ้าถูกเรียกว่า "กษัตริย์แห่งพระสิริ" *(สดุดี 24:7-10)* และ "พระเจ้าแห่งพระสิริ" *(สดุดี 29:3; กิจการ 7:2)* ดังนั้นแล้ว ฉายานี้จึงไม่ได้สื่อถึงการปกครองของพระคริสต์เท่านั้นแต่สื่อถึงความเป็นพระเจ้าของพระองค์ด้วย

    e. *องค์*_________________ *ของ*_________________ *และ*_________________ *(โรม 14:9)* ความจริงที่สื่อออกมาในที่นี้คือ ไม่มีรัฐหรืออาณาจักรใดที่อยู่นอกสิทธิอำนาจของพระคริสต์ ความตายไม่ได้ช่วยให้พ้นไปจากการปกครองของพระองค์ได้

    f. *ผู้ทรงเป็น*_________________ *เหนือ*_________________ *และ*_________________ *(โคโลสี 2:10)* คำว่า "ศีรษะ" มาจากคำกรีกเคฟาเล **(kephale)** ซึ่งหมายถึงศีรษะทางกายภาพ แต่หากใช้เชิงเปรียบเทียบ คำนี้หมายถึงผู้ที่เหนือกว่า หัวหน้า ผู้นำ หรือผู้ที่ผู้อื่นอยู่ใต้บังคับบัญชา ด้วยการใช้คำว่า "ครอบครอง" และ "อำนาจ" สองคำนี้ เปาโลก็ได้เน้นอย่างชัดเจนว่าอำนาจในทุก ๆ รูปแบบล้วนอยู่ภายใต้การปกครองของพระคริสต์

    g. _________________ *และ*_________________ *ของเราแต่องค์เดียว (ยูดา 4)* ฉายา "เจ้านาย" มาจากคำภาษากรีกเดสโพเทส **(despótēs)** ซึ่งภายหลังกลายมาเป็นคำว่า "despot" (เผด็จการ) คำนี้หมายถึงบุคคลที่มีอำนาจสมบูรณ์เหนือผู้อื่น คำนี้ถูกใช้กับพระเจ้าในลูกา 2:29, กิจการ 4:24 และวิวรณ์ 6:10

2. ในมัทธิว 28:18 พระคริสต์ผู้เป็นขึ้นจากตายได้ประกาศข้อความสำคัญต่อสาวกของพระองค์ ก่อนเสด็จขึ้นสวรรค์ คำประกาศของพระองค์สอนอะไรเราเกี่ยวกับการปกครองของพระองค์? และสิ่งนี้มีความหมายว่าอย่างไร?

____

____

____

____

3. ในการพยายามทำความเข้าใจถึงขอบเขตการครอบครองของพระคริสต์ มัทธิวก็ประกาศถึงสิ่งนี้ในบทที่ 28:18 ให้เราพิจารณาข้อพระคัมภีร์ที่เกี่ยวข้องกับการครอบครองอย่างสมบูรณ์ของพระเจ้า จากข้อพระคัมภีร์ต่อไปนี้ โปรดอธิบายถึงความหมายของการที่พระบิดามอบสิทธิอำนาจทั้งมวลไว้กับพระบุตรของพระองค์ พระบุตรมีฤทธิ์อำนาจและอำนาจการครอบครองไปไกลเพียงใด?

   a. *2 พงศาวดาร 20:6*

   ____

   ____

   ____

   ____

   หมายเหตุ คำถามนี้เป็นเชิงโวหาร ไม่ได้ต้องการคำตอบจริงๆ กษัตริย์เยโฮชาฟัทไม่สงสัยในอำนาจครอบครองสมบูรณ์ของพระเจ้า แต่เขากำลังประกาศอำนาจของพระเจ้ามากกว่า

   b. *โยบ 23:13*

   ____

   ____

   ____

   หมายเหตุ วลี "พระองค์มีพระทัยแน่วแน่" แปลได้ตามตัวว่า "พระองค์เป็นหนึ่ง" นี่อาจหมายถึงเอกลักษณ์ของพระเจ้า หรืออาจหมายถึงความจริงที่พระองค์ไม่เปลี่ยนแปลง แต่ไม่ว่าจะอย่างไรก็ตาม ชัดเจนว่าไม่มีใครเปลี่ยนพระเจ้าจากสิ่งที่พระองค์ทรงประสงค์จะทำได้

c. *สดุดี 103:19*

d. *สดุดี 115:3; 135:6*

e. *อิสยาห์ 46:9-10; เอเฟซัส 1:11*

4. บรรดาผู้เขียนพันธสัญญาใหม่มั่นใจว่าพระคริสต์ได้ถูกยกขึ้นสู่ฐานะจอมกษัตริย์สูงสุดทรงอำนาจปกครองเหนือทุกสิ่ง ข้อความต่อไปนี้บอกอะไรเราเกี่ยวกับขอบเขตอำนาจการครอบครองของพระองค์

a. *เอเฟซัส 1:20-22; 1 เปโตร 3:22*

หมายเหตุ เป็นอีกครั้งที่อัครทูตเปาโลและเปโตรได้ใช้คำศัพท์หลายคำ เพื่อแสดงให้เห็นว่า สิ่งทรงสร้างทั้งปวงในทุกอาณาเขตล้วนแล้วแต่อยู่ใต้การปกครองของพระคริสต์

b. *ฟีลิปปี 2:9-11*

____

____

____

____

5. ในสดุดี 2 เราพบหนึ่งในคำเผยพระวจนะสุดสง่างามที่สุดในพระคัมภีร์เกี่ยวกับสถานะกษัตริย์ของพระเมสสิยาห์ ให้คุณเขียน
ความคิดเห็นของคุณที่มีกับแต่ละส่วนของสดุดีตอนนี้ คำเผยพระวจนะนี้สอนอะไรเราเกี่ยวกับการครอบครองของพระคริสต์?
บอกอะไรเราเกี่ยวกับความจำเป็นยิ่งใหญ่ของมนุษย์ที่จะตอบสนองได้อย่างเหมาะสม?

a. *ข้อ 1-3*

____

____

____

____

____

____

หมายเหตุ ในที่นี้ ผู้เขียนสดุดีบรรยายภาพการกบฏของประชาชาติและความเกลียดชังอย่างไม่ลดละของพวกเขาต่อ
การปกครองของพระเจ้าและกษัตริย์ที่พระองค์ทรงเลือกไว้

b. *ข้อ 4-6*

____

____

____

____

____

หมายเหตุ การกบฏของบรรดาประชาชาตินั้นเป็นเรื่องที่เปล่าประโยชน์ เมื่อพิจารณาถึงสิทธิอำนาจอันไร้ข้อจำกัด
ของพระเจ้าและฤทธิ์อำนาจอันไม่สิ้นสุดของพระองค์

c. *ข้อ 7-9*

____

____

____

____

หมายเหตุ ข้อ 7 ไม่ใช่การปฏิเสธการดำรงอยู่นิรันดร์ของพระบุตร แต่เป็นการกล่าวถึงวันราชาภิเษกของพระองค์ในฐานะกษัตริย์เมสสิยาห์

d. *ข้อ 10-12*

____

____

____

____

6. โรม 14:7-9 เป็นพระคัมภีร์ตอนสำคัญอย่างยิ่งเกี่ยวกับการเป็นจอมเจ้านายของพระเยซูคริสต์ อ่านข้อความตอนนี้จนคุ้นเคยกับเนื้อหา แล้วตอบคำถามต่อไปนี้

a. *จากข้อที่ 9 หนึ่งในเป้าหมายยิ่งใหญ่ของการตายและการเป็นขึ้นจากตายของพระคริสต์คืออะไร?*

____

____

____

____

b. *จากข้อ 7-8 ความเป็นจอมเจ้านายหรือความเป็นองค์พระผู้เป็นเจ้าของพระคริสต์มีความหมายอย่างไรกับผู้เชื่อ?*

____

____

____

____

บทที่ 33: พระคริสต์ องค์ผู้พิพากษา

พระคัมภีร์ประกาศอย่างชัดเจนว่า พระเยซูคริสต์ทรงเป็นองค์จอมกษัตริย์ และพระนามของพระองค์เป็นพระนามเดียวที่จะนำมนุษย์
มาถึงความรอดได้ ในบทนี้ เราจะได้เรียนรู้เพิ่มเติมจากพระคัมภีร์ว่า พระคริสต์ได้รับการยกให้อยู่เบื้องขวาของพระเจ้าในฐานะ
องค์ผู้พิพากษามนุษย์ทุกคน แม้ว่าสถานะนี้อาจถือได้ว่าเป็นเหมือนบทบาทเพิ่มเติมมาจากฐานะกษัตริย์ของพระองค์ แต่ก็เป็น
บทบาทมีความโดดเด่นในพระคัมภีร์มากจนควรพิจารณาแยกจากกัน วันนั้นจะมาถึงเมื่อมนุษยชาติทั้งหมดจะถูกพิพากษาโดยไม่มี
ข้อยกเว้น และชะตากรรมนิรันดร์ของพวกเขาจะถูกกำหนดโดยผู้ที่ชื่อพระเยซูคริสต์เท่านั้น เราจะไม่สามารถเข้าใจพระกิตติคุณ
ได้เลยหากปราศจากความจริงนี้

การพิพากษาของพระคริสต์และพระกิตติคุณ

เป็นเรื่องสำคัญอย่างยิ่งที่จะต้องเข้าใจว่า หลักข้อเชื่อเรื่องการพิพากษาเป็นส่วนสำคัญของการประกาศพระกิตติคุณแท้
หากจะให้เป็นไปตามพระคัมภีร์ เราก็ต้องประกาศว่า พระคริสต์องค์เดียวกันกับที่สิ้นพระชนม์เพื่อบาปของประชากรของพระองค์
จะเสด็จมาเป็นครั้งที่สองเพื่อพิพากษาและลงโทษผู้ที่ปฏิเสธพระราชกิจแห่งความรอดของพระองค์

1. ความจริงเกี่ยวกับการเสด็จกลับมาของพระคริสต์และการพิพากษามนุษย์ทุกคนโดยพระองค์นั้นไม่ใช่เรื่องรอง แต่เป็นส่วนสำคัญ
    ของการประกาศพระกิตติคุณที่แท้จริง คำพูดของเปาโลในโรม 2:16 ยืนยันความจริงนี้อย่างไร

    ____

    ____

    ____

    ____

    ____

    ____

2. พระคัมภีร์แสดงให้เห็นชัดเจนว่า การที่พระคริสต์ทรงเป็นผู้พิพากษาและการยืนยันการพิพากษาในอนาคตนั้น เป็นสิ่งสำคัญ
    ที่ขาดไม่ได้ในการประกาศพระกิตติคุณที่แท้จริง — สิ่งเหล่านี้มีความสำคัญอย่างยิ่ง คำประกาศของเปโตรในกิจการ 10:42
    สอนอะไรเราเกี่ยวกับความจริงนี้

    ____

    ____

    ____

    ____

____

____

ผู้พิพากษาที่พระเจ้าได้ทรงแต่งตั้ง

สิ่งสำคัญคือต้องเข้าใจว่าพระคริสต์ทรงเข้ารับหน้าที่ผู้พิพากษาโดยการแต่งตั้งจากพระเจ้า พระบิดาทรงพอพระทัยและตั้งใจว่าโลกควรจะถูกการพิพากษาด้วยความชอบธรรมอันสมบูรณ์ผ่านพระบุตรของพระองค์คือพระเยซูคริสต์ นี่เป็นอีกตัวอย่างหนึ่งของการที่พระเจ้าพระบิดาทรงเข้ามาเกี่ยวข้องกับจักรวาลผ่านการเป็นคนกลางของพระบุตรอยู่เสมอ—พระบิดาทรงสร้างจักรวาลผ่านพระบุตร พระองค์ทรงปกครองจักรวาลผ่านพระบุตร และวันหนึ่งพระองค์จะทรงพิพากษามนุษยชาติทั้งหมดผ่านพระบุตร

1. อัครทูตเปาโลบรรยายถึงองค์พระเยซูคริสต์เจ้าใน 2 ทิโมธี 4:1 อย่างไร? เขียนความคิดเห็นของคุณเกี่ยวกับความสำคัญของคำประกาศนี้

    a. พระเยซูคริสต์ผู้จะ _____________________ คน _________________ และคน _________________

    ____

    ____

    ____

    ____

    ____

    ____

    ____

หมายเหตุ วลี "คนเป็นและคนตาย" นั้นครอบคลุมมนุษยชาติทั้งหมด ในเมื่อพระคริสต์ทรงเป็นพระเจ้าแห่งคนเป็นและคนตายแล้ว (โรม 14:9) พระองค์ก็ทรงเป็นผู้พิพากษาพวกเขาด้วย ความตายไม่ได้ช่วยให้เราหลีกหนีจากอำนาจการปกครองหรือการพิพากษาของพระองค์ได้

2. อย่างที่กล่าวไปก่อนหน้า พระเจ้าพระบิดานั้นตั้งใจเอาไว้ว่าพระองค์จะพิพากษาโลกด้วยความชอบธรรมผ่านทางพระบุตรของพระองค์คือพระเยซูคริสต์ ยอห์น 5:22-27 สอนเราอย่างไรเกี่ยวกับความจริงนี้? อ่านพระคัมภีร์ตอนนี้และเขียนความคิดเห็นของคุณ

    ____

    ____

    ____

    ____

____

____

____

____

หมายเหตุ พระเยซูไม่ได้ปฏิเสธว่าพระบิดาทรงพิพากษา พระองค์กำลังอธิบายว่าพระบิดาทรงพิพากษาผ่านทางพระบุตรของ
พระองค์ (โรม 2:16) พระบิดาได้ประทานฤทธิ์เดชและสิทธิอำนาจแก่พระบุตรในการพิพากษามวลมนุษยชาติ เกียรติอันยิ่งใหญ่
ที่มอบให้กับพระบุตรเป็นการแสดงถึงความเป็นพระเจ้าของพระองค์และเป็นเหตุให้เราต้องระมัดระวังที่จะถวายเกียรติแด่
พระบุตรตามที่พระองค์ควรจะได้รับ ตามที่กล่าวไว้ใน ข้อ 23 พระบิดาไม่เพียงทรงพิพากษาผ่านพระบุตรเท่านั้น แต่มนุษยชาติ
ยังถวายเกียรติแด่พระบิดาผ่านการให้เกียรติพระบุตร ผู้ซึ่งพระองค์ได้ทรงแต่งตั้งให้เป็นผู้พิพากษาด้วย ในดาเนียล 7:13-14
มีคำเผยพระวจนะว่าบุตรมนุษย์ (ซึ่งเป็นคำสำหรับเรียกพระเมสสิยาห์) จะได้รับอำนาจปกครอง สง่าราศี และราชอาณาจักร
—ทุกคน ทุกชนชาติ และทุกภาษาจะปรนนิบัติพระองค์ . การปกครองของพระองค์จะเป็นการปกครองชั่วนิรันดร์ที่จะไม่มีวัน
สูญสิ้นหรือถูกทำลาย พระเยซูคือบุตรมนุษย์ผู้นั้น

3. เรายังได้พบกับพระคัมภีร์ทรงพลังอีกตอนเกี่ยวกับการที่พระคริสต์ได้รับการแต่งตั้งจากพระเจ้าให้เป็นผู้พิพากษามนุษย์ทั้งปวง
    ในกิจการ 17:31 อ่านข้อความตอนนี้จนคุ้นเคย จากนั้นให้เขียนความคิดเห็นของคุณ

____

____

____

____

____

____

____

หมายเหตุ พระเจ้าได้ทรงกำหนดวันที่มนุษย์ทั้งปวงจะถูกพิพากษา และประวัติศาสตร์มนุษยชาติก็กำลังมุ่งหน้าไปทางนั้น
การพิพากษานี้จะไม่เป็นไปตามอำเภอใจหรือไม่ยุติธรรม แต่จะเป็นการพิพากษาด้วยความยุติธรรมที่สมบูรณ์แบบ พระเจ้า
ไม่เพียงแต่กำหนดวันแห่งการพิพากษาเท่านั้น แต่พระองค์ยังได้ทรงแต่งตั้งผู้ที่พระองค์จะทรงให้เป็นผู้พิพากษาด้วยนั่นคือ
พระบุตรของพระองค์ (ดู กิจการ 10:42 เพิ่มเติม) การเป็นขึ้นจากตายและการเสด็จขึ้นสู่สวรรค์ของพระเยซูชาวนาซาเร็ธ
เป็นข้อพิสูจน์และยืนยันว่าพระองค์คือพระคริสต์ พระบุตรของพระเจ้า องค์พระผู้เป็นเจ้าสูงสุด และผู้พิพากษาของสรรพสิ่งทั้งปวง

ผู้พิพากษาชอบธรรมและสัพพัญญู

เพื่อที่จะปราศจากความผิดพลาดในการพิพากษาของพระองค์ พระเจ้าจะต้องชอบธรรมโดยสมบูรณ์ (ไม่มีความผิดพลาดเชิงศีลธรรมแม้แต่นิดเดียว) และทรงสัพพัญญู (รู้ถึงความจริงทั้งหมด)

คำว่า "ชอบธรรม" แปลมาจากภาษาฮีบรู ทซาดิค (tsaddiq) ซึ่งเชื่อมโยงกับคำกรีก ดิไคออส (dikaios) ทั้งสองคำหมายถึงความชอบธรรม ความถูกต้อง หรือความยอดเยี่ยมทางศีลธรรมของพระเจ้า ตามที่ปรากฏในพระคัมภีร์นั้น พระเจ้าทรงเป็นผู้ชอบธรรมโดยสมบูรณ์ และทำสิ่งต่าง ๆ ไม่ขัดแย้งกับพระลักษณะของพระองค์ พระองค์จะไม่เป็นหรือทำในสิ่งใดก็ตามที่จะทำให้พระองค์ถูกกล่าวหาได้ว่าทำผิด ในวันที่พระเจ้าพิพากษามนุษย์ผ่านทางพระบุตรของพระองค์คือพระเยซูคริสต์ แม้กระทั่งคนที่ถูกกล่าวโทษ ก็จะก้มหัวลงและประกาศว่าการพิพากษาของพระองค์นั้นชอบธรรม!

คำว่า "สัพพัญญู" (omniscience) มาจากคำละตินว่า omnisciens [omnis = ทั้งหมด + sciens จาก scire = การรู้] ซึ่งเป็นการกล่าวถึงสภาพที่มีความรู้ทั้งหมดอยู่ พระเจ้าทรงมีความรู้สมบูรณ์ทั้งหมด ทั้งในอดีต ปัจจุบัน และอนาคต และพระองค์มีความรู้เหล่านั้นทันที โดยไม่ต้องพยายาม รู้พร้อม ๆ กันและรู้อย่างละเอียด ไม่มีสิ่งใดจะสามารถซ่อนไปจากพระองค์ได้ ไม่มีความแตกต่างแม้แต่น้อยระหว่างความรู้ของพระองค์กับสิ่งที่เป็นจริง พระองค์ไม่เพียงแต่รู้ข้อเท็จจริงทั้งหมดเท่านั้น แต่พระองค์ทรงดีความแต่ละข้อด้วยปัญญาอันบริบูรณ์ด้วย ในวันแห่งการพิพากษาใหญ่ พระคริสต์จะทรงพิพากษาทุกคนตามความรู้อันสมบูรณ์ของพระองค์เกี่ยวกับข้อเท็จจริงทั้งหมด—จะไม่มีการซ่อนหรือลืมบาป ทุกสรรพสิ่ง ทุกการกระทำ และทุกความคิดอยู่เบื้องหน้าพระองค์เสมอเหมือนกับเปิดหนังสือ

1. ในพระคัมภีร์นั้น ชื่อมีความสำคัญอย่างยิ่งในการสื่อถึงลักษณะนิสัยของเจ้าของชื่อนั้น องค์พระเยซูคริสต์พระผู้เป็นเจ้าถูกเรียกด้วยพระนามใดบ้างในพระคัมภีร์ต่อไปนี้ ชื่อเหล่านี้บอกอะไรเราเกี่ยวกับความชอบธรรมของการพิพากษาของพระคริสต์

    a. *พระองค์ผู้ทรงเป็น* _______________ *และ* _______________*(กิจการ 3:14)*

    ____

    ____

    ____

    ____

    ____

    b. *องค์พระผู้เป็นเจ้า* _______________ *ที่* _______________ *(2 ทิโมธี 4:8)*

    ____

    ____

    ____

    ____

    ____

2. ในกิจการ 17:31 เราพบพระสัญญาสำคัญเกี่ยวกับพระลักษณะในการพิพากษาของพระเจ้าผ่านทางพระบุตรคือพระเยซูคริสต์ ให้ระบุถึงพระสัญญานี้และอธิบายถึงความสำคัญของพระสัญญานั้น

____

____

____

____

____

____

____

3. เพื่อให้การพิพากษาของพระคริสต์เที่ยงธรรมสมบูรณ์ พระองค์จะต้องเป็นผู้ชอบธรรมและสัพพัญญู พระองค์ต้องมีความรู้ที่สมบูรณ์เกี่ยวกับข้อเท็จจริงของชีวิตมนุษย์ทุกคน พระคริสต์ทรงมีความรู้เพียงพอที่จะพิพากษามนุษย์ทุกคนด้วยความยุติธรรมที่สมบูรณ์หรือไม่? ข้อพระคัมภีร์ต่อไปนี้สอนอะไรเราเกี่ยวกับความสัพพัญญูของพระคริสต์

a. *พระคริสต์บรรยายถึงพระองค์เองอย่างไรในวิวรณ์ 2:23 คำอธิบายนี้สื่อสารกับเราถึงความละเอียดหรือความแม่นยำของการพิพากษาของพระองค์อย่างไร?*

____

____

____

____

____

b. *อัครทูตเปาโลบรรยายถึงการพิพากษาของพระคริสต์ใน 1 โครินธ์ 4:4-5 ว่าอย่างไร คำบรรยายนี้สื่อสารกับเราเกี่ยวกับความละเอียดและแม่นยำของการพิพากษาของพระองค์อย่างไร?*

____

____

____

c. อัครทูตเปาโลประกาศในโรม 2:16 เกี่ยวกับความละเอียดและความสมบูรณ์ของการพิพากษาของพระคริสต์อย่างไร? จะมี
สิ่งใดถูกซ่อนจากพระองค์ในวันที่พระองค์พิพากษาโลกหรือไม่?

บทที่ 34: ความแน่นอนของการพิพากษา

เราจะปิดการศึกษาพระกิตติคุณของเราด้วยการพิจารณาถึงเรื่องความแน่นอนของการพิพากษาและคำบรรยายคร่าว ๆ ถึงการพิพากษานี้ โดยทั่วไปแล้ว มนุษย์พยายามจะหลีกเลี่ยงหรือปฏิเสธความจริงในพระคัมภีร์ที่กล่าวถึงการพิพากษาในอนาคต แม้แต่ในหมู่คริสเตียนเอง ก็มีแนวโน้มที่จะเพิกเฉยต่อหัวข้อนี้ เพราะกลัวว่าจะทำให้คนอื่นขุ่นเคืองใจ ด้วยเหตุผลนี้ เราต้องยืนยันอย่างต่อเนื่องและสม่ำเสมอว่า ตามพระคัมภีร์และตามคำสอนของพระเยซูคริสต์นั้น จะมีการพิพากษาในอนาคตซึ่งจะกำหนดชะตากรรมนิรันดร์ของมนุษย์ทุกคน ดังที่เราได้กล่าวไปแล้วว่า หากจะสัตย์ซื่อต่อพระคัมภีร์ เราต้องประกาศว่า พระคริสต์องค์เดียวกันที่ได้เสด็จมาเพื่อสิ้นพระชนม์รับบาปแทนประชากรพระองค์นี้ ก็จะมาเป็นครั้งที่สองเพื่อพิพากษาและลงโทษผู้ที่ปฏิเสธกิจแห่งความรอดของพระองค์

ความแน่นอนและความจวนเจียนมาของการพิพากษา

พระคัมภีร์ประกาศว่า การพิพากษาโลกที่จะมาถึงโดยทางพระเยซูคริสต์นั้นเป็นสิ่งที่แน่นอนและใกล้จะมาถึงแล้ว การพิพากษา**นี้แน่นอน** จนไม่มีแม้แต่เงาแห่งความสงสัยให้เห็นในพระคัมภีร์ว่าเรื่องนี้จะเกิดขึ้นหรือไม่ จะมีการพิพากษาแน่นอน และมนุษย์ทุกคนตั้งแต่คนแรกจนคนสุดท้ายจะถูกเรียกตัวและถูกพิจารณา การพิพากษานี้ยัง**จวนเจียน** ด้วยคือเรื่องนี้อาจเกิดขึ้นได้ทุกเมื่อในพริบตาที่เราไม่ได้คาดหวัง พระคริสต์ก็จะทรงปรากฏครั้งที่สอง อย่างไรก็ตาม ครั้งนี้ไม่ใช่การมาสละชีวิตของพระองค์เพื่อเป็นเครื่องบูชาไถ่บาป แต่เป็นการพิพากษาโลกด้วยความชอบธรรมและแยกคนของพระองค์ออกจากบรรดาผู้ที่ปฏิเสธที่จะเชื่อ ด้วยเหตุนี้ พระคัมภีร์จึงเต็มไปด้วยคำเตือนเกี่ยวกับวันอันยิ่งใหญ่นี้และความจำเป็นที่มนุษย์ทุกคนจะต้องเตรียมพร้อมที่จะพบกับพระเจ้าของพวกเขา!

1. การพิพากษาโลกผ่านผู้หนึ่งที่พระเจ้าได้กำหนดไว้ (กิจการ 17:31) เป็นสิ่งที่จะเกิดขึ้นแน่นอน ยิ่งใหญ่และจะไม่เปลี่ยนแปลง โรม 14:10-12 สอนอะไรเราเกี่ยวกับความจริงนี้

____

____

____

____

____

____

หมายเหตุ ในข้อที่ 11 พระเจ้าสาบานด้วยตัวตนและพระนามของพระองค์เองว่า ไม่ใช่แค่ทุกคนจะถูกพิพากษา แต่ว่าทุกคนจะต้องคุกเข่าลงและรับรู้ถึงสิทธิอำนาจของพระองค์ในการพิพากษาและความชอบธรรมของการพิพากษาของพระองค์

2. สิ่งสำคัญคือต้องเข้าใจว่า การพิพากษาของมนุษย์ทุกคนโดยทางพระเยซูคริสต์นั้นจวนเจียนใกล้จะถึงแล้ว การพิพากษาของ
   พระเจ้านั้น "ใกล้เข้ามาแล้ว" หมายความว่าสิ่งนี้สามารถเกิดขึ้นได้ทุกเมื่อ ความจริงนี้ถูกแสดงออกมาอย่างทรงพลังในยากอบ
   5:9 ข้อความนี้บอกอะไรเราเกี่ยวกับการเสด็จกลับมาของพระคริสต์ที่ใกล้จะมาถึงและการพิพากษาที่จะตามมา

หมายเหตุ การพิพากษาของพระคริสต์ในตอนนี้ถูกวาดภาพว่า เป็นการยืนอยู่ที่ประตู พร้อมจะเปิดประตูออกและเข้ามาทันที
โดยไม่มีการเตือนแม้แต่น้อย ความจริงนี้แสดงให้เห็นถึงความเร่งรีบที่คริสเตียนควรจะต้องประกาศพระกิตติคุณไปยัง
ผู้หลงหลาย และเห็นถึงความเร่งด่วนที่มนุษย์ต้องแสวงหาการกลับคืนดีกับพระเจ้า

คำบรรยายถึงการพิพากษาตามพระคัมภีร์

พระคัมภีร์ให้คำบรรยายหลายประการเกี่ยวกับการเสด็จมาครั้งที่สองของพระคริสต์และการพิพากษาครั้งใหญ่ที่ตามมานั้น ข้อมูล
เชิงลึกเหล่านี้ทำให้เราเห็นถึงบางส่วนของวันอันยิ่งใหญ่ที่กำลังจะมาถึงโลกนี้ เป็นสิ่งสำคัญที่จะต้องทราบว่า เมื่อพระคัมภีร์
กล่าวถึงวันแห่งการพิพากษา พระคัมภีร์ไม่ได้พูดเชิงเปรียบเทียบ แต่กำลังพูดถึงเหตุการณ์จริงที่จะนำประวัติศาสตร์ไปสู่จุดจบและ
กำหนดชะตาชีวิตนิรันดร์ของทุกคน

1. มัทธิว 16:27 นั้นเป็นคำบรรยายสั้นทรงพลังเกี่ยวกับการเสด็จมาครั้งที่สองของพระคริสต์และการพิพากษาของพระองค์
   เหนือมนุษย์ทุกคน อ่านพระคัมภีร์ตอนนี้ ใคร่ครวญเนื้อหา และเขียนความคิดเห็นของคุณ

หมายเหตุ ฉายา "บุตรมนุษย์" นั้นเป็นการสื่อถึงพระเมสสิยาห์หรือพระคริสต์ (ดาเนียล 7:13-14; ยอห์น 5:26-27) ประวัติศาสตร์
ของโลกนี้จะมาถึงจุดจบสุดท้ายด้วยการมาของพระเยซูคริสต์องค์จอมเจ้านาย เพื่อพิพากษาคนเป็นและคนตาย ในยูดา 14-15
พระคัมภีร์ประกาศว่า องค์พระผู้เป็นเจ้าจะเสด็จกลับมาพร้อมกับผู้ชอบธรรมของพระองค์จำนวนมา ในเวลานั้น พระคริสต์
จะพิพากษาทุกคนตามความคิด คำพูด และการกระทำทั้งหมดของพวกเขา คนเหล่านั้นที่ไม่ได้ถูกถือว่าชอบธรรมโดย
ความเชื่อ ก็จะถูกลงโทษ

2. ในมัทธิว 25:31-33 เราพบข้อพระคัมภีร์สุดอลังการซึ่งบรรยายถึงการเสด็จมาครั้งที่สองของพระคริสต์และการพิพากษา
ทั้งจักรวาลที่จะตามมา อ่านพระคัมภีร์ตอนนี้จนคุ้นเคยกับเนื้อหา และเขียนความคิดเห็นของคุณ

____

____

____

____

____

____

____

หมายเหตุ อย่างที่กล่าวไปก่อนหน้านี้ ฉายา "บุตรมนุษย์" เป็นฉายาที่สื่อถึงพระเมสสิยาห์หรือพระคริสต์ (ดาเนียล 7:13—14;
ยอห์น 5:26-27) ไม่มีความขัดแย้งกันระหว่างการมาของพระบุตรในพระสิริของพระบิดา (มัทธิว 16:27) กับการมาของพระองค์
ในพระสิริของพระองค์เอง (25:31) เพราะพระบุตรก็คือรัศมีแห่งพระสิริของพระบิดา (ฮีบรู 1:3) เช่นเดียวกับในมัทธิว 16:27 เรา
ได้เห็นว่า พระเยซูจะกลับมาพร้อมกับทูตสวรรค์ผู้ติดตามอย่างเต็มไปด้วยฤทธิ์เดชและพระสิริ เมื่อพระองค์เสด็จกลับมา พระองค์
จะทรงสถาปนาสิทธิอำนาจสมบูรณ์ของพระองค์ และทุกคนตั้งแต่อาดัมไปจนถึงบุคคลสุดท้ายที่เกิดบนแผ่นดินโลกจะถูกเรียก
ให้มายืนรับการพิพากษาจากพระองค์ จะไม่มีชนชาติใด เชื้อชาติใด หรือใครคนใดคนหนึ่งที่ได้รับการยกเว้น ในเวลานั้น มนุษย์
ชาติจำนวนมากจะถูกแยกออกเป็นสองกลุ่มคือ: (1) ประชากรของพระเจ้า ผู้ซึ่งจะได้รับอาณาจักรนิรันดร์ที่เตรียมไว้สำหรับ
พวกเขาเป็นมรดก "ตั้งแต่เริ่มสร้างโลก" (ข้อ 34); และ (2) คนชั่วร้าย ซึ่งจะถูกส่งไปใน "ไฟที่ไหม้อยู่เป็นนิตย์" ซึ่งเตรียมไว้สำหรับ
มารร้ายและบริวารของมัน" (ข้อ 41)

3. ในวิวรณ์ 20:11-15 เราพบกับพระคัมภีร์ที่บรรยายได้อย่างยอดเยี่ยมสมบูรณ์แบบถึงวันแห่งการพิพากษา การศึกษาเรื่องพระ
คริสต์ในฐานะผู้พิพากษา จะไม่ครบถ้วนเลย หากไม่ได้พินิจพิจารณาพระคัมภีร์ตอนนี้ อ่านเนื้อหาในตอนนี้จนคุ้นเคย จากนั้น
เขียนความคิดเห็นของคุณเกี่ยวกับข้อพระคัมภีร์ต่อไปนี้

a. *แล้วข้าพเจ้าเห็นพระที่นั่งใหญ่สีขาวและเห็นพระองค์ผู้ประทับบนพระที่นั่งนั้น (ข้อ 11)*

____

____

____

____

____

____

หมายเหตุ ใครคือผู้ที่อยู่บนบัลลังก์? จากพระคัมภีร์ เราพบว่าทั้งพระบิดา (วิวรณ์ 4:2, 9; 5:1, 7, 13; 6:16; 7:10, 15; 19:4; 21:5) และพระบุตร (ฮีบรู 1: 3; วิวรณ์ 3:21) นั่งบนบัลลังก์ เรารู้ว่าบัลลังก์นั้นถูกกล่าวถึงว่าเป็นบัลลังก์แห่งการพิพากษาของพระคริสต์ (2 โครินธ์ 5:10) และบัลลังก์แห่งการพิพากษาของพระเจ้า (โรม 14:10) เรารู้ว่า พระเจ้าพระบิดาได้ทรงกำหนดวันที่พระองค์จะทรงพิพากษาโลกด้วยความชอบธรรมผ่านทางมนุษย์ นามพระเยซูคริสต์ (กิจการ 17:31) การเปิดเผยอันยิ่งใหญ่นี้ไม่ได้เป็นการแยกพระบิดาและพระบุตรออกจากกัน—พระบิดาทรงตั้งใจที่จะพิพากษามนุษย์ทุกคนผ่านพระบุตรของพระองค์ จุดประสงค์ก็คือเพื่อจะพิสูจน์ว่า การเผชิญหน้าครั้งสุดท้ายของมนุษย์นั้นจะเป็นการเผชิญหน้ากับพระเจ้าเอง

b. แผ่นดินโลกและฟ้าสวรรค์ก็หายไปจากพระพักตร์ของพระองค์ และไม่มีใครพบเห็นที่อยู่ของพวกมันอีกเลย *(ข้อ 11)*

____

____

____

____

____

____

____

____

หมายเหตุ ระเบียบของโลกเก่าซึ่งแปดเปื้อนและเลวทรามไปเพราะบาปนั้นจะล่วงไป และสวรรค์ใหม่กับโลกใหม่จะมาแทนที่โลกเก่า

c. ข้าพเจ้ายังเห็นบรรดาคนตาย ทั้งคนใหญ่โตและคนเล็กน้อยยืนอยู่หน้าพระที่นั่งนั้น *(ข้อ 12)*

____

____

____

____

____

____

____

หมายเหตุ ไม่มีใครยิ่งใหญ่จนสามารถปฏิเสธหมายเรียกให้มาปรากฏตัวต่อหน้าบัลลังก์ของพระเจ้าได้ และไม่มีใคร
เล็กน้อยไม่สำคัญจนสามารถหลบซ่อนจากพระองค์ได้ ทุกคนโดยไม่มีข้อยกเว้นจะอยู่ที่นั่น ในวันยิ่งใหญ่นั้น

d. แล้วหนังสือต่างๆ ก็ถูกเปิดออก และหนังสืออีกเล่มหนึ่งก็ถูกเปิดออกด้วย คือหนังสือแห่งชีวิต คนตายก็ถูกพิพากษา
   ตามการกระทำของเขาทั้งหลายที่เขียนไว้ในหนังสือเหล่านั้น *(ข้อ 12)*

____

____

____

____

____

____

____

หมายเหตุ คนเหล่านั้นที่ปฏิเสธการอภัยโทษที่หยิบยื่นให้ผ่านทางพระกิตติคุณของพระเยซูคริสต์ จะถูกพิพากษาตาม
การกระทำของพวกเขา ความจริงที่วลี "ตามการกระทำของตน" ถูกย้ำอีกครั้งในข้อ 13 มีความสำคัญมาก ราวกับว่า
อัครทูตยอห์นกำลังทำทุกวิถีทางเพื่อกระตุ้นจิตสำนึกของมนุษย์ให้เห็นถึงบาปจากการกระทำของพวกเขา และถึงผลลัพธ์
อันเลวร้ายซึ่งพวกเขาจะต้องได้รับอย่างแน่นอนจากการพิพากษาที่มาถึงพวกเขา

e. ทะเลก็ส่งคืนคนตายที่อยู่ในทะเล ความตายและแดนคนตายก็ส่งคืนคนตายที่อยู่ในนั้น แต่ละคนก็ถูกพิพากษาตามการ
   กระทำของตน *(ข้อ 13)*

____

____

____

____

____

____

หมายเหตุ ไม่มีสถานที่ใดจะซ่อนเราไว้จากวันแห่งการพิพากษาใหญ่ พระคัมภีร์ประกาศว่า มนุษย์จะร้องขอให้ภูเขาและ
ก้อนหินล้มทับเพื่อซ่อนเขาให้พ้นจากพระผู้นั่งอยู่บนบัลลังก์ (วิวรณ์ 6:16) อย่างไรก็ดี คำขอนี้จะไม่ได้รับการตอบ จะไม่มี
ที่ใดให้ซ่อนตัว

f. แล้วความตายและแดนคนตายก็ถูกโยนลงไปในบึงไฟ บึงไฟนี่แหละคือความตายครั้งที่สอง และถ้าพบว่าใครไม่มีชื่อจดไว้ ในหนังสือแห่งชีวิต เขาก็จะถูกโยนลงไปในบึงไฟ *(วิวรณ์ 14-15)*

หมายเหตุ นี่เป็นจุดจบอันน่าเศร้าสำหรับทุกคนที่ปฏิเสธน้ำพระทัยของพระเจ้าและเครื่องบูชาไถ่บาปของพระองค์ ผ่านทางพระบุตร พวกเขาจะถูกแยกออกเป็นนิรันดร์จากการทรงสถิตแห่งความโปรดปรานของพระเจ้า ไปอยู่ในนรก

พันธกิจ **HeartCry Missionary Society** โดยสังเขป:

HeartCry Missionary Society เริ่มต้นในปี 1988 ในประเทษเปรู ด้วยความปรารถนาที่จะช่วยมิชชันนารีพื้นเมืองหรือคนในพื้นที่ ให้สามารถออกไปยังประชาชนของพวกเขาและตั้งคริสตจักรตามพระคัมภีร์ขึ้นได้ จากนั้นเป็นต้นมา องค์พระผู้เป็นเจ้าก็ได้ขยาย อาณาเขตของเราไปครอบคลุมทั้งชาวละตินอเมริกา แอฟริกา เอเชีย ยุโรป ตะวันออกกลาง และอเมริกาเหนือด้วย

เป้าหมายของพันธกิจเราคือ เพื่อช่วยให้มิชชันนารีท้องถิ่นทั่วโลกได้เคลื่อนที่ไปข้างหน้า กลยุทธ์ของเรามีสี่องค์ประกอบหลักได้แก่ การสนับสนุนด้านการเงิน การฝึกฝนด้านศาสนศาสตร์ การแจกจ่ายพระคัมภีร์และงานเขียน และการสนับสนุนอุปกรณ์ที่จำเป็น ในการขับเคลื่อนและทำให้พระมหาบัญชาของพระองค์สำเร็จ

ขณะนี้เราสนับสนุนครอบครัวมิชชันนารีประมาณ 250 ครอบครัว (รวมทั้งโครงการอื่น ๆ อีกจำนวนมาก) ใน 40 ประเทศทั่วโลก

แนะนำ HeartCry

HeartCry Missionary Society ถูกตั้งขึ้นและดำรงอยู่เพื่อบรรลุเป้าหมายหลักสี่ประการ

- พระสิริของพระเจ้า
- ประโยชน์ของมนุษย์
- การตั้งคริสตจักรที่เป็นไปตามพระคัมภีร์
- การสำแดงความสัตย์ซื่อของพระเจ้า

1: พระสิริของพระเจ้า

เป้าหมายหลักประการแรกของเราคือพระสิริของพระเจ้า ความสนใจยิ่งใหญ่ที่สุดของเราคือ ให้พระนามของพระองค์ยิ่งใหญ่ ท่ามกลางประชาชาติตั้งแต่อาทิตย์ขึ้นจนถึงอาทิตย์ตก (มาลาคี 1:11) และพระเมษโปดกผู้ถูกประหารจะได้รับรางวัลเต็มขนาดสำหรับ ความทุกข์ทรมานของพระองค์ (วิวรณ์ 7:9-10) . จุดประสงค์และแรงจูงใจอันยิ่งใหญ่ของเราไม่อยู่ในมนุษย์หรือความต้องการ ของมนุษย์ แต่ในพระเจ้าเอง ในการอุทิศตนของพระองค์เพื่อสง่าราศีของพระองค์; และในความปรารถนาที่พระเจ้ามอบให้เราที่จะ เห็นพระองค์ได้รับการนมัสการในทุกชนชาติ ทุกเผ่าและทุกภาษา เราไม่ได้มั่นใจในความสามารถของคริสตจักรที่จะทำตามพระมหา บัญชา แต่ในฤทธิ์อำนาจที่ไม่จำกัดของพระเจ้าในการบรรลุทุกสิ่งที่พระองค์ทรงกำหนดไว้

2: ประโยชน์ของมนุษย์

เป้าหมายหลักประการที่สองของเราคือ ความรอดของมนุษยชาติที่หลงหายและกำลังจะตาย คริสเตียนผู้หลงใหลในพระสิริ
ของพระเจ้าอย่างแท้จริงและมั่นใจในอำนาจปกครองของพระองค์ จะไม่หวั่นไหวไปกับผู้คนหลายพันล้านคนในโลกที่ "ไม่ทราบ"
เกี่ยวกับข่าวประเสริฐของพระเยซูคริสต์ (โรม 15:21) หากเราเป็นเหมือนพระคริสต์อย่างแท้จริง มวลมนุษยชาติที่หลงหายจะกระตุ้น
เราให้เกิดความเห็นอกเห็นใจ (มัทธิว 9:36) จนถึงขนาดที่เกิดความทุกข์หนักหรือความร้อนใจ (โรม 9:2) ความจริงใจในการประกาศ
ความเชื่อของคริสเตียนควรถูกตั้งคำถาม หากเราไม่เต็มใจทุ่มทุกสรรพสิ่งที่เรามีเพื่อทำให้พระคริสต์เป็นที่รู้จักในหมู่ประชาชาติและ
อดทนต่อทุกสิ่งเพื่อเห็นแก่ผู้ที่พระเจ้าเลือกสรร (2 ทิโมธี 2:10)

3: การตั้งคริสตจักรที่เป็นไปตามพระคัมภีร์

เป้าหมายหลักประการที่สามของเราคือการสร้างคริสตจักรตามพระคัมภีร์ ในขณะที่เราตระหนักดีว่า ความต้องการของ
มนุษยชาติมีมากมายและความทุกข์ทรมานของเขามีความหลากหลาย แต่เราเชื่อว่า สิ่งเหล่านี้ล้วนเกิดจากต้นกำเนิดเดียวกันคือ
ความเสื่อมทรามสุดขั้วในใจของเขา การเป็นศัตรูต่อพระเจ้า และการปฏิเสธความจริงของพวกเขา ดังนั้นเราจึงเชื่อว่า ประโยชน์
สูงสุดที่เป็นไปได้สำหรับมนุษยชาตินั้นมาจากการประกาศพระกิตติคุณและการตั้งคริสตจักรท้องถิ่นซึ่งประกาศพระคำของพระเจ้า
อย่างสมบูรณ์และปรนนิบัติตามพระบัญชา ศีลธรรม และสติปัญญา การงานเช่นนี้ไม่สามารถทำได้สำเร็จด้วยกำลังของเนื้อหนัง แต่
โดยผ่านแผนการที่เหนือธรรมชาติของพระเจ้าและวิธีการที่พระองค์ได้กำหนดไว้เท่านั้น คือการเทศนาตามพระคัมภีร์ การอธิษฐาน
วิงวอน การเสียสละ การรับใช้ ความรักที่ไม่มีเงื่อนไข และการเป็นเหมือนพระคริสต์อย่างแท้จริง

4: การสำแดงความสัตย์ซื่อของพระเจ้า

**เป้าหมายที่สี่และเป็นเป้าหมายสุดท้ายของ HeartCry คือการสำแดงให้ประชากรของพระเจ้าเห็นว่า พระองค์สามารถและ
เต็มใจที่จะประทานทุกสิ่งที่เราจำเป็นตามความมั่งคั่งอันรุ่งโรจน์ของพระองค์** ความจำเป็นในพันธกิจของเรานี้จะสำเร็จได้
จากการอธิษฐาน เราจะไม่หาการสนับสนุนผ่านการยกย่องตัวเอง ยั่วยุ หรือชักจูงพี่น้องของเราในพระคริสต์ หากพันธกิจนี้เป็น
ของพระเจ้า พระองค์จะทรงเป็นผู้อุปถัมภ์เรา หากพระองค์ทรงสถิตอยู่กับเรา พระองค์จะทรงชี้นำผู้คนของพระองค์ให้มอบถวาย
และเราจะเจริญรุ่งเรือง ถ้าพระองค์ไม่อยู่กับเรา เราก็จะไม่ทำสำเร็จและไม่ควรสำเร็จ เรายอมรับว่า ความเชื่อของเราน้อยและอ่อนแอ
มาตลอดหลายปีที่ผ่านมา แต่พระเจ้าสัตย์ซื่อเสมอมา ดังที่พี่น้องที่รักคนหนึ่งกล่าวไว้ว่า พระเจ้าของเรายินดีจะพิสูจน์แม้ลูกของ
พระองค์จะมีความเชื่อมั่นอันน้อยนิด

ความท้าทาย

ในฐานะคริสเตียน เราถูกเรียก ถูกแต่งตั้งและสั่งให้วางชีวิตของเราลง เพื่อพระกิตติคุณจะถูกเทศนาไปยังทุก ๆ สิ่งทรงสร้างใต้ฟ้า
สวรรค์ เรื่องนี้เป็นเรื่องสำคัญที่งดงามและเราหลงไหล เป็นรองเพียงคำสั่งให้รักพระเจ้าเท่านั้น ไม่มีการงานอันใดสูงส่งไปกว่าการที่
เราสามารถมอบชีวิตของเราเพื่อส่งเสริมพระสิริของพระเจ้าในการไถ่มนุษย์ผ่านการสั่งสอนพระกิตติคุณของพระเยซูคริสต์
ถ้าคริสเตียนเชื่อฟังพระมหาบัญชาจริง ๆ เขาจะยอมสละชีวิต ไม่ว่าจะยอมลงไปในเหมือง หรือเป็นคนจับเชือกให้กับคนที่ลงไป
(William Carey) ไม่ว่าจะด้วยวิธีใด ก็ล้วนแล้วแต่ต้องการความทุ่มเทอย่างสุดตัว

ข้อมูลเพิ่มเติม

สามารถเยี่ยมชมเวปไซต์ **heartcrymissionary.com** เพื่อหาข้อมูลเพิ่มเติมเกี่ยวกับพันธกิจ เป้าหมาย ความเชื่อ วิธีการของเรา
และข้อมูลมากมายเกี่ยวกับมิชชันนารีที่เรามีโอกาศพิเศษได้รับใช้เขาทั้งหลาย

 เกรซบรรณสาร

พันธกิจ

เกรซบรรณสารเป็นโครงการภายใต้มูลนิธิมหกิจพระคุณของแบ๊บติสต์ในประเทศไทย จัดตั้งขึ้นเพื่ออบรมคริสตจักรไทยเกี่ยวกับวรรณกรรมพระคัมภีร์เชิงปฏิรูปเพื่อถวายพระเกียรติสิริแด่พระเจ้า เราปรารถนาที่จะเป็นผู้นำในการสร้างสรรค์หนังสือวรรณกรรมและแหล่งข้อมูลของหนังสือต่างๆ เพื่อถวายพระเกียรติแด่พระคริสต์และส่งเสริมหลักการของพระคัมภีร์

วิสัยทัศน์

เราปรารถนาชูใจคริสเตียนไทยรายบุคคลเพื่อเติบโตขึ้นในความเชื่อและรู้สึกมีความมั่นใจในการเสวนากับคนอื่นๆ ในเรื่องพระเยซูคริสต์ เราปรารถนาที่จะหนุนใจคนทั่วไปที่กำลังศึกษาหรืออยากศึกษาคริสตศาสนาเป็นครั้งแรกให้สามารถเจาะลึกลงไปข้างในได้ และเราอยากช่วยเหลือผู้คนภายนอกคริสตจักรที่กำลังตั้งคำถามเกี่ยวกับความเชื่อของพวกเขาและเห็นความเชื่อมโยงเกี่ยวกับคริสตศาสนา

เรามุ่งมั่นที่จะแบ่งบันแนวความคิดแบบคริสเตียนที่เป็นนวัตกรรมใหม่เพื่อให้ผู้คนจากทุกภูมิหลังสามารถมีความเข้าใจเกี่ยวกับความเชื่อของคริสเตียนได้

ติดต่อ สอบถามข้อมูลเพิ่มเติม ได้ที่:

www.GraceBannasan.com

 facebook.com/gracebannasan

 @gracebannasan

 instagram/gracebannasan